അമേരിക്ക
ഋതുഭേദങ്ങളുടെ നാട്

America
Rithubhedhangalude Nadu
Travelogue

Dr. K V Velayudhan

CHINTHA PUBLISHERS
Thiruvananthapuram

First Edition
September 2023

Published & Typesetting
Chintha Publishers, Thiruvananthapuram

Printed at
Repro India Ltd, Mumbai

Cover Design
Vinod Mangoes

ISBN : 978-93-94753-08-2

CO - 3276 / 6507

₹ 230

Email: chinthapublishers@gmail.com
Website: www.chinthapublishers.com

A version is available at National Libraries
Kolkata, Mumbai, Chennai and Delhi

Distribution
DESHABHIMANI BOOKHOUSE
H O Thiruvananthapuram 695035

Branch
Head Office Kunnukuzhi • Statue Thiruvananthapuram
KSRTC Bus Terminal Thampanoor • Saphalyam Complex Thiruvananthapuram
KSRTC Bus Station Alappuzha • KSRTC Bus Station Ernakulam
Machingal Lane Thrissur • IG Road Kozhikode
Mavoor Road Kozhikode • NGO Union Building Kannur
Central Bus Terminal Complex Thavakkara Kannur

അമേരിക്ക
ഋതുഭേദങ്ങളുടെ നാട്

ഡോ. കെ വി വേലായുധൻ

ചിന്ത പബ്ലിഷേഴ്സ്
തിരുവനന്തപുരം-695 035
വില : ₹ 230

ഡോ. കെ വി വേലായുധൻ

അമേരിക്കയിൽ ഒന്നര പതിറ്റാണ്ടുകാലം പ്രവാസിയായിരുന്ന ലേഖകൻ, പത്തു വർഷത്തോളം അവിടെ യൂണിവേഴ്സിറ്റി അദ്ധ്യാപകനായി ജോലി ചെയ്തിരുന്നു. കൊച്ചിൻ യൂണിവേഴ്സിറ്റിയിൽനിന്നും സാമ്പത്തിക ശാസ്ത്രത്തിൽ ഡോക്ടറേറ്റും അമേരിക്കയിൽനിന്നും എം ബി എയും എടുത്ത ലേഖകൻ ഇപ്പോൾ ഇഗ്നോയിൽ അക്കാഡമിക് കൗൺസിലറായി പ്രവർത്തിക്കുന്നു.

ഉള്ളടക്കം

പ്രസാധകക്കുറിപ്പ്

നമ്മുടെ നിത്യജീവിതത്തിൽ നിരന്തരം കടന്നുവരുന്ന ഒരു പേരാണ് അമേരിക്ക. ലോകമുതലാളിത്തത്തിന്റെ തലസ്ഥാനമായി തുടരുന്ന ആ രാജ്യം, ലോകത്തിന്റെ എല്ലാ ഭാഗത്തുനിന്നുമുള്ള മനുഷ്യർ തൊഴിൽ തേടിയെത്തുകയും താമസമുറപ്പിക്കുകയും ചെയ്യുന്ന ആ രാജ്യം യഥാർത്ഥത്തിൽ എന്താണ്? ഭൂപ്രകൃതിക്കപ്പുറമുള്ള മനുഷ്യജീവിതത്തിന്റെ സാഫല്യം എങ്ങനെയാണവിടെ നിലനില്ക്കുന്നത്. അമേരിക്കയിലെ പ്രമുഖമായ ഒരു സർവ്വകലാശാലയിൽ പതിനഞ്ചു വർഷക്കാലം അദ്ധ്യാപകനായിരുന്ന ഡോ. കെ വി വേലായുധൻ അമേരിക്കയിൽ താൻ അനുഭവിച്ച ജീവിതത്തെ ഈ പുസ്തകത്തിൽ വിവരിക്കുന്നുണ്ട്. ഒപ്പം ആ രാജ്യത്തിന്റെ ഇടങ്ങളിലൂടെയും ചരിത്രത്തിലൂടെയും നടത്തുന്ന സഞ്ചാരങ്ങളും. അമേരിക്കയിലേക്ക് തൊഴിൽ തേടിയോ പഠനത്തിനോ സന്ദർശനത്തിനോ പോകുന്ന ഏതൊരാൾക്കും ഏറെ പ്രയോജനമായിരിക്കും ഈ പുസ്തകം. അമേരിക്കയെ അടുത്തറിയാൻ ആഗ്രഹിക്കുന്ന ആർക്കും ഈ പുസ്തകം പ്രയോജനകരമായിരിക്കും.

ചിന്ത പബ്ലിഷേഴ്സ്

ആമുഖം

ഇന്ത്യക്കാരുടെ പ്രവാസജീവിതത്തിനു നൂറ്റാണ്ടുകളുടെ ചരിത്രമുണ്ട്. പതിനാറാം നൂറ്റാണ്ടിന്റെ അവസാന കാലം മുതൽ വിദേശരാജ്യങ്ങളിൽ പോയി തങ്ങളുടേതായ ലോകം അവിടെ പടുത്തുയർത്താനുള്ള ശ്രമം ഇന്ത്യക്കാർ ആരംഭിച്ചിരുന്നു. ബ്രിട്ടീഷ് കോളനിവാഴ്ചക്കാലത്ത്, ധാരാളം ഇന്ത്യക്കാർ വിദേശരാജ്യങ്ങളിലെ ബ്രിട്ടീഷ് കോളനികളിൽ ജോലിക്കാരായി പോകുകയും അവിടെ സ്ഥിരതാമസം ഉറപ്പിക്കുകയും ചെയ്തിരുന്നു. ബ്രിട്ടീഷുകാരുടെ വിദേശതോട്ടങ്ങളിലെ തൊഴിൽ സാദ്ധ്യതയായിരുന്നു ഈ കാലഘട്ടത്തിലെ കുടിയേറ്റത്തിനു പ്രേരണ. ക്രമേണ ഇന്ത്യക്കാർ, പുതിയ തൊഴിൽമേഖല കണ്ടെത്തി മറ്റു രാജ്യങ്ങളിലേക്ക് കുടിയേറാൻ തുടങ്ങി. ഇതിന്റെ ഭാഗമായാണ് അമേരിക്കയിലേക്കും ഇന്ത്യക്കാർ കുടിയേറിയത്.

ജോലി തേടി അമേരിക്കയിലേക്കുള്ള ഇന്ത്യക്കാരന്റെ യാത്ര 1790 ൽ മദ്രാസിൽനിന്നും മസ്സാച്ചുസെറ്റിലേക്കു പോയ ഇന്ത്യക്കാരിൽ നിന്ന് തുടങ്ങുന്നു (വേലായുധൻ, 2010). എന്നാൽ ഇരുപതാംനൂറ്റാണ്ടിന്റെ അവസാനം, ഗൾഫ് രാജ്യത്തേക്ക് പോയ ഇന്ത്യൻ കുടിയേറ്റക്കാരുടെ എണ്ണവുമായി അമേരിക്കൻ കുടിയേറ്റം താരതമ്യമുള്ളതായിരുന്നില്ല. മാത്രമല്ല, അമേരിക്കൻ കുടിയേറ്റക്കാരും മറ്റു കുടിയേറ്റക്കാരുമായി അടിസ്ഥാനപരമായി ചില അന്തരമുണ്ടായിരുന്നു. മറ്റുരാജ്യങ്ങളിൽ, പ്രത്യേകിച്ചും ഗൾഫ് രാജ്യങ്ങളിൽ തൊഴിൽതേടി പോയവർ ഒരുകാലം കഴിഞ്ഞ് നാട്ടിലേക്ക് തിരിച്ചു പോരുമ്പോൾ, അമേരിക്കയിൽ പോയവർ അവിടെ സ്ഥിര

താമസമാക്കി, അവിടത്തുകാരായി മാറിക്കൊണ്ടിരുന്നു. ഈ പൊതുരീതിക്ക് അപവാദം വളരെ ചുരുക്കമായേ കാണാറുള്ളൂ. വേണമെങ്കിൽ പത്തു വർഷംകൂടി സ്ഥിരതാമസത്തിലുള്ള രേഖകൾ കൈവശമുണ്ടായിരുന്നപ്പോൾ തന്നെ പതിനഞ്ചു വർഷം അമേരിക്കയിൽ താമസിച്ച് ആർജ്ജിച്ച അനുഭവങ്ങളും നേട്ടങ്ങളും, കൈമുതലാക്കി അമേരിക്കൻ ജീവിതത്തോട് വിടപറയാൻ തീരുമാനിച്ചു.

പ്രവാസികളുടെ ചരിത്രത്തിൽ മലയാളി എന്നും വേറിട്ട് നില്ക്കുന്നു. ഇരുപതാംനൂറ്റാണ്ടിന്റെ രണ്ടാം പകുതിയിലെ ഗൾഫ് കുടിയേറ്റകാലത്താണ് മലയാളി പ്രവാസികളെക്കുറിച്ച് ഏറെ ചർച്ച ചെയ്യപ്പെട്ടത്. അതിനും വളരെ മുൻപ് നടന്നിരുന്ന ബ്രിട്ടീഷ്കോളനിയിലേക്കും, പേർഷ്യൻ രാജ്യങ്ങളിലേക്കും നടന്ന കുടിയേറ്റത്തെക്കുറിച്ച് അത്രയൊന്നും ചർച്ച ചെയ്യപ്പെട്ടിരുന്നില്ല. എന്നാൽ, പ്രവാസജീവിതത്തിന്റെ വെല്ലുവിളികളെ അതിജീവിക്കാൻ കരുത്തരാണ് തങ്ങളെന്ന് മലയാളികൾ എന്നും തെളിയിച്ചിട്ടുണ്ട്. അമേരിക്കൻ പ്രവാസജീവിതം പലതുകൊണ്ടും മറ്റു രാജ്യത്തെ പ്രവാസജീവിതത്തിൽനിന്നും വേറിട്ട് നില്ക്കുന്നു എന്നതാണ് വസ്തുത. അമേരിക്കയിൽ നിയമപരമായി കുടിയേറുന്ന ഒരാൾക്ക് സാധാരണ ജീവിതത്തിൽ മറ്റുള്ള അമേരിക്കക്കാരനിൽനിന്നും വേറിട്ട അനുഭവം ഉണ്ടാകാറില്ല. പ്രവാസജീവിതകാലത്ത് ഈ ലേഖകൻ അമേരിക്കയിൽ കണ്ടതും കേട്ടതും മനസ്സിലാക്കിയതുമായ അനുഭവങ്ങളാണ് ഈ പുസ്തകത്തിൽ പ്രതിപാദിക്കുന്നത്.

പതിനഞ്ചു വർഷം നീണ്ട പ്രവാസജീവിതം അവസാനിപ്പിച്ച് തിരിച്ചു പോരുമ്പോൾ അമേരിക്കൻ പ്രവാസജീവിതത്തെക്കുറിച്ച് ഒരോർമ്മക്കുറിപ്പെഴുതണമെന്നു കരുതിയിരുന്നില്ല. എന്നാൽ പഴയകാല സുഹൃത്തായ സഖാവ് രാധാകൃഷ്ണനുമായി അവിചാരിതമായി കണ്ടുമുട്ടിയതിലൂടെയാണ് ഇങ്ങനെയൊരാശയം രൂപപ്പെട്ടത്. അമേരിക്കയിൽ എങ്ങനെയെങ്കിലും ചെന്നെത്താനും ആ വാഗ്ദത്തഭൂമിയിൽ ശിഷ്ടകാലം ജീവിച്ചു തീർക്കാനും ആഗ്രഹിക്കുന്നവരുടെ ഇടയിൽ ഇതൊരസാധാരണ നടപടിയായിരിക്കും. തിരിച്ചു പോന്നതിൽ അതിശയപ്പെട്ടവരും ആകുലപ്പെട്ടവരുമായി അഭ്യുദയകാംക്ഷികളും ഇല്ലാതില്ല. അതെന്തുതന്നെ ആയാലും പ്രവാസജീവിതം അവസാനിപ്പിച്ചു പോരുമ്പോൾ അവിടെ ഉണ്ടായ അനുഭവങ്ങൾ പൊതുജനങ്ങളുമായി പങ്കുവെക്കുന്നതിൽ തെറ്റുണ്ടെന്ന് തോന്നുന്നില്ല. അമേരിക്കൻ ജീവിതത്തെ മറ്റൊരുവീക്ഷണത്തിലൂടെ നോക്കിക്കാണാനും അത് മറ്റുള്ളവരുമായി പങ്കുവയ്ക്കാനും തീരുമാനിച്ചതിന്റെ ഫലമാണ് ഈ പുസ്തകം.

അമേരിക്കൻ യാത്രയെക്കുറിച്ചും, അവിടെ ചെലവിട്ട കാലഘട്ടത്തെ

ക്കുറിച്ചും പറയുന്നതോടൊപ്പം അമേരിക്കയിൽ പോകുന്നവർ പൊതുവെ മനസ്സിലാക്കേണ്ട കാര്യം പറയുകയും പോകാൻ കഴിയാത്തവർക്ക് അമേരിക്കയെക്കുറിച്ച് പൊതുധാരണ നല്കുക എന്നതുമാണ് നല്കാൻ ശ്രമിച്ചിരിക്കുന്നത്. നീണ്ട പതിനഞ്ചു വർഷക്കാലം താമസിച്ചിരുന്ന ന്യൂജേഴ്സി സംസ്ഥാനത്തെക്കുറിച്ചും സംസ്ഥാനത്തിന്റെ ചരിത്രത്തെക്കുറിച്ചുമാണ് രണ്ടാം അദ്ധ്യായത്തിൽ വിവരിക്കുന്നത്. അമേരിക്കയുടെ ഭൂമിശാസ്ത്രവും, ഋതുഭേദങ്ങളും സമയമേഖലയും (time zones) മൂന്നാം അദ്ധ്യായത്തിൽ ചർച്ച ചെയ്യപ്പെടുന്നു. അമേരിക്കൻ ചരിത്രം പറയുന്ന നാലാം അദ്ധ്യായത്തിൽ സ്വാതന്ത്ര്യത്തിനുമുൻപുള്ള അമേരിക്കയെക്കുറിച്ചും സ്വാതന്ത്ര്യത്തിനുശേഷമുള്ള അമേരിക്കയെക്കുറിച്ചും ചർച്ച ചെയ്യപ്പെടുന്നു. അമേരിക്കയിൽ മാത്രമല്ല, ലോകത്താകെ 9/11 എന്നറിയപ്പെടുന്ന 2001 സെപ്തംബർ 11 ലെ ഭീകരാക്രമണത്തെക്കുറിച്ചാണ് അഞ്ചാം അദ്ധ്യായത്തിൽ പറയുന്നത്. ഓരോ അമേരിക്കക്കാരനും ഇപ്പോഴും തെല്ലൊരു ഭയാശങ്കയോടെ ഓർമ്മിക്കുന്ന ദിവസമാണ് 9/11.

അമേരിക്കൻ സർവ്വകലാശാല വിദ്യാഭ്യാസത്തെക്കുറിച്ച് അവിടത്തെ ഒരു വിദ്യാർത്ഥിയെന്ന നിലയിലും അദ്ധ്യാപകനെന്ന നിലയിലുമുണ്ടായ അനുഭവം വായനക്കാരുമായി പങ്കുവെക്കാനാണ് ആറാം അദ്ധ്യായത്തിൽ ശ്രമിച്ചിരിക്കുന്നതെങ്കിൽ, ന്യൂയോർക്കിലെ കാഴ്ചകളെക്കുറിച്ചാണ് ഏഴാം അദ്ധ്യായത്തിൽ വിവരിക്കുന്നത്. അമേരിക്കയിലെ ഏറ്റവും തിരക്കുള്ള പട്ടണമായ ന്യൂയോർക്കിൽ മനുഷ്യനിർമ്മിതവും പ്രകൃതിദത്തവുമായ നിരവധി കാഴ്ചകളുണ്ട്. ലോകതലസ്ഥാനം എന്നറിയപ്പെടുന്ന ഈ മഹാ നഗരത്തിൽ മനുഷ്യ നിർമ്മിത അത്ഭുതങ്ങളായ ബ്രൂക്ക്ലിൻ പാലം, എമ്പയർ സ്റ്റേറ്റ് ബിൽഡിങ്, ഭൂഗർഭ ട്രെയിനും (sub way), പ്രകൃതി കനിഞ്ഞു നല്കിയ അത്ഭുതമായ നയാഗ്ര വെള്ളച്ചാട്ടവും കാണികളെ അങ്ങോട്ടേക്ക് ആകർഷിക്കുന്നതിൽ പ്രധാനമാണ്.

അമേരിക്കൻ തിരഞ്ഞെടുപ്പ് പ്രക്രിയയുടെ വിശദാംശങ്ങളാണ് എട്ടാം അദ്ധ്യായത്തിൽ വിവരിക്കുന്നത്. ഓരോ പാർട്ടിയും അവരുടെ സ്ഥാനാർത്ഥിയെ തിരഞ്ഞെടുക്കുന്നതും, തുടർന്ന് ജനപ്രതിനിധികളെയും അവസാനം പ്രസിഡന്റിനെയും തിരഞ്ഞെടുക്കുന്ന രീതി ഇവിടെ വിശദമാക്കുന്നു. അമേരിക്കൻ തലസ്ഥാനമായ വാഷിങ്ടൺ ഡിസിയിൽ കണ്ട കാഴ്ചകളാണ് അദ്ധ്യായം ഒൻപതിൽ വിവരിക്കുന്നത്. ലാസ്‌വേഗസിലും ഗ്രാൻഡ് ക്യാനിയോണിലും കണ്ട കാഴ്ചകളാണ് അദ്ധ്യായം പത്തിൽ വിവരിക്കുന്നത്. നവാഡ സംസ്ഥാനത്തെ വലിയ നഗരമായ ലാസ്‌വേഗസ് മരുഭൂമിയിലാണ് സ്ഥിതിചെയ്യുന്നത്. രാത്രികാലങ്ങളിൽ ലൈറ്റുകളുടെ പ്രകാശത്തിൽ മിന്നിത്തിളങ്ങുന്ന,

ലാസ്‌വേഗസ് സ്ട്രിപ്പിലെ കാഴ്ച അതി മനോഹരമാണ്. അരിസോണ യിലെ കൊളറാഡോ നദിയിൽ കൊത്തിവെച്ചിരിക്കുന്ന രൂപത്തിൽ കുത്തനെയുള്ള ഒരു മലയിടുക്കാണ് ഗ്രാന്റ് ക്യാനിയൻ.

ഫ്ളോറിഡയിൽ കണ്ട കാഴ്ചകളാണ് പതിനൊന്നാം അദ്ധ്യായ ത്തിൽ പറയുന്നത്. അമേരിക്കൻ ഐക്യനാടുകളിലെ ഇരുപത്തിയേഴാം സംസ്ഥാനമായി 1845 ൽ ചേർന്ന ഫ്ളോറിഡ, സൺഷൈൻ സ്റ്റേറ്റ് എന്നു കൂടി അറിയപ്പെടുന്നു. അമേരിക്കയിലെ പല സംസ്ഥാനങ്ങളിലും കഠിന മായ വേനലും അതിശൈത്യവും അനുഭവപ്പെടുമ്പോൾ ഫ്ളോറിഡയിലെ കാലാവസ്ഥ വളരെ ലഘുവാണ്. ഫ്ളോറിഡായിലേക്ക് സഞ്ചാരികളെ പ്രധാനമായും ആകർഷിക്കുന്നത് വാൾട്ട് ഡിസ്നി വേൾഡ് (Walt Disney World) എന്ന അത്ഭുതലോകമാണ്. ബ്രിട്ടീഷുകാരിൽനിന്നും വ്യത്യ സ്തമായി അമേരിക്കക്കാർ ഓരോന്നിനെയും സമീപിക്കുന്നതിനെയാണ് അമേരിക്കൻ രീതി എന്ന നിലയിൽ പന്ത്രണ്ടാം അദ്ധ്യായത്തിൽ വിവരി ക്കുന്നത്. മാനുഷികമുഖം ആണ് അമേരിക്കൻ ഭരണക്രമത്തിന്റെ പ്രത്യേ കത. ഏതൊരു സർക്കാർ ഓഫീസുകളിൽ പോയാലും ഈ പ്രത്യേകത നമുക്ക് ബോദ്ധ്യമാകും. ഈ അമേരിക്കൻ ഭരണരീതിയും ഭരണകർ ത്താക്കളുടെ ദിശാബോധവും അർപ്പണബോധവും ഒത്തുചേർന്നപ്പോ ഴാണ് കഴിഞ്ഞ രണ്ടര നൂറ്റാണ്ടിനകം അമേരിക്കയ്ക്ക് ഇന്ന് കാണുന്ന നേട്ടങ്ങൾ കൈവരിക്കാൻ കഴിഞ്ഞത്. ഒരു ഭരണസംവിധാനം എങ്ങനെ ജനത്തിനു ഗുണകരമായിമാറ്റിത്തീർക്കാമെന്ന് അമേരിക്കൻ ഭരണകർ ത്താക്കൾ തെളിയിച്ചിരിക്കുന്നു. ഇത് സംബന്ധിച്ച ചില ഉദാഹരണങ്ങ ളാണ് അദ്ധ്യായം പതിമൂന്നിൽ വിവരിക്കുന്നത്.

അമേരിക്കൻ വികസനക്കുതിപ്പിന്റെ ചരിത്രമാണ് അദ്ധ്യായം പതി നാലിൽ പറയുന്നത്. അമേരിക്കൻ ഐക്യ നാടിന്റെ രൂപീകരണം മുതൽ ലോകസാഹചര്യത്തെ അമേരിക്കയ്ക്കു ഗുണകരമാക്കുന്നതിൽ അവരുടെ ഭരണാധികാരികൾ പ്രത്യേകം ശ്രദ്ധിച്ചിരുന്നു. ആധുനിക അമേരിക്കയുടെ രൂപീകരണത്തിന് മുൻപ് ആഫ്രിക്കൻ അടിമകളെക്കൊ ണ്ടുവന്ന് കാർഷിക സമ്പദ്ഘടന ശക്തിപ്പെടുത്തുന്നതിൽനിന്നും തുട ങ്ങിയ ഈ പ്രക്രിയ ആഗോളീകരണത്തിൽ ലോകത്തിലെ ഏതുമൂല യിൽനിന്നും അമേരിക്കൻ താല്പര്യത്തിന് ചേരുംവിധം വിഭവങ്ങൾ കണ്ടെത്തി ഉപയോഗിക്കുന്നിടംവരെ നീളുന്നു.

ആധുനിക അമേരിക്ക വർഗ്ഗ വിവേചനത്തെ എങ്ങനെ സമീപിക്കുന്നു എന്നതാണ് പതിനഞ്ചാം അദ്ധ്യായത്തിൽ ചർച്ച ചെയ്യുന്നത്. അമേരി ക്കയിൽ എത്തുന്ന വിദേശികൾ അവരുടെ സാംസ്കാരികപൈതൃകം നിലനിർത്താൻ നടത്തുന്ന ശ്രമവും അതിന് അമേരിക്കയിൽ കിട്ടുന്ന

പിന്തുണയുമാണ് പതിനാറാം അദ്ധ്യായത്തിൽ പറയുന്നത്. അമേരിക്കൻ സമരചരിത്രമാണ് പതിനേഴാം അദ്ധ്യായത്തിൽ വിവരിക്കുന്നത്. തൊഴിലാളിവർഗ്ഗ പ്രസ്ഥാനങ്ങളും കമ്യൂണിസ്റ്റ് പാർട്ടിയും അമേരിക്കയിൽ നടത്തുന്ന പ്രവർത്തനമാണ് പതിനെട്ടാം അദ്ധ്യായം ചർച്ച ചെയ്യുന്നത്. പത്തൊൻപതാം അദ്ധ്യായം ഹോളിവുഡിന്റെയും നോപലേറെയുടെയും ചരിത്രം വിവരിക്കുന്നു. അതുവരെ പറഞ്ഞതിന്റെ ചുരുക്കം ഇരുപതാം അദ്ധ്യായത്തിൽ പറയുന്നതോടെ പുസ്തകം പൂർണ്ണമാകുന്നു.

ഡോ. കെ വി വേലായുധൻ

അമേരിക്കയോട് വിട

പറഞ്ഞുറപ്പിച്ചിരുന്നതുപോലെ ഉച്ചയ്ക്കു മുൻപേ അപ്പാർട്ട്മെന്റ് പൂട്ടി താക്കോൽ ഓഫീസിൽ ഏല്പിച്ചു. ഇനി എയർ പോർട്ടിലേക്കു പോകാൻ പറഞ്ഞുവച്ചിരുന്ന ടാക്സി വരണം. കഴിഞ്ഞ കുറെ വർഷങ്ങളായി വിമാനത്താവളത്തിലേക്ക് പോകുന്നതും വരുന്നതും ചന്ദ്രകാന്തിന്റ ടാക്സിയിലാണ്. ചന്ദ്രകാന്ത് വെറും ടാക്സിക്കാരനല്ല. സർക്കാർ സർവ്വീസിൽ ജോലിയുണ്ട്. അമേരിക്കയിൽ വന്നിട്ട് പതിറ്റാണ്ടുകളായി. അമേരിക്കയിൽ വന്നു മക്കളെ പഠിപ്പിച്ചു നല്ല നിലയിലാക്കി. മകൾ ഡോക്ടറാണ്. മകനും ഒരു കമ്പനിയിൽ ജോലിചെയ്യുന്നു. ചന്ദ്രകാന്ത് ജോലിക്കിടയിൽ മറ്റു ചിലരുമായി സഹകരിച്ച് ടാക്സി സർവ്വീസും നടത്തുന്നു. നാട്ടിൽ വരുമ്പോഴും പോകുമ്പോഴും ചന്ദ്രകാന്തിനെ വിളിക്കും. ഞങ്ങൾ ഇന്ത്യയിലേക്ക് തിരിച്ചു പോരുന്നു എന്ന് പറഞ്ഞതിനാൽ മറ്റാരേയും പറഞ്ഞുവിടാതെ ചന്ദ്രകാന്ത് തന്നെ വരുമെന്ന് പറഞ്ഞിരുന്നു. കൃത്യസമയത്തു തന്നെ ചന്ദ്രകാന്ത് വന്നു. പെട്ടികളും മറ്റു ലഗേജുകളും ചന്ദ്രകാന്ത് തന്നെ എടുത്തു വച്ച് സഹായിച്ചു. ട്രാഫിക് കുറവായിരുന്നതിനാൽ നിശ്ചിത സമയത്തിനും മുൻപ് ചന്ദ്രകാന്ത് ഞങ്ങളെ ന്യൂയോർക്കിൽ എത്തിച്ചു. യാത്രപറഞ്ഞു ടാക്സി ചാർജും കൊടുത്തു. പിരിയും മുൻപ് ഞങ്ങൾക്കായി കരുതി വച്ചിരുന്ന സമ്മാനം ചന്ദ്രകാന്ത് എന്നെ ഏല്പിച്ചു. പലപ്പോഴും ഔപചാരികതയിൽ താല്പര്യം കാണിക്കാത്ത എന്നെ ചന്ദ്രകാന്തിന്റ സമ്മാനം ശരിക്കും അത്ഭുതപ്പെടുത്തി.

റിപ്പോർട്ട് ചെയ്യേണ്ടതിനും വളരെ നേരത്തെ ഞങ്ങൾ എയർ പോർട്ടിൽ എത്തിയിരിക്കുന്നു. കഴിഞ്ഞ പതിനഞ്ചു വർഷവും എയർ പോർട്ടിൽ വരുമ്പോൾ ചിന്തിച്ചിരുന്നിരുന്നത് വരുന്ന മൂന്നോ നാലോ ആഴ്ചകളിൽ

ഇവിടെനിന്നും മാറി നിന്നാൽ തിരിച്ചു വരുമ്പോൾ എന്തെല്ലാം കാര്യങ്ങൾ അവതാളത്തിലാകും എന്നായിരുന്നു. സ്ഥലത്തില്ലെങ്കിലും കൃത്യമായി അടയ്ക്കേണ്ട ബില്ലുകൾ അടയ്ക്കുന്നതിന് കഴിയാതെ വന്നാലുള്ള പ്രശ്നം. കാറുകൾ തിരിച്ചുവരുമ്പോൾ ഉണ്ടാക്കുന്ന പണിമുടക്കുകൾ അങ്ങനെ പലതും. കൂടാതെ നാട്ടിൽ ചെല്ലുമ്പോൾ എന്താവും സ്ഥിതി. നാട്ടിൽ നിന്നും കുറച്ചു കാലമായി മാറി നില്ക്കുന്നു അവിടത്തെ സ്ഥിതി വിശേഷങ്ങൾ എല്ലാം കൂടി ഒരു സമ്മിശ്ര ചിന്തയായിരുന്നു. ഇന്നത്തെ യാത്ര അതിൽനിന്നൊക്ക തികച്ചും വ്യത്യസ്തമാണ്. നീണ്ട പതിനഞ്ചു വർഷം ഒരു പുതിയ ലോകവുമായി ഉണ്ടായിരുന്ന ബന്ധം ഉപേക്ഷിച്ചു പോവുകയാണ്. ഇനി ഇങ്ങോട്ടു വരണമെന്ന് തോന്നലൊന്നുമില്ലെങ്കിലും, തിരിച്ചുവരുന്നില്ലെന്ന ചിന്ത മനസ്സിനെ ഒരല്പനേരം അസ്വസ്ഥമാക്കാതിരുന്നില്ല. പതിനൊന്നു മണിയോടെ വിമാനം ന്യൂയോർക്ക് എയർപോർട്ടിൽനിന്നും പറന്നുയർന്നു. വിമാനം റൺവേയിലൂടെ ഉരുണ്ടു നീങ്ങിയപ്പോൾ, മനസ്സിലൂടെ കടന്നുപോയത് അമേരിക്കയിലേക്ക് വന്നതും, തുടർന്ന് അമേരിക്കയിൽ സ്ഥിര താമസക്കാരനാകാനും, ജോലി കണ്ടെത്താനും, വീട് വാങ്ങാനുമൊക്കെ ചെയ്യേണ്ടി വന്ന ശ്രമങ്ങളെക്കുറിച്ചല്ല മറിച്ച് തിരിച്ചുപോരാൻ മാസങ്ങളായി ചെയ്ത നടപടികളെക്കുറിച്ചായിരുന്നു.

പ്രവാസ ജീവിതം അവസാനിപ്പിക്കൽ

നീണ്ട കാലത്തെ പ്രവാസജീവിതം അവസാനിപ്പിച്ചു പോരുന്നത് ഒരു ശ്രമകരമായ പ്രക്രിയയാണ്. ഒരു പക്ഷേ, നാട്ടിൽനിന്നും പോകുന്നതും വളരെക്കാലം വിദേശത്തു ജീവിക്കുന്നതും അത്രമാത്രം സങ്കീർണ്ണമാണ്. കാരണം, തിരിച്ചു പോരുമ്പോൾ അവിടെ നാം സ്ഥാപിച്ചെടുത്തതെല്ലാം ഉപേക്ഷിച്ചു പോരേണ്ടതുണ്ട്. ഒരു പുതിയ നാട്ടിൽ നാം സ്ഥാപിച്ചെടുത്തതെല്ലാം ഒരു ദിവസം ഉപേക്ഷിക്കുക അത്ര ലളിതമല്ല. മറ്റൊരാൾ പറഞ്ഞത് ഓർത്തെടുത്താൽ ഓരോന്നും വേണ്ടെന്നു വയ്ക്കുമ്പോൾ അതിനു വേണ്ടി നാം എന്തെല്ലാം ത്യാഗങ്ങൾ സഹിച്ചു എന്നത് മറക്കുന്നു. വിദേശത്തേക്ക് പോകുന്നതും തിരിച്ചു വരുന്നതും തമ്മിൽ വലിയ അന്തരമുണ്ട്. ഇനി പോകണമെന്ന് കരുതാത്തതിനാൽ തിരിച്ചുപോരുമ്പോൾ എല്ലാം ഭദ്രമാക്കി വേണം പോരാൻ. വാങ്ങിയ വീട് വില്ക്കുന്നത് മുതൽ ടെലിഫോൺ നമ്പർ ക്ലോസ് ചെയ്യുന്നത് വരെ ഒന്നൊഴിയാതെ എല്ലാം പൂർണ്ണമാക്കണം.

ഇക്കാര്യത്തിൽ അമേരിക്കൻ പ്രവാസി മറ്റുള്ള രാജ്യത്തെ പ്രവാസിയിൽനിന്നും വേറിട്ടു നില്ക്കുന്നു. അമേരിക്കയിൽ പോയ പ്രവാസികൾ പൊതുവേ അവിടെ സ്ഥിര താമസമാക്കി, അവിടത്തുകാരായി മാറുന്നു. എന്നാൽ മറ്റു രാജ്യങ്ങളിൽ, പ്രത്യേകിച്ചും ഗൾഫ് രാജ്യങ്ങളിൽ പോയവർ നാട്ടിൽത്തന്നെ തിരിച്ചെത്തുന്നു. ഈ പൊതുരീതിയിൽനിന്നും വേറിട്ട തീരുമാനമായിരുന്നു, അവിടെ സ്ഥിരതാമസക്കാരനായിരിക്കു

മ്പോൾ തിരിച്ചുപോരാനുള്ള തീരുമാനം. അമേരിക്കയിൽ എങ്ങനെ എങ്കിലും ചെന്നെത്താനും ആ വാഗ്ദത്തഭൂമിയിൽ ശിഷ്ടകാലം ജീവിച്ചു തീർക്കണമെന്നും ആഗ്രഹിക്കുന്നവരുടെ ഇടയിൽ ഇതൊരസാധാരണ നടപടിയായിരിക്കാം. തിരിച്ചുപോന്നതിൽ അതിശയപ്പെട്ടവരും ആകുല പ്പെട്ടവരുമായി അഭ്യുദയകാംക്ഷികളും ഇല്ലാതില്ല. ഇതെന്തു തന്നെ ആയാലും പ്രവാസ ജീവിതകാലത്തെ അനുഭവങ്ങളും തിരിച്ചു പോരു ന്നതുമായി ബന്ധപ്പെട്ടു ചെയ്യേണ്ടിവന്ന കാര്യങ്ങളും മറ്റുള്ളവരുമായി പങ്കുവെക്കുന്നതിൽ തെറ്റുണ്ടെന്ന് തോന്നുന്നില്ല.

വീടു വില്പനയ്ക്ക്

തിരിച്ചുപോരുമ്പോൾ ചെയ്തു തീർക്കേണ്ടിയിരുന്ന ജോലികളിൽ പ്രധാനം വീടു വില്പനയായിരുന്നു. തിരിച്ചു വരവ് വൈകിച്ചത് തന്നെ വീടു വില്പനയാണെന്നു പറഞ്ഞാൽ അതിൽ കുറച്ചു വസ്തുത ഇല്ലാതില്ല. അമേരിക്കയിൽ വീട് വാങ്ങലും വില്പനയും ഒരു ചടങ്ങു തന്നെയാണ്. ഇതിനു പല കടമ്പകളുണ്ട്. വീടുവില്പനതന്നെ വിപ ണിയെ ആശ്രയിച്ചാണിരിക്കുന്നത്. വിപണി മെച്ചപ്പെട്ടതാണെങ്കിൽ വീടു വില്പന വളരെ എളുപ്പമാണ്. എന്നാൽ മാർക്കറ്റ് മോശമാണെങ്കിൽ വില്പന വളരെ ബുദ്ധിമുട്ടായിരിക്കും. മറ്റൊരു വിധത്തിൽ പറഞ്ഞാൽ വില്പനക്കാർക്ക് ഗുണകരമാണ് വിപണിയെങ്കിൽ (sellers's market) വില്പന ബുദ്ധിമുട്ടില്ലാതെ നടക്കും. മറിച്ച് വാങ്ങുന്ന ആളിന് ഗുണകര മാണ് വിപണിയെങ്കിൽ (buyers' market) വില്പന ശ്രമകരവു മായിരിക്കും. വിപണിയിലെ ഈ പ്രതിഭാസം കൂടാതെ പ്രാദേശികമായ പല ഘടകങ്ങളും വീടു വില്പനയെ സ്വാധീനിക്കും. ഉദാഹരണത്തിന് ഇന്ത്യക്കാർ കൂടുതലുള്ള സ്ഥലത്തെ വീടുകൾ ഇന്ത്യക്കാർ വാങ്ങുന്ന രീതിയുണ്ട്. ഇവിടെ മറ്റുള്ളവർ വീടു വാങ്ങുന്നത് അപൂർവ്വമാണ്.

എഴുത്തുകാരൻ താമസിച്ചിരുന്ന ടൗൺ ഹൗസ്

ഞങ്ങളുടെ വീട് ഇന്ത്യക്കാർ കൂടുതലുള്ള സ്ഥലത്തായിരുന്നു. അതുകൊണ്ടു തന്നെ വാങ്ങാൻ വരുന്നതും ഇന്ത്യക്കാരോ, പാകിസ്ഥാനികളോ പോലുള്ളവർ ആയിരിക്കും.

ഇവിടെ വീട് വില്ക്കാനും വാങ്ങാനും വ്യക്തമായ നിയമങ്ങളുണ്ടെന്നു മാത്രമല്ല അവ കൃത്യമായി നടപ്പിലാക്കുകയും ചെയ്യുന്നു. വീടുകളുടെ വില്പനയിലും വാങ്ങലിലും മിക്കവാറും വക്കീലന്മാർ (അറ്റോർണി) അനിവാര്യമാണ്. ഇതുമൂലം പിന്നീടുണ്ടാകാൻ സാദ്ധ്യതയുള്ള നിയമ കുരുക്ക് ഒഴിവാക്കാം. ഇടനിലക്കാർ മുഖേനയും അല്ലാതെയും വീട് വില്പന നടക്കാറുണ്ട്. ഇടനിലക്കാർക്ക് ബ്രോക്കർ ഫീസായി അഞ്ചു ശതമാനം മുതൽ പത്തു ശതമാനം വരെ നല്കേണ്ടി വരുന്നതിനാൽ ഉടമസ്ഥർ തനിയെ വില്പന നടത്തുന്നതും കുറവല്ല. ഇത്തരം വില്പനയെ സഹായിക്കുന്ന വെബ് സൈറ്റുകൾ ധാരാളമുണ്ട്. ഇതിൽ പരസ്യം കൊടുക്കാൻ ആയിരത്തോളം ഡോളർ ചെലവ് വരും. പരസ്യം കണ്ടു വരുന്നവരുമായി കച്ചവടം ഉറപ്പിക്കുന്നതാണ് ഒന്നാം ഘട്ടം. പരസ്യം കൊടുത്തു കഴിഞ്ഞാൽ ചുരുങ്ങിയ ദിവസത്തിനുള്ളിൽ ആളുകൾ വന്നില്ലെങ്കിൽ പിന്നീട് വാങ്ങാൻ ആളെ കിട്ടുക ബുദ്ധിമുട്ടാവും. വിപണി ശക്തമാണെങ്കിൽ ഇത്തരം ബുദ്ധിമുട്ടുകൾ ഉണ്ടാവില്ല.

ഉടമസ്ഥൻ നേരിട്ടു വില്പന നടത്തുന്ന ഘട്ടത്തിൽ, വെബ്സൈറ്റിൽ പരസ്യം കൊടുക്കുന്നതോടൊപ്പം ഇന്ത്യൻ റോഡ് സൈഡുകളിലും മറ്റും വീട് വില്പനയ്ക്കെന്ന (house for sale) ചെറു ബോർഡ് വയ്ക്കുന്ന രീതിയും ഉണ്ട്. ഞങ്ങൾ വീടു വില്ക്കുന്ന ഘട്ടത്തിൽ, വീടുവില്പനയ്ക്ക് (house for sale) എന്ന ബോർഡുമായി അമേരിക്കൻ വീഥികളിലൂടെ നടന്നത് ജീവിതത്തിലെ ഒരു വ്യത്യസ്ത അനുഭവമാണെന്ന് പറയാതെ വയ്യ. ഞങ്ങൾ കൊടുത്ത പരസ്യം കണ്ട് പലരും വീട് കാണാൻ വന്നിരുന്നു. ഇതിൽ ഏറെയും ഇടനിലക്കാരായിരുന്നു. നമ്മുടെ നാട്ടില പെണ്ണ് കാണൽ ചടങ്ങിലും വലിയ ചടങ്ങാണ് അമേരിക്കയിൽ വീട് കാണാൻ വരവ് (അമേരിക്കയിൽ പെണ്ണുകാണൽ ചടങ്ങില്ലാത്തതിനാൽ ഇങ്ങനൊരു ചടങ്ങു കൊള്ളാം). വീടു കാണാൻവന്ന ഇടനിലക്കാരും ഫോണിലൂടെ വില പറഞ്ഞവരും ഉണ്ടായിരുന്നു. ഇടനിലക്കാരിൽ പലരും പറയുന്നത് ഈ വീട് മാത്രം താല്പര്യമുള്ള കക്ഷികൾ അവരുടെ കൈയിലുണ്ടെന്നാണ്. തുടക്കത്തിൽ നല്ല ആത്മവിശ്വാസത്തിലായിരുന്ന ഞങ്ങൾ ഇടനിലക്കാരെ ഒഴിവാക്കി. എന്നാൽ ദിവസങ്ങളും ആഴ്ചകളും കടന്നു പോയി. വീട് വില്പന മാത്രം നടക്കുന്ന ലക്ഷണമൊന്നും കണ്ടില്ല. ഇതിനിടയിൽ വിളിച്ച ഒരിടനിലക്കാരിയുടെ വാക്കിൽ ഞങ്ങൾ വീണു. അവരുമായി ഉടമ്പടി വച്ചു.

അടുത്ത ദിവസം തന്നെ ഓപ്പൺ ഹൗസ് (open house) വയ്ക്കാൻ അവർ തീരുമാനിച്ചു. വാങ്ങാൻ താല്പര്യമുള്ളവർക്ക് കാണാനായി വീട് തുറന്നുകൊടുക്കുന്നതിനെ അമേരിക്കയിൽ ഓപ്പൺ ഹൗസ് എന്നാണറിയപ്പെടുന്നത്. വീട് വില്പനയുടെ കാര്യത്തിൽ ഒന്നും സംഭവിക്കാതെ

രണ്ടു മാസങ്ങൾ കടന്നു പോയി. ഇതിനിടയിൽ പറഞ്ഞുറപ്പിച്ച വിലയ്ക്ക് വീട് വില്ക്കുന്നതിലുപരി നമ്മുടെ ആത്മവിശ്വാസം തകർക്കുന്ന പല തന്ത്രങ്ങളുമാണ് ഇടനിലക്കാരി പയറ്റിയത്. ഈ തന്ത്രത്തിലൂടെ വീടിന്റെ വിലയിൽ കുറവ് വരുത്തുമെന്നും അതിലൂടെ വില്പന നടത്താമെന്നും അവർ കരുതിയിരുന്നു. ഒരിക്കൽ നല്ലൊരു ഓഫർ വന്നതായി അവർ വിളിച്ചു പറഞ്ഞു. വന്ന ഓഫർ എന്നാൽ പറഞ്ഞുറപ്പിച്ചിരുന്ന തുകയിൽ നിന്നും വളരെ കുറവായിരുന്നു. കുറഞ്ഞ വില ഓഫർ ചെയ്യാൻ വന്നവർ പറഞ്ഞ ന്യായം ഇന്ത്യൻ സുഗന്ധ വ്യഞ്ജനങ്ങളുടെ ഗന്ധം മുറികളിലും ഭിത്തികളിലും ഉണ്ടായിരുന്നു എന്നതാണ് പോലും. സമയം പിന്നെയും കടന്നു പോയതോടെ, ഇവർ മുഖേന കച്ചവടം നടക്കും എന്ന വിശ്വാസവും നഷ്ടപ്പെട്ടു. ഇവരെ എങ്ങനെ ഒഴിവാക്കും എന്നതായി പിന്നത്തെ ചിന്ത. അവരുമായി ഉണ്ടാക്കിയ ഉടമ്പടിക്ക് ആറു മാസം കാലാവധിയുണ്ട്. ഇക്കാലയളവിൽ അവരെ ഒഴിവാക്കി വില്പന നടന്നാലും അവർക്ക് കമ്മീഷൻ കൊടുക്കേണ്ടിവരും. മറിച്ചായാൽ കേസും വഴക്കും ഒക്കെയായി മറ്റു പുലിവാലുകളും ഉണ്ടാവും. ഞങ്ങൾ നാട്ടിൽ പോകുന്നതിനാൽ കുറച്ചു സമയം സ്ഥലത്തുണ്ടാവില്ലെന്നും അതിനാൽ അവരുമായുള്ള ധാരണ തല്ക്കാലം അവസാനിപ്പിക്കാമെന്നും പരസ്പരം സമ്മതിച്ച് ഒരു വിധം അവരിൽനിന്നും തലയൂരി.

ഇടനിലക്കാരനെ ഏല്പിക്കും മുൻപ് ഞങ്ങൾ സ്വന്തം നിലയ്ക്ക് വില്പനയ്ക്കുള്ള ശ്രമം നടത്തി തുടങ്ങിയിരുന്നു. അന്ന് കൊടുത്തിരുന്ന പരസ്യം പുതുക്കി നല്കി. ഇതുകൊണ്ടും കാര്യമായ പ്രതികരണമൊന്നും ഉണ്ടായില്ല. അങ്ങനെയിരിക്കെയാണ് നേരത്തെ വന്നു കണ്ടിട്ട് വലിയ താല്പര്യം കാണിക്കാതെ പോയ ഒരു ആന്ധ്രക്കാരന്റെ ഫോൺ വിളി വന്നത്. അയാൾ ഞങ്ങളുടെ വീടിനു വളരെ അടുത്ത് വാടകയ്ക്ക് താമസിക്കുകയായിരുന്നു. വീടൊന്നുകൂടി കാണാനും വിലയെക്കുറിച്ചു സംസാരിക്കാനും താല്പര്യമുണ്ടുപോലും. അയാൾ ഭാര്യയും സുഹൃത്തുമായി വന്നു. സംസാരിച്ച് വിലയിൽ ധാരണയായി, വാക്കാൽ ഉറപ്പു നല്കി പോയി. വാക്കാൽ ഉറപ്പു നല്കിയെങ്കിലും, ഇനി നിരവധി കടമ്പകൾ ബാക്കിയുണ്ട്.

വീട് താമസയോഗ്യമാണെന്നു സാക്ഷ്യപ്പെടുത്തുന്ന സർട്ടിഫിക്കറ്റ് ടൗൺഷിപ്പിൽ (നമ്മുടെ പഞ്ചായത്ത്, മുനിസിപ്പാലിറ്റി) നിന്നും വാങ്ങണം. ടൗൺഷിപ്പ് ഉദ്യോഗസ്ഥൻ വീട് മൊത്തം പരിശോധിച്ച്, ഫയർസിസ്റ്റം, പുക പരിശോധന സംവിധാനം എന്നിവയെല്ലാം ഭംഗിയായി പ്രവർത്തിക്കുന്നു എന്ന് ഉറപ്പാക്കണം. ഇൻസ്പെക്ഷന് നിശ്ചിത ഫീസുണ്ട്. റെഗുലർ സമയത്തിനുള്ളിൽ സർട്ടിഫിക്കറ്റ് മതിയെങ്കിൽ നിശ്ചിത ഫീസ് കൊടുത്താൽ മതി. ഇതിനു പത്തു ദിവസമെടുക്കും. മൂന്ന് ദിവസത്തിനകം വേണമെങ്കിലും സർട്ടിഫിക്കറ്റ് കിട്ടും. അതിന് കൂടുതൽ ഫീസ് അടയ്ക്കണം. ഇൻസ്പെക്ഷൻ ഒരിക്കൽ പരാജയപ്പെട്ടാൽ രണ്ടാമതൊരിക്കൽ കൂടി ഈ ഫീസ് കൊണ്ട് തന്നെ ഇൻസ്പെക്ഷൻ നടപടികൾ

നടത്തും. ഞങ്ങളുടെ വീടിന്റെ ഫയർ എസ്റ്റിംക്യൂഷൻ കാലാവധി കഴിഞ്ഞതായിരുന്നതിനാൽ ഇൻസ്പെക്ഷൻ പരാജയപ്പെട്ടു. പുതിയത് മാറ്റി വച്ച് അറിയിക്കാൻ പറഞ്ഞിട്ട് ഇൻസ്പെക്ടർ പോയി. വളരെ സൗമ്യനായ വെള്ളക്കാരൻ ചെറുപ്പക്കാരനായിരുന്നു ഇൻസ്പെക്ടർ. എസ്റ്റിംക്യൂഷൻ മാറ്റി വച്ച് ടൗൺ ഓഫീസിൽ വിളിച്ചു അറിയിച്ചു. അടുത്ത ദിവസം തന്നെ ഇൻസ്പെക്ടർ വന്നു, ഇൻസ്പെക്ഷൻ നടത്തി, അപ്പോൾത്തന്നെ സർട്ടിഫിക്കറ്റ് എഴുതിത്തരികയും ചെയ്തു.

അമേരിക്കയിൽ വീടു വാങ്ങാൻ ഒരു ഡോളർ പോലും കൈയിൽ വേണമെന്നില്ല. വാങ്ങുന്നയാളിന് നല്ല ക്രെഡിറ്റ് ഹിസ്റ്ററി ഉണ്ടെങ്കിൽ തരക്കേടില്ലാത്ത പലിശ നിരക്കിൽ ലോൺ കിട്ടും. വീടിന്റ വിലയുടെ 20 ശതമാനത്തിൽ കുറയാത്ത തുക രൊക്കം കൊടുത്ത് (ഇതിനെ ഡൗൺ പേയ്മെന്റ് എന്നറിയപ്പെടും) വാങ്ങുന്ന രീതിയാണ് കാണുന്നത്. ഡൗൺ പേയ്മെന്റ് (രൊക്കം കൊടുക്കുന്ന തുക) കഴിച്ചുള്ള തുക ലോൺ (മോർട്ട്ഗേജ്) എടുക്കാം. ലോൺ തരുന്ന സ്ഥാപനം വീടിന്റെ വില നിശ്ചയിക്കും. ഇതിനു വീടിന്റ വില അസ്സെസ്സ് ചെയ്യുക എന്നാണ് പറയുന്നത്. വിപണി മെച്ചമാണെങ്കിൽ അസ്സസ്സ് ചെയ്ത വില വില്പന വിലയിലും കൂടുതലാവും. എന്നാൽ വില താഴോട്ടു പോകുന്ന ഘട്ടത്തിൽ അസ്സസ്സ് ചെയ്ത വില കുറയുകയും അതിന്റ അടിസ്ഥാനത്തിൽ ലോൺ തുക കുറയുകയും ചെയ്യും. വില താഴോട്ടു പോകുന്ന ഘട്ടത്തിൽ പറഞ്ഞുറപ്പിച്ച വിലയിലും താഴെയാണ് അസെസ്സ് ചെയ്ത (മതിപ്പു) വിലയെങ്കിൽ വാങ്ങുന്ന ആൾ പിന്മാറാൻ ഇടയുണ്ട്. അല്ലെങ്കിൽ ബാക്കി തുക വാങ്ങുന്നയാൾ കണ്ടെത്തണം.

ഞങ്ങളുടെ വീടിന്റെ അസെസ്സ് ചെയ്ത വില ഉടമ്പടിപ്രകാരം പറഞ്ഞ വിലയിലും നാലായിരത്തോളം ഡോളർ കുറവായിരുന്നു. അതിനാൽ പറഞ്ഞുറച്ച വിലയിൽ കുറവ് വരുത്തണമെന്ന് വാങ്ങാൻ വന്നയാൾ പറഞ്ഞു നോക്കി. മാത്രമല്ല, പല കൊച്ചു കൊച്ച് അറ്റകുറ്റപ്പണികളും തീർത്തു തരണമെന്നും പറഞ്ഞുകൊണ്ട് വില പേശൽ നടത്താൻ അയാൾ ശ്രമിച്ചു. ഇത് ഞങ്ങളെ തെല്ല് അലോസരപ്പെടുത്താതിരുന്നില്ല. പുതിയ ആളിനെ കണ്ടെത്താനുള്ള അസൗകര്യത്തെ കണക്കാക്കി ഉടമ്പടിയിൽനിന്നും പിന്മാറാൻ തയ്യാറായില്ലെന്ന് മാത്രം. ക്ലോസിങ് തീയതിവരെ ഓരോ ഘട്ടത്തിലും രണ്ടുകൂട്ടരും നേരത്തെ നിശ്ചയിച്ച വക്കീലിനു പേപ്പറുകൾ കൈമാറുന്നതാണ് രീതി. നമ്മുടെ നാട്ടിലെ ആധാരം എഴുത്തിനോട് ഉപമിക്കാവുന്നതാണ് ഇവിടത്തെ ക്ലോസിങ്.

പക്ഷേ, രജിസ്റ്റർ ഓഫീസിൽ പോയി ആധാരം രജിസ്റ്റർ ചെയ്യുന്ന നമ്മുടെ രീതിയല്ല അമേരിക്കയിൽ കാണുന്നത്. വാങ്ങുന്നവരും വില്ക്കുന്നവരും വക്കീലിനെ നേരത്തെ തന്നെ ഏർപ്പാടാക്കിയിരിക്കും. വസ്തു വാങ്ങുന്നയാളുടെ വക്കീലാപ്പീസിൽ അദ്ദേഹം ചെന്ന് എല്ലാ രേഖകളിലും ഒപ്പിടുന്നു. വില്ക്കുന്നയാൾ മുൻകൂട്ടി പേപ്പറുകൾ ഒപ്പിട്ട് അവരുടെ

വക്കീൽ മുഖേന വാങ്ങുന്ന ആളിന്റ വക്കീലിനെ ഏല്പിച്ചിരിക്കും. ചില പ്പോൾ ആ ദിവസം വന്ന് ഒപ്പിട്ടു നല്കുന്ന രീതിയും കാണാം. അന്നേ ദിവസം രാവിലെ മാത്രമേ ലോൺ തരുന്ന സ്ഥാപനത്തിൽനിന്നും ലോൺ സംബന്ധിച്ച പേപ്പർ വക്കീൽ ഓഫീസിൽ എത്തൂ. ഇതൊക്കെ വളരെ കൃത്യമായി നടക്കുന്നു. മേൽപ്പറഞ്ഞ എല്ലാ നടപടികളും വക്കീൽ മുഖേന നടക്കുന്നതിനാലും, ലോൺ തുക ബാങ്ക് അക്കൗണ്ട് വഴി കൈമാറുന്നതിനാലും കള്ളപ്പണത്തിന്റെ സാദ്ധ്യതകൾ ഇവിടെ കുറവാണ്. രേഖകളുടെ കൃത്യത ഉറപ്പുവരുത്തുന്നത് വക്കീലാണ്. വാങ്ങുന്നവർക്കും വില്ക്കുന്നവർക്കും രേഖകൾ സംബന്ധിച്ച തലവേദന ഇല്ലെന്നു സാരം. ഇതിലൊക്കെ ഉപരി, രേഖകൾ ഇൻഷുർ ചെയ്യാറുമുണ്ട്.

ക്ലോസിങ്ങിന് തലേന്ന് വാങ്ങുന്നയാൾ അവസാന പരിശോധനയ്ക്കായി വരുന്ന ഒരു രീതിയുണ്ട്. നമ്മുടെ നാട്ടിൽ കല്യാണത്തലേന്ന് ചെറുക്കന്റെ ആളുകൾ എല്ലാം ശരിയായോ എന്നറിയാൻ വരുംപോലുള്ള ഈ പരിപാടിയെ വാക് ത്രൂ (walk through) എന്നാണ് പറയുന്നത്. ഈ ദിവസം പലതുകൊണ്ടു പ്രധാനമാണ്. വില്ക്കുന്നയാളുകൾ പലപ്പോഴും പല വിലപിടിച്ച സാധനങ്ങളും എടുത്തുകൊണ്ടുപോകുന്ന രീതി ഉണ്ടെന്ന് കേട്ടിട്ടുണ്ട്. അങ്ങനെ വന്നാൽ അപ്പോൾത്തന്നെ വക്കീലിനെ അറിയിക്കുകയും അത് തിരിച്ചു വയ്പ്പിക്കുകയും ചെയ്യും. ഇല്ലെങ്കിൽ അതുകൊണ്ടുതന്നെ കച്ചവടം നടക്കാതെ വരാം. എല്ലാം കഴിഞ്ഞാൽ ക്ലോസിങ് ദിവസം താക്കോൽ വക്കീലിനെ ഏല്പിക്കുന്നു. അങ്ങനെ നീണ്ട നടപടിക്രമങ്ങൾക്ക് ശേഷം ഞങ്ങളുടെ വീടിന്റ ക്ലോസിങ്ങും കഴിഞ്ഞു. ക്ലോസിങ് കഴിഞ്ഞാലും പല പേപ്പർവർക്കും നടത്താനുണ്ടാവും. അതെല്ലാം വക്കീലന്മാർ ചെയ്തു തീർക്കുകയാണ് പതിവ്. വാങ്ങുന്ന ആളിന് നമ്മുടെ ആധാരത്തിനു പകരമായ രേഖകൾ ഏതാനും ആഴ്ചകൾക്കകം പോസ്റ്റിൽ അയച്ചു തരും. ഇതോടെ വീട് വില്പനയുടെ നടപടികൾ തീരുകയാണ്.

വീണ്ടും അപ്പാർട്ട്മെന്റിലേക്ക്

എട്ടു വർഷത്തോളം താമസിച്ച വീടിനോട് വിട പറഞ്ഞു. തിരിച്ചു പോരുന്നതിനുള്ള നടപടികൾ പലതും ഇനിയും അവശേഷിക്കുന്നതിനാൽ അതെല്ലാം പൂർത്തിയാകുന്നതുവരെ താമസിക്കാൻ സ്ഥലം കണ്ടെത്താനുള്ള ശ്രമം ഇതിനോടകം നടത്തിക്കഴിഞ്ഞിരുന്നു. ഇപ്പോൾ താമസിക്കുന്നതിനടുത്തായാൽ വീട്ടുസാധനങ്ങൾ മാറ്റുന്നത് എളുപ്പമാണെന്നതിനാൽ അത്തരം സൗകര്യമുള്ള സ്ഥലമാണ് അന്വേഷിച്ചത്. ഇന്ത്യയിലേക്ക് പോരുമ്പോൾ കൊണ്ട് പോരാൻ പല സാധനങ്ങളും ഉള്ളതിനാൽ എല്ലാം ഉൾകൊള്ളാൻ പറ്റുന്ന അപ്പാർട്ട്മെന്റാണ് നോക്കിയിരുന്നത്. അല്ലെങ്കിൽ സാധനങ്ങൾ സൂക്ഷിക്കാൻ സ്റ്റോറേജ് സ്ഥലംകൂടി വാടകയ്ക്ക് എടുക്കണം. ഏതാനും ആഴ്ചകൾ നടത്തിയ അന്വേഷണത്തി

നുശേഷം ഞങ്ങളുടെ വീടിന് അടുത്തു തന്നെ എല്ലാ സൗകര്യവുമുള്ള അപ്പാർട്ട്മെന്റു കണ്ടെത്തി വാടകയ്ക്കെടുത്തു. പുതിയ സ്ഥലത്തേക്ക് മാറുന്നതിനു മുൻപ് ഉപേക്ഷിക്കേണ്ടതായി നിരവധി സാധനങ്ങൾ ഉണ്ടായിരുന്നത് പലപ്പോഴായി ചവറ് കളയുന്ന കൂട്ടത്തിൽ ഉപേക്ഷിച്ചിരുന്നു. എന്നാൽ സാദാ ചവറുകൾ ഇടുന്ന കൂട്ടത്തിൽ ഇലക്ട്രോണിക് സാധനങ്ങൾ ഇടാൻ നിയമം അനുവദിക്കുന്നില്ല. അങ്ങനെ ചെയ്താൽ അത് ശിക്ഷാർഹമാണ്. ഇലക്ട്രോണിക്സ് സാധനങ്ങളായ പഴയ ടി വി, കമ്പ്യൂട്ടർ എന്നിവ ശേഖരിക്കുന്ന സ്ഥലം പലേടത്തും കാണാം. അത്തരം സാധനങ്ങൾ അങ്ങനെയുള്ള സ്ഥലത്തു കൊണ്ടുപോയി ഉപേക്ഷിച്ചു.

അമേരിക്കയിലെ വേസ്റ്റ് മാനേജ്മെന്റ് രീതിയെക്കുറിച്ച് ചിലതു കൂടി പറയുന്നത് ഇവിടെ പ്രസക്തമാണെന്ന് തോന്നുന്നു. അമേരിക്കയിൽ വേസ്റ്റ് മാനേജ്മെന്റിന് പ്രത്യേകരീതി തന്നെയുണ്ട്. റീസൈക്ലിങ്ങും അല്ലാത്തതുമായ വേസ്റ്റ് കൃത്യമായി ശേഖരിക്കുന്നു. ഞങ്ങൾ താമസിച്ചിരുന്ന സ്ഥലത്തുനിന്നും ഏതാണ്ട് മൂന്നു കിലോമീറ്റർ അകലെയാണ് വേസ്റ്റ് മാനേജ്മെന്റ് പ്ലാന്റ്. ആഴ്ചയിൽ രണ്ടു ദിവസം ശേഖരിക്കുന്ന വേസ്റ്റ് അവിടെ തരം തിരിച്ച് പ്രോസസ്സ് ചെയ്യുന്നു. ഇതുമൂലം ജനങ്ങൾക്ക് ഒര സൗകര്യവും ഉണ്ടായതായി കേട്ടിട്ടില്ല. ഇവിടെയാണ് നാം വിളപ്പിൽശാലയുടെ കഥ ഓർക്കേണ്ടത്. വേസ്റ്റ് മാനേജ്മെന്റ് പ്ലാന്റിന്റെ പ്രവർത്തനത്തിൽവന്ന പിഴവുകൾ പരിഹരിക്കാതെ തല്പര കക്ഷികൾ സമരം സംഘടിപ്പിച്ച് പ്ലാന്റ് തന്നെ പൂട്ടിച്ചത് കമ്പ്യൂട്ടറിനെതിരെ സമരം നടത്തിയതിൽ ഒരു പങ്കാളിയായിരുന്ന ഈയുള്ളവന് ഒരത്ഭുതമായി തോന്നുന്നില്ല. പലകാര്യത്തിലും അമേരിക്കക്കാരെ അനുകരിക്കുന്ന ഇന്ത്യക്കാർക്ക് ഇക്കാര്യത്തിൽ അവരെ കണ്ടു പഠിക്കാൻ എത്രകാലം വേണ്ടിവരുമെന്നറിയില്ല.

അമേരിക്കയിലെ വീടുമാറ്റം

നോക്കുകൂലി പോലുള്ള ഒരു പ്രശ്നവും അമേരിക്കയിൽ വീട് മാറുന്നതിനു തടസ്സമല്ല. അമേരിക്കയിൽ വീട്ട് സാധനങ്ങൾ ആർക്കും തനിയെ മാറ്റാം. വാടകയ്ക്ക് ചെറിയ ലോറികൾ കിട്ടും (യൂ ഹോൾ എന്നാണ് ഇത്തരം ലോറികൾ അറിയപ്പെടുന്നത്). ഇത്തരം വാഹനങ്ങൾ വാടകയ്ക്കെടുത്ത് സാധനങ്ങൾ നമുക്ക് തന്നെ മാറ്റാം. ഇന്ത്യക്കാർ പലപ്പോഴും സുഹൃത്തുക്കളുടെ സഹായത്തോടെ സാധനങ്ങൾ മാറ്റും. കൂടാതെ വീട്ടുസാധനങ്ങൾ മാറ്റുന്ന പല കമ്പനികളും അവിടെയുണ്ട്, അമേരിക്കയിൽ എല്ലാം കമ്പനികളാണ്. ഒരാൾ നടത്തുന്ന കമ്പനിയും കമ്പനി തന്നെ. ഇത്തരം കമ്പനികൾ പൊതുവേ മൂവേഴ്സ് എന്നറിയപ്പെടുന്നു. അവരുടെ കൂലി മണിക്കൂർ വച്ച് കണക്കാക്കുന്നു. മുൻപ് രണ്ടു തവണയും തനിയെ മാറ്റിയെങ്കിലും ഇത്തവണ കൂടുതൽ സാധനങ്ങൾ ഉണ്ടായിരുന്നതിനാൽ മൂവേഴ്സിനെ വിളിക്കാൻ ഞങ്ങൾ തീരുമാനിച്ചു. മൂവേഴ്സ് കമ്പനികളെ വിളിച്ച് റേറ്റ് ചോദിച്ചു. തുക സമ്മതിച്ച് ഒരു കമ്പനിയെ ഏല്പിച്ചു.

കേരളത്തിലൊരു വീടുമാറുന്നവരുടെ വേവലാതി അറിയാത്തവർ ചുരുക്കമാണ്. ഈ ഉള്ളവൻ അത് നേരിട്ട് ബോദ്ധ്യപ്പെട്ടിട്ടുണ്ട്. വർഷങ്ങൾക്കു മുൻപ് പാപ്പനംകോട് നിന്നും തൈക്കാട്ടേക്ക് വീട് മാറണം. മന്ത്രിയുടെ സ്റ്റാഫിലെ സഖാവ് പാപ്പനംകോട്ട് താമസം. അദ്ദേഹത്തിന്റെ പരിചയത്തിൽ കൈവണ്ടിക്കാരെ ഏർപ്പാടാക്കി, സാധനങ്ങൾ എല്ലാം കൈവണ്ടിയിൽ കയറ്റുന്നു. കാവി വേഷധാരികളായ രണ്ടുപേർ വീട്ടുകാരനെ തിരക്കി വന്നു. അവരറിയാതെ ഞാൻ വീട്ടു സാധനം മാറ്റുന്നത് ശരിയല്ലപോലും. വീട്ടിലെ സ്ത്രീകൾ പേടിച്ചെങ്കിലും അത്യാവശ്യം പൊതു പ്രവർത്തന പരിചയം ഉണ്ടായിരുന്നതിനാൽ ഞാൻ അത്ര കുലുങ്ങിയില്ല. ഇതിവിടെ പറയാൻ കാരണം, യന്ത്രവല്ക്കരണം വന്നപ്പോൾ ചുമട്ടു തൊഴിലാളികളെ സംരക്ഷിക്കാൻ കൊണ്ടുവന്ന നിയമങ്ങൾ കാലോചിതമായി മാറ്റി തൊഴിലാളികൾക്ക് പണികൊടുക്കാൻ കഴിയും വിധം അവരെ പ്രാപ്തരാക്കണം എന്നുകൂടി ഓർക്കേണ്ടതുണ്ടെന്നു പറയാനാണ്. നമ്മൾ പറഞ്ഞു വന്നത് അമേരിക്കയിൽ വീട് മാറുന്നതിനു മൂവേഴ്സിനെ ഏർപ്പാടാക്കുന്നതിനെക്കുറിച്ചാണ്.

നിശ്ചയിച്ചതിൻ പ്രകാരം മൂവേഴ്സ് കമ്പനിയിൽനിന്നും രണ്ടാളുകൾ വന്നു. നേരത്തെതന്നെ യുഹാൾ വാടകയ്ക്കെടുത്തിരുന്നു. മൂവേഴ്സ് കമ്പനിയുടെ ആളുകൾ കഷ്ടിച്ചു രണ്ടു മണിക്കൂർകൊണ്ട് എല്ലാ സാധനങ്ങളും എടുത്തു യുഹാളിൽ വച്ചു. സാധാരണ അഞ്ചാളുകൾ പിടിച്ചാൽ അനങ്ങാത്ത വീട്ടുപകരണങ്ങൾ അവർ എടുത്തു പൊക്കി വണ്ടിയിൽ വച്ചത് എന്നെ അത്ഭുതപ്പെടുത്താതിരുന്നില്ല. രണ്ടു കിലോമീറ്ററിൽ താഴെ മാത്രം അകലെയുള്ള അപ്പാർട്ട്മെന്റിലേക്ക് അവർ യുഹാൾ ഓടിച്ച് എന്റെ കാറിനെ അനുഗമിച്ചു. പറഞ്ഞ സ്ഥലത്തു സാധനങ്ങൾ ഇറക്കി ഭദ്രമായി അടുക്കിവച്ചു. ജോലി കഴിഞ്ഞപ്പോൾ ക്രെഡിറ്റ് കാർഡ് ഉപയോഗിച്ച് കൂലി കൊടുത്തു. യുഹാൾ തിരിച്ചു കൊടുക്കാൻ അവരിൽ ഒരാൾ എന്റെ ഒപ്പം വന്നു. എല്ലാം കഴിഞ്ഞപ്പോൾ അവരുടെ ജോലി ചെയ്യുന്നതിലെ ആത്മാർത്ഥത കണ്ടിട്ട് നാല്പതു ഡോളർ അവർക്കു ടിപ്പ് കൊടുത്തു. ഞങ്ങൾ യാത്രപറഞ്ഞ് രണ്ടു വഴിക്കു പിരിഞ്ഞു.

തിരിച്ചു പോരുന്നതിനുള്ള പ്ലാനുകൾ തീരുമാനിച്ചു കഴിഞ്ഞു. നാട്ടിലേക്ക് കൊണ്ടുപോരാനുള്ള സാധനങ്ങൾ ഷിപ്പ് ചെയ്യണം. അമേരിക്കയിൽനിന്നും സാധനങ്ങൾ ഇന്ത്യയിൽ എത്തിക്കുന്ന പല കമ്പനികളുമായി സംസാരിച്ച്, ഒരു കമ്പനിയുമായി ധാരണയിലെത്തി. ഇന്ത്യയിലേക്ക് അയക്കേണ്ട സാധനങ്ങൾ എല്ലാം പായ്ക്ക് ചെയ്ത് അയക്കുന്നതായിരുന്നു മറ്റൊരു കടമ്പ. ബുക്കിങ് കമ്പനിയുമായുള്ള ധാരണ അനുസരിച്ച് അവരുടെ ആളുകൾ വന്ന് എല്ലാം പായ്ക്ക് ചെയ്ത് വാനിൽ കയറ്റി കൊണ്ട് പോയി. ഇനി അത് കപ്പൽ വഴി ചെന്നൈയിൽ വരും. അവിടെ നിന്നും നാട്ടിലെത്തിക്കുന്ന പണി അവരുടേതാണ്. ഇനിയുള്ള പണി പോരുന്നതിനു മുൻപ് അപ്പാർട്ട്മെന്റു ഒഴിഞ്ഞു കൊടുക്കുകയും

ശേഷിക്കുന്ന എല്ലാ സാധനങ്ങളും ഒഴിവാക്കി വീട് വൃത്തിയാക്കുകയു മാണ്. അതിന് ആരുടെയെങ്കിലും സഹായം കൂടി കിട്ടിയില്ലെങ്കിൽ അത്ര എളുപ്പമല്ല. പോരുന്നതിനു തലേന്ന് പഴയ കമ്പനിയിൽ കൂടെ ജോലി ചെയ്തിരുന്ന ഡോ. പോത്താർ ഭാര്യയും കുട്ടികളും ഉൾപ്പെടെ വന്നി രുന്നു. ഞങ്ങൾക്ക് പാർട്ടി തരിക എന്നതായിരുന്നു അവരുടെ പ്ലാൻ. എന്നാൽ, ഡോ. പോത്താർ അപ്പാർട്ട്മെന്റിൽനിന്നും സാധനങ്ങൾ നീക്കു ന്നതിന് കാര്യമായി സഹായിക്കുകയും ചെയ്തു.

അമേരിക്കയിൽ ചെന്ന കാലത്ത് കാറില്ലാതെയാണ് കാര്യങ്ങൾ ചെയ്തിരുന്നതെങ്കിലും പോരുന്നതിനു മുൻപ് ചെയ്യാനുള്ള പല കാര്യ ങ്ങളും കാറില്ലാതെ ചെയ്യാൻ കഴിയാത്തതിനാൽ ആദ്യം വാങ്ങിയ കാർ വിറ്റിരുന്നില്ല. പഴയതെങ്കിലും നല്ല കണ്ടീഷനിൽ ഓടുന്ന കാർ. പഴയ തായതിനാൽ വിറ്റാൽ കാര്യമായ വിലകിട്ടാൻ ഇടയില്ലായിരുന്നു. കാർ ഉപേക്ഷിച്ചു പോരാൻ കഴിയുകയുമില്ല. അപ്പോഴാണ് കൂടെ ജോലിചെയ് തിരുന്ന വസിമിനെക്കുറിച്ചോർത്തത്. യൂണിവേഴ്സിറ്റിയിൽ പഠിക്കുന്ന രണ്ടു മക്കളും ഭാര്യയും കാറോടിക്കും. അവർക്കാണെങ്കിൽ രണ്ടു കാറു കൾ മാത്രമേ ഉണ്ടായിരുന്നുള്ളു. വിളിച്ചു കാര്യം പറഞ്ഞപ്പോൾ വലിയ സന്തോഷം. എപ്പോൾ പറഞ്ഞാലും വന്നു കാർ എടുത്തുകൊള്ളാം എന്നുറപ്പാക്കി. തിരിച്ചു പോരുന്നതിനു തലേ ദിവസം ഡോ. പോത്താർ വസീമുമായി വന്നു കാറുമായി പോയി. അങ്ങനെ പത്തു വർഷത്തോളം എന്നെ സുരക്ഷിതനായി കൊണ്ടു നടന്ന ആ ടൊയോട്ട കാർ ഞാൻ വസീമിനു സമ്മാനമായി നല്കി. അതോടെ തിരിച്ചു പോരാനുള്ള എല്ലാ നടപടികളും പൂർത്തിയാകുകയായിരുന്നു.

പ്രവാസജീവിതത്തിന്റെ തുടക്കം

പതിനഞ്ചുവർഷത്തെ പ്രവാസജീവിതം അവസാനിപ്പിച്ച് അമേരിക്കയിൽനിന്നും തിരിച്ചുപോരുന്നതിന്റ തയ്യാറെടുപ്പിനെക്കുറിച്ചാണ് കഴിഞ്ഞ അദ്ധ്യായത്തിൽ പറഞ്ഞത്. അമേരിക്കയിലേക്കുള്ള യാത്രയും, അമേരിക്കൻ ജീവിതാനുഭവങ്ങളും വരും അദ്ധ്യായങ്ങളിൽ ചുരുക്കി പറയാനാണ് ശ്രമിക്കുന്നത്. 2001 ജൂണിൽ തിരുവനന്തപുരത്തുനിന്നും ബോംബെ, ആംസ്റ്റർഡാം വഴി ന്യൂജേഴ്സിലെ നവാർഫ് എയർപോർട്ടിൽ ഇറങ്ങുന്നതോടെ ആരംഭിക്കുന്ന അമേരിക്കൻ ജീവിതത്തിൽ നിരവധി അനുഭവങ്ങൾ രസകരവും വിജ്ഞാനപ്രദവുമായിരുന്നു. എന്നാലും അതെല്ലാം വിശദീകരിക്കാൻ ഇവിടെ ശ്രമിക്കുന്നില്ല. മറിച്ച് അമേരിക്കയിൽ പോകണമെന്ന് കരുതുന്നവർക്ക് ഗുണകരമാകാൻ ഇടയുള്ളതും, അമേരിക്കയെക്കുറിച്ച് അക്കാഡമിക് താല്പര്യംകൊണ്ട് അറിയണമെന്നുള്ളവരെയും ലാക്കാക്കി വസ്തുതകൾ ചുരുക്കത്തിൽ പറയാമെന്നാണ് കരുതുന്നത്.

അമേരിക്കയിലേക്കുള്ള ആദ്യ വിമാനയാത്ര ഉൽക്കണ്ഠയും ആകാംഷയും നിറഞ്ഞതായിരുന്നു. കേരളത്തിനകത്ത് വേണ്ടുവോളം യാത്ര ചെയ്തിട്ടുണ്ടെങ്കിലും വിമാനയാത്ര ഒരു പുത്തൻ അനുഭവമായിരുന്നു. വിമാനയാത്രയിലെ ഓരോ നടപടിയും പുതുമയുള്ളതായിരുന്നു. വിമാനത്തിൽ കയറാൻ നടത്തുന്ന സുരക്ഷാ പരിശോധനയും നല്കുന്നതുമൊന്നും പരിചയമുള്ള ഏർപ്പാടായിരുന്നില്ല. തിരുവനന്തപുരത്തുനിന്നും എല്ലാ നടപടികളും കഴിഞ്ഞു വിമാനം ബോംബെയിൽ എത്തി. ഇവിടെ നിന്നും ഡൊമസ്റ്റിക് ടെർമിനലിൽനിന്നും, ഇന്റർനാഷണൽ ടെർമിനലിൽ പോകേണ്ടതുണ്ട്. ഡൊമസ്റ്റിക് ടെർമിനലിൽനിന്നും ബസിനു വേണം ഇന്റർനാഷണൽ ടെർമിനലിൽ ചെല്ലാൻ. ആദ്യം പോകുന്നവർക്ക്

ഇതൊന്നും വലിയ ധാരണയുണ്ടാവില്ല. മറ്റു യാത്രക്കാരെ പിന്തുടരുക യെന്നതാണ് ഇതിനൊരു വഴി. ഡൊമസ്റ്റിക് ടെർമിനലിൽ ചെന്നിറങ്ങുന്ന യാത്രക്കാർ ഇന്റർനാഷണൽ ടെർമിനലിൽ ചെന്നാൽ അവിടെ ഇന്റർ നാഷണൽ ഫ്ളൈറ്റിൽ കയറാൻ പ്രത്യേകം ചെക്ക് ഇൻ ചെയ്യേണ്ട തുണ്ട്. ബോംബെ അന്താരാഷ്ട്ര വിമാനത്താവളത്തിൽ ചെക്ക് ഇൻ ചെയ്യുന്നത് ഒരു ചടങ്ങായിരുന്നു. ടിക്കറ്റും, പാസ്പോർട്ടും മറ്റു രേഖകളും അവിടത്തെ വിശദമായ പരിശോധനയ്ക്കു വിധേയമാക്കും. ബോംബെ വിമാനത്താവളത്തിലെ ജീവനക്കാർക്ക് മലയാളികളോട് ഒരു പുച്ഛഭാവ മാണ്. എന്റെ രേഖകൾ പരിശോധിച്ച ഉദ്യോഗസ്ഥന് എന്റെ വിസ സ്റ്റാറ്റസ് അത്ര പിടിച്ചില്ലെന്നു തോന്നുന്നു. പലചോദ്യങ്ങളും അദ്ദേഹം തിരിച്ചും മറിച്ചും എന്നോട് ചോദിച്ചു. ഗൾഫിൽ പോകുന്ന മലയാളിക ളോട് അവർ കാട്ടുന്ന സൗഹൃദമൊക്കെ പിന്നീട് പലരിൽനിന്നും കേട്ടറിയാൻ കഴിഞ്ഞിട്ടുണ്ട്. എന്തായാലും ആദ്യ വിമാന യാത്രയ്ക്ക് ശേഷം ഒരിക്കൽ പോലും ബോംബെ വഴി യാത്ര ചെയ്തിട്ടില്ല.

പാതിരാത്രിക്ക് ശേഷമാണ് ഛത്രപതി ശിവജി എയർപോർട്ടിൽ നിന്നും വിമാനം പറന്നുയർന്നത്. ഇന്ത്യയിൽനിന്നും വിദേശത്തേക്കുള്ള ആദ്യ യാത്ര. നീണ്ട മണിക്കൂറുകൾക്കു ശേഷം ഇടതൂർന്നു നില്ക്കുന്ന കെട്ടിടങ്ങൾക്കിടയിലൂടെ വിമാനം പറന്നിറങ്ങി. ഇനി അവിടെനിന്നും മറ്റൊരു വിമാനമാണ് ന്യൂയോർക്കിലേക്ക് പറക്കുന്നത്. മണിക്കൂറുകൾ നീണ്ട യാത്രയുടെ ഒരിടവേള എന്തുകൊണ്ടും ആശ്വാസകരമായിരുന്നു. ഇവിടെ കുറച്ചു സമയമുണ്ട്. അതിനുശേഷം അടുത്ത വിമാനത്തിൽ ന്യൂയോർക്കിലേക്ക്. ഒരു വിമാനയാത്ര പലപ്പോഴും ആഗ്രഹിച്ചിരുന്നെ ങ്കിലും ഇത്ര നീണ്ട യാത്രയെക്കുറിച്ച് ചിന്തിച്ചിരുന്നേയില്ല. രണ്ടു സ്റ്റോപ്പ് ഓവറിനും നീണ്ട പറക്കലിനും ശേഷം വിമാനം ന്യൂജേഴ്സി വിമാന ത്താവളത്തെ ലക്ഷ്യമാക്കി താഴ്ന്നു പറന്നു. വായിച്ചും പറഞ്ഞും മാത്രം അറിഞ്ഞിരുന്ന ഒരു സ്ഥലം നേരിട്ട് കാണാൻ പോകുന്നു. വൻകെട്ടിട ങ്ങളും, റോഡുകളും ദൃശ്യമായി. വിമാനത്താവളത്തെ വട്ടമിട്ടു പറന്ന വിമാനം വൈകാതെ നിലം തൊട്ടു. പിന്നെയും അര മണിക്കൂറോള മെടുത്തു ബാഗുകൾ ശേഖരിച്ചു പുറത്തു വരാൻ. രണ്ടു വർഷമായി ഗവേഷണം നടത്തുന്ന ഭാര്യ അവിടെ കാത്തുനിന്നിരുന്നു.

അമേരിക്കയിൽ ചെന്ന എനിക്ക് സ്ഥലം കണ്ടു മടങ്ങുക എന്നതിൽ കൂടുതൽ ഒന്നും ചെയ്യാനുണ്ടായിരുന്നില്ല. കഴിയുന്നതും സ്ഥലം കാണുക എന്നതായിരുന്നു ഉണ്ടായിരുന്ന വിനോദം. ന്യൂ ജേഴ്സിയക്കുറിച്ച് കിട്ടാ വുന്ന വിവരങ്ങൾ ശേഖരിക്കാനാണ് ആദ്യം ശ്രമിച്ചത്. ന്യൂ ജേഴ്സി കേരളത്തോട് വളരെ സാമ്യമുള്ള സംസ്ഥാനമായിരുന്നു. കാറില്ലാതെ പക്ഷേ, അമേരിക്കയിൽ സ്ഥലം കാണാൻ പോകുന്നത് ശ്രമകരമാണ്. പിന്നെയുള്ള വഴി പബ്ലിക് ട്രാസ്പോർട്ടേഷനായ ബസുകളോ, ട്രെയി നുകളോ ഉപയോഗിക്കുക എന്നതാണ്. ഇതിനായി ന്യൂജേഴ്സിയുടെ ചരിത്രവും ഭൂമിശാസ്ത്രവും പരിശോധിക്കുന്നതായി അടുത്ത നടപടി.

ന്യൂജേഴ്സി

കേരളത്തോട് പലകാര്യത്തിലും സമാനതകളുള്ള ന്യൂജേഴ്സിക്ക് അമേരിക്കൻ ചരിത്രത്തിൽ നിർണ്ണായകമായ സ്ഥാനമാണുള്ളത്. ഭൂവിസ്തൃതിയിൽ അമേരിക്കയിലെ ആകെയുള്ള 50 സംസ്ഥാനങ്ങളിൽ, 46-ാം മത്തേതും ജനസംഖ്യയിൽ 11-ാം മത്തേതും സ്ഥാനമാണ് ന്യൂജേഴ്സിക്കുള്ളത്. തെക്കുനിന്നും വടക്കുനിന്നും ഏതാണ്ട് മദ്ധ്യത്തിലായ ന്യൂജേഴ്സിയുടെ സ്ഥാനവും വളരെ പ്രധാനമാണ്. പൂന്തോട്ടങ്ങളുടെ സംസ്ഥാനം എന്നു കൂടി അറിയപ്പെടുന്ന ന്യൂജേഴ്സി വിസ്തൃതിയിൽ ചെറുതെങ്കിലും ആയിരക്കണക്കിന് ഏക്കർ പൊതു സ്ഥലം നിലനിർത്തുന്നതിലും സാമാന്യം വിസ്തൃതമായ വനപ്രദേശം സംരക്ഷിക്കുന്നതിലും അമേരിക്കയിലെ മറ്റേതു സംസ്ഥാനങ്ങളേക്കാളും പുറകിലല്ല. കനാലുകളും റോഡുകളുംകൊണ്ട് വളരെ സമ്പന്നമായ ന്യൂജേഴ്സിയിലാണ് അമേരിക്കയിൽ ആദ്യ റെയിൽ റോഡ് വന്നതും. സാങ്കേതിക മികവിന്റെയും കണ്ടുപിടുത്തങ്ങളുടെയും കേന്ദ്രമായി ഇപ്പോൾ ന്യൂജേഴ്സി അറിയപ്പെടുന്നു.

തദ്ദേശീയ അമേരിക്കക്കാരുടെ കേന്ദ്രമായിരുന്ന ന്യൂജേഴ്സി ഡച്ചുകാരും ഇംഗ്ലീഷുകാരുമായ കുടിയേറ്റക്കാരെ 16-ാം നൂറ്റാണ്ടു മുതൽ സ്വാഗതം ചെയ്തിരുന്നു. ഇന്നാവട്ടെ ഏഷ്യക്കാരുടേയും ലാറ്റിനമേരിക്കക്കാരുടേയും കുടിയേറ്റ കേന്ദ്രമായി ന്യൂജേഴ്സി അറിയപ്പെടുന്നു. അമേരിക്കൻ വിപ്ലവത്തിൽ പ്രധാന പങ്കാണ് വഹിച്ചത്. ന്യൂജേഴ്സിക്ക് അമേരിക്കൻ വിപ്ലവത്തിനു മുൻപ് തുടങ്ങുന്ന മഹത്തരമായ ചരിത്രമുണ്ട്. യൂറോപ്യൻ പരിവേഷകരിൽ ഒരാളായ ഹെൻറി ഹഡ്സൺ ആയിരുന്നു ന്യൂജേഴ്സി എന്ന ഭൂപ്രദേശം ആദ്യമായി കണ്ടെത്തുന്നത്. തീരത്തോട് ചേർന്നു കപ്പലോടിച്ച ഹഡ്സൺ 1609 ൽ ന്യൂജേഴ്സി തീരത്തടുത്തു. യാത്രയ്ക്കിടയിൽ ഇറങ്ങാനും താമസിക്കാനും കൊള്ളുന്ന സ്ഥലമാണിതെന്ന് അന്നുതന്നെ രേഖപ്പെടുത്തിയിരുന്നു. ഇത് തന്നെയായിരുന്നു 1660 ൽ ഹഡ്സൺ നദിക്കരയിൽ ആദ്യത്തെ ഡച്ചു കോളനി (ന്യൂ നെതർലാൻഡ് കോളണി) സ്ഥാപിക്കാൻ കാരണം. 1664 ൽ ഇംഗ്ലീഷുകാർ ഈ പ്രദേശം ആക്രമിച്ചു നിയന്ത്രണം ഏറ്റെടുക്കുകയും ഹഡ്സൺ നദിക്കും ഡെലവേർ നദിക്കും ഇടയിലുള്ള പ്രദേശത്തിന് ന്യൂജേഴ്സി (ജഴ്സിദ്വീപ്) എന്ന നാമകരണം ചെയ്യുകയും ചെയ്തു.

ബ്രിട്ടീഷ് നിയന്ത്രണത്തിലുണ്ടായിരുന്ന ന്യൂയോർക്ക് സിറ്റിയുടെയും വിമത കേന്ദ്രമായിരുന്ന ഫിലാഡെൽഫിയയുടെയും ഇടയിൽ സ്ഥിതി ചെയ്തിരുന്നതിനാൽ ന്യൂജേഴ്സി അമേരിക്കൻ വിപ്ലവത്തിൽ നിർണ്ണായക പങ്കാണ് വഹിച്ചത്. ന്യൂജേഴ്സിയുടെ തന്ത്ര പ്രധാന സ്ഥാനം കൊണ്ട് ഈ സംസ്ഥാനം പലപ്പോഴും എതിർ പക്ഷത്തിന്റെ ആക്രമണത്തിനിരയായിരുന്നു. യുദ്ധ സമയത്ത് ജനറൽ ജോർജ്ജ് വാഷിങ്ടൺ കൂടുതൽ സമയവും ചെലവഴിച്ചിരുന്നത് ന്യൂജേഴ്സിയിലാണ്. അമേരിക്കൻ വിപ്ലവസമയത്ത് കൊളോണിയൽ സേനാനായകനായിരുന്നു

വാഷിങ്ടൺ. വാഷിങ്ടന്റെ 1776 ലെ വിജയം അമേരിക്കൻ പട്ടാളത്തിന്റെ ചരിത്ര വിജയമായി അറിയപ്പെടുന്നു. മറിച്ചായിരുന്നെങ്കിൽ അമേരിക്ക തകരുകയും ചരിത്രം മറ്റൊന്നാകുകയും ചെയ്യുമായിരുന്നു. യുദ്ധത്തിനു ശേഷം അമേരിക്കൻ ഭരണഘടന അംഗീകരിച്ച മൂന്നാമത്തെ സംസ്ഥാനമായിരുന്നു ന്യൂജേഴ്സി. ചെറുതും വലുതുമായ എല്ലാ സംസ്ഥാനങ്ങൾക്കും തുല്യ പ്രാതിനിധ്യം നല്കാൻ 1787 ൽ ഫിലാഡൽഫിയയിൽ കൂടിയ കൺവെൻഷനിൽ തീരുമാനിച്ചു. ജോർജ്ജ് വാഷിങ്ടൺ അമേരിക്കയുടെ ആദ്യത്തെ പ്രസിഡന്റായതും 1789 മുതൽ 1797 വരെ സേവനം അനുഷ്ഠിച്ചതും മറ്റൊരു ചരിത്രം.

ന്യൂജേഴ്സി വ്യവസായങ്ങളുടെ കേന്ദ്രമാണെന്നു മുൻപ് പറഞ്ഞിരുന്നല്ലോ. ന്യൂജേഴ്സിയുടെ വ്യവസായ വിപ്ലവത്തിന് തുടക്കംകുറിച്ചത് ന്യൂജേഴ്സിയുടെ സ്ഥാപക നേതാക്കളിൽ ഒരാളായിരുന്ന അലക്സാൻഡർ ഹാമിൽട്ടനും അദ്ദേഹത്തിന്റെ സഹായികളുംകൂടി 1791 ൽ പസഫിക് നദിക്കരയിൽ ആദ്യ വ്യവസായ നഗരത്തിനു സ്ഥലം കണ്ടെത്തിയതോടെയാണ്. ഇതോടെ ആരംഭിച്ച ന്യൂജേഴ്സിയുടെ വ്യവസായ സംരംഭം അഭംഗുരം മുന്നോട്ട് പോയി. വ്യാവസായിക നഗരം എന്നതിലുപരി ലോകത്തിലെ തന്നെ ഏറ്റവും പ്രശസ്തമായ ഔഷധ ശാലകൾ ഇന്നും ന്യൂജേഴ്സിയിലാണെന്നതാണ് എടുത്തു പറയേണ്ടത്.

ന്യൂജേഴ്സിയുടെ പ്രശസ്തി വിളിച്ചോതുന്നതാണ് ന്യൂജേഴ്സിയിലെ പ്രശസ്തരുടെ നിര. തോമസ് ആൽവാ എഡിസൺ ന്യൂജേഴ്സിയിലെ പ്രശസ്തരുടെ നിരയിൽ എടുത്തു പറയേണ്ടയാളാണ്. പത്തൊൻപതാം നൂറ്റാണ്ടിന്റെ അവസാനത്തെ രണ്ടര പതിറ്റാണ്ടുകാലം എഡിസൺ അദ്ദേഹത്തിന്റെ മെൻലോ പാർക്കിലുള്ള പരീക്ഷണശാലയിൽ നിരവധി കണ്ടുപിടുത്തങ്ങൾ നടത്തി. ഞങ്ങൾ താമസിച്ചിരുന്ന ന്യൂബ്രെൻസ്വിക്കിലേക്ക് സുമാർ പത്തു കിലോമീറ്റർ ദൂരമേ ഉണ്ടായിരുന്നുള്ളു. നിരവധി കണ്ടുപിടുത്തങ്ങളാണ് എഡിസൺ നടത്തിയത്. ഫോണോഗ്രാഫ്, വൈദ്യുതി റെയിൽവേ തുടങ്ങിയവയും എഡിസൺ നടത്തിയവയിൽപെടുന്നു. മാത്രമല്ല, കണ്ടുപിടുത്തങ്ങൾക്കായി നൂറുകണക്കിന് പേറ്റന്റും എഡിസൺ ജീവിതകാലത്ത് നേടുകയുണ്ടായി. എഡിസൺ തുടങ്ങി വച്ച പാരമ്പര്യം ന്യൂജേഴ്സിയ തുടർന്നു. ഇരുപതാം നൂറ്റാണ്ടിൽ ന്യൂജേഴ്സിയുടെ പട്ടികയിൽ ട്രാൻസിസ്റ്റർ മുതൽ കഫീനിന് ഇല്ലാത്ത കാപ്പിയുടെ കണ്ടുപിടുത്തംവരെ ഉണ്ടായിരുന്നു. വാർത്താവിനിമയങ്ങളുടെയും ഔഷധ കണ്ടുപിടുത്തങ്ങളുടെയും കാര്യത്തിൽ ന്യൂജേഴ്സി ഇപ്പോഴും മുൻനിരയിൽത്തന്നെ ഉണ്ട്.

ഉന്നത വിദ്യാഭ്യാസകേന്ദ്രങ്ങൾ

ന്യൂജേഴ്സിയുടെ വികസനം കേരളം പോലെ വിദ്യാഭ്യാസത്തിൽ മുന്നേറിയ ഒരു സംസ്ഥാനത്തിന് മോഡൽ ആക്കാവുന്നതാണ്. അതുകൊണ്ടു തന്നെ ന്യൂജേഴ്സി വിദ്യാഭ്യാസത്തിലും ഗവേഷണത്തിലും

നേടിയ വളർച്ച ഇവിടെ അല്പം വിശദമായി പരിശോധിക്കാമെന്ന് കരുതുന്നു. കേരളത്തോടു പല കാര്യത്തിലും ഈ സംസ്ഥാനത്തിനു സമാനതകളുണ്ട്. കേരളത്തിലെ ഇടതുപക്ഷം എന്നപോലെ ന്യൂജേഴ്സിയിൽ ഡെമോക്രാറ്റിക് പാർട്ടി ശക്തമാണ്. പക്ഷേ, നയങ്ങളും പരിപാടികളും നടപ്പിലാക്കുന്നതിൽ ഈ സംസ്ഥാനം കേരളത്തിൽനിന്നും വേറിട്ടു നില്ക്കുന്നതായി കാണാം. ഉദാഹരണത്തിന് ഡെമോക്രാറ്റിക് പാർട്ടി ഗവർണറായിരുന്ന ജെയിംസ് മഗ്രീവി തിരഞ്ഞെടുക്കപ്പെട്ടു. രണ്ടു വർഷത്തിന് ശേഷം (രണ്ടു വർഷത്തോളം ബാക്കി നില്ക്കെ) 2004 ൽ രാജിവച്ചു. മഗ്രീവി നിയമിച്ച ഹോം ലാൻഡ് സെക്യൂരിറ്റി ഉപദേശകനുമായി അദ്ദേഹത്തിന് സ്വവർഗ്ഗ ലൈംഗിക ബന്ധം ഉണ്ടായിരുന്നു എന്നാണ് ഇതിനു കാരണമായി പറഞ്ഞത്. ഇത് കേട്ടാൽ നമ്മുടെ പല നേതാക്കളും അതിശയിച്ചു പോകുമായിരിക്കും. ഇത് കൂടുതലായി പ്രതിപാദിക്കുന്നില്ല, വിദ്യാഭ്യാസം, ഗവേഷണം എന്നിവയിലൂടെ ന്യൂജേഴ്സി കൈവരിച്ച നേട്ടത്തിലേക്ക് നമുക്ക് തിരിച്ചു വരാം.

ന്യൂജേഴ്സി വിദ്യാഭ്യാസരംഗത്തു കൈവരിച്ച നേട്ടം അറിയണമെങ്കിൽ ഈ സംസ്ഥാനത്ത് എത്ര സർവ്വകലാശാലകളും ഗവേഷണ സ്ഥാപനങ്ങളും ഉണ്ടെന്നു മാത്രം പരിശോധിച്ചാൽ മതി. ലോക നിലവാരത്തിലുള്ള സർവ്വകലാശാലകളും ഗവേഷണ സ്ഥാപങ്ങളും ന്യൂജേഴ്സി പ്രശസ്തമാണ്. ഈ പ്രശസ്തമായ സർവ്വകലാശാലകളെക്കുറിച്ചും ഗവേഷണ സ്ഥാപങ്ങളെക്കുറിച്ചും നമുക്ക് പരിശോധിക്കാം. അമേരിക്കയിൽ സ്വകാര്യ സർവ്വകലാശാലകളും, പൊതുസർവ്വകലാശാലകളും പ്രവർത്തിക്കുന്നു. പൊതുസർവ്വകലാശാലകൾ മുഖ്യമായും സർക്കാർ ധനസഹായത്തിൽ പ്രവർത്തിക്കുമ്പോൾ സ്വകാര്യസർവ്വകലാശാലകളുടെ പ്രവർത്തന മൂലധനത്തിന്റെ മുഖ്യപങ്കും സ്വയം കണ്ടെത്തുന്നു. പൊതുസർവ്വകലാശാലകളിൽ ഫീസ്ഘടന സർക്കാർ നിയന്ത്രിക്കുമ്പോൾ സ്വകാര്യ സർവ്വകലാശാലയിലെ ഫീസ് അവർതന്നെ നിശ്ചയിക്കുന്നതാണ് രീതി. എന്നാൽ സ്വകാര്യസർവ്വകലാശാലയെ നിയന്ത്രിക്കാൻ വ്യക്തമായ നിയമമുണ്ട്. നിയമങ്ങൾ നടപ്പിലാക്കുന്നതിൽ വെള്ളം ചേർക്കാൻ ആർക്കും കഴിയില്ല. നമ്മുടെ നാട്ടിലെ സ്വാശ്രയസ്ഥാപനങ്ങളുടെ നടത്തിപ്പ് ഇത്തരുണത്തിൽ ഓർക്കുന്നത് കൊള്ളാം. സ്വകാര്യ-പൊതു സർവ്വകലാശാലകൾ ഇവിടെ ഉണ്ടെന്നു പറഞ്ഞല്ലോ. അതുപോലെ അമേരിക്കയിൽ പൊതുവെ നമ്മുടെ നാട്ടിൽ കാണുന്നതുപോലുള്ള അഫിലിയേറ്റഡ് സർവ്വകലാശാലകളല്ല കാണുന്നത്, മറിച്ച് യൂണിറ്ററി സർവ്വകലാശാലകളാണ്. ഒന്നോ അതിലധികമോ ക്യാമ്പസുകളിലായി കുട്ടികൾ താമസിച്ചു പഠിക്കുന്നു. ഈ സർവ്വകലാശാലകൾ തന്നെ ഗവേഷണ സർവ്വകലാശാലകളെന്നും ടീച്ചിങ് സർവ്വകലാശാലകളെന്നും രണ്ടായി തിരിക്കപ്പെട്ടിരിക്കുന്നു. ന്യൂജേഴ്സിയിലെ ചില പ്രധാന സർവ്വകലാശാലകളെക്കുറിച്ച് അവയുടെ പ്രവർത്തനമേഖലയെക്കുറിച്ചും ചുരുക്കത്തിൽ പരിശോധിക്കാം.

റട്ട്ഗേർസ് (Rutgers) ന്യൂജേഴ്സിയിലെ അറിയപ്പെടുന്ന സ്റ്റേറ്റ് യൂണിവേഴ്സിറ്റിയും ന്യൂജേഴ്സിയിലെ ഉന്നത വിദ്യാഭ്യാസ രംഗത്തുള്ള ഏറ്റവും വലിയ സ്ഥാപനങ്ങളിൽ ഒന്നുമാണ്. മാത്രമല്ല അമേരിക്കയിലെ പ്രശസ്തമായ പബ്ലിക് റിസർച്ച് യൂണിവേഴ്സിറ്റികളിൽ ഒന്നാണിത്. സർവ്വകലാശാല മൂന്നു വിസ്തൃതമായ ക്യാമ്പുസുകളിലായി പരന്നു കിടക്കുന്നു. നിരവധി നോബൽ സമ്മാന ജേതാക്കളെ സൃഷ്ടിച്ച സർവ്വ കലാശാല ന്യൂജേഴ്സിയുടെ വിദ്യാഭ്യാസരംഗത്ത് തലയെടുപ്പോടെ നില്ക്കുന്നു. 1766 നവംബർ 10 ന് ആരംഭിച്ച ക്യൂൻസ് കോളേജാണ് പിന്നീട് റട്ട്ഗേർസ് യൂണിവേഴ്സിറ്റിയായി മാറിയത്. അമേരിക്കൻ വിപ്ലവത്തിന് മുൻപ് ആരംഭിച്ച ഒൻപത് കോളണി കോളേജുകളിൽ ഏറ്റവും പഴയ എട്ടാമത്തെ കോളേജാണിത്. 1864 ൽ പ്രത്യേക നിയമത്തിന്റെ പരിധിയിൽ കൊണ്ടുവന്ന കോളേജിൽ കാർഷീകം, എഞ്ചിനീയറിങ്, സയൻസ് എന്നീ വിഷയങ്ങളുടെ പഠനത്തിൽ കേന്ദ്രീകരിച്ചു. 1924 ൽ ഈ കോളേജ് സർവ്വകലാശാലാ പദവി നേടി. ബിരുദ വിദ്യാഭ്യാസവും തുടർന്നുള്ള വിപുലീകരണവും നടപ്പിൽ വരുത്തി. 1945 ലും 1956 ലും ന്യൂജേഴ്സി നടത്തിയ നിയമ നിർമ്മാണപ്രകാരം പബ്ലിക് റിസർച്ച് യൂണിവേഴ്സിറ്റിയായി മാറ്റിയ രണ്ടു പൊതു കോളേജുകളിൽ ഒന്നായിരുന്നു റട്ട്ഗേർസ്.

ഇന്ന് അമേരിക്കയിലെ അറിയപ്പെടുന്ന പബ്ലിക് യൂണിവേഴ്സിറ്റികളിൽ ഒന്നായ റട്ട്ഗേർസിന്റെ വിവിധ ക്യാമ്പസുകളിലായി 69,198 വിദ്യാർത്ഥികൾ പഠിക്കുകയും 22,500 ഫാക്കൽറ്റികളും ജീവനക്കാരും ജോലി ചെയ്യുകയും ചെയ്യുന്നു. അമേരിക്കയിലെ 50 സംസ്ഥാനങ്ങളിൽനിന്നു മാത്രമല്ല, പുറത്തുള്ള 125 രാജ്യങ്ങളിൽനിന്നുമായും വിദ്യാർത്ഥികൾ ഇവിടെ പഠിക്കുന്നു. എന്നാൽ ഇതിൽ 82.6 ശതമാനം കുട്ടികളും ന്യൂജേഴ്സിയിലെ സ്ഥിരം താമസക്കാരാണ്. ബാക്കിയുള്ളവർ പുറം രാജ്യക്കാരും മറ്റു സംസ്ഥാനക്കാരുമാണ്. ആകെയുള്ള കുട്ടികളിൽ 49,681 അണ്ടർ ഗ്രാജ്വേറ്റ് വിദ്യാർത്ഥികളും 19,517 ഗ്രാജ്വേറ്റ് വിദ്യാർത്ഥികളുമാണ്. യൂണിവേഴ്സിറ്റിയുടെ കീഴിൽ 30 സ്കൂളുകളും കോളേജുകളും നടക്കുന്നു. ഇവിടെ 200 ലധികം ഗ്രാജ്വേറ്റ് പ്രോഗ്രാമുകൾ യൂണിവേഴ്സിറ്റി നടത്തുന്നു. കൂടാതെ 300 ഗവേഷണ കേന്ദ്രങ്ങളും സ്ഥാപനങ്ങളും യൂണിവേഴ്സിറ്റിയുടേതായി പ്രവർത്തിക്കുന്നു. റിസർച്ചിനായി പ്രതിവർഷം 656 മില്ല്യൺ ഡോളറാണ് യൂണിവേഴ്സിറ്റി ചെലവാക്കുന്നത്. ഇത് കൂടാതെ 608.7 ദശലക്ഷം വാർഷിക സ്പോൺസേർഡ് ഗവേഷണ ഗ്രാന്റുകളും യൂണിവേഴ്സിറ്റിക്ക് കിട്ടുന്നു. ഇങ്ങനെ റട്ട്ഗേർസ് ന്യൂജേഴ്സിയുടെ അക്കാഡമിക് രംഗത്ത് തലയെടുപ്പോടെ നില്ക്കുന്നു.

പ്രിൻസ്ടൺ യൂണിവേഴ്സിറ്റി

ലോകത്തെ ഏറ്റവും പ്രശസ്തമായ സർവ്വകലാശാല എന്നറിയപ്പെടുന്ന പ്രിൻസ്ടൺ യൂണിവേഴ്സിറ്റി ന്യൂജേഴ്സിയിലാണ് സ്ഥിതി ചെയ്യുന്നത്. അമേരിക്കയിലെ നാലാമത്തെ പുരാതന ഉന്നതവിദ്യാഭ്യാസ

പ്രിൻസ്ടൺ യൂണിവേഴ്സിറ്റി

സ്ഥാപനമായ പ്രിൻസ്ടൺ ഒരു പ്രൈവറ്റ് സർവ്വകലാശാലയാണ്. അമേരിക്ക 1776 ൽ സ്വതന്ത്രമാകുന്നതിനുമുൻപ് രൂപീകൃതമായ 'ന്യൂ ജേഴ്സി കോളേജ്' എന്നറിയപ്പെട്ടിരുന്ന ഇന്നത്തെ സർവ്വകലാശാല എലിസബത്ത് എന്ന സ്ഥലത്തു 1746 ലാണ് സ്ഥാപിതമായത്. 1747 ൽ നവാർക്കിലേക്കു മാറ്റിയ കോളേജ് ഒൻപതു വർഷം കഴിഞ്ഞപ്പോൾ 1756 ൽ ഇന്ന് സ്ഥിതി ചെയ്യുന്ന പ്രിൻസ്ടൺ എന്ന സ്ഥലത്തേക്ക് മാറ്റി. 1896 ലാണ് ന്യൂജേഴ്സി കോളേജിനെ പ്രിൻസ്ടൺ യൂണിവേഴ്സിറ്റി എന്നു പുനഃനാമകരണം ചെയ്യപ്പെട്ടത്. അങ്ങനെ നൂറ്റിയൻപത് വർഷങ്ങൾക്ക് ശേഷം (1746–1896) ന്യൂജേഴ്സി കോളേജ് പ്രിൻസ്ടൺ സർവ്വകലാശാലയായി മാറി.

അതിപുരാതനവും, പ്രശസ്തവുമായ എട്ടു സ്വകാര്യ സർവ്വകലാശാലകളുടെ കൂട്ടായ്മയായ ഐവി ലീഗിൽ (ivy league) പെട്ട സർവ്വകലാശാലയാണ് പ്രിൻസ്ടൺ. ഈ കൂട്ടായ്മയിലെ മറ്റു സർവ്വകലാശാലകൾ ബ്രൗൺ (Brown University), കൊളംബിയ (Columbia University), കോർണെൽ (Cornell University), ഡാർട്മൗത് (Dartmouth College), ഹാർവാർഡ് (Harvard University), പെൻസിൽവാനിയ (University of Pensnylvania), യേൽ (Yale University) എന്നിവയാണ്. ഒരു കോളേജ് സർവ്വകലാശാലയാകുകയും പിന്നീട് അമേരിക്കയിൽ മാത്രമല്ല ലോകത്തെ തന്നെ ഒന്നാമത്തെ സർവ്വകലാശാലയായി മാറിയ ചരിത്രമാണ് പ്രിൻസ്ടൺ സർവ്വകലാശാലയ്ക്കുള്ളത്. സ്വകാര്യ സർവ്വകലാ

ശാലകൾക്ക് ഇങ്ങനെ വളരാൻ കഴിയും എന്നതു ഒരത്ഭുതമായി നമുക്ക് തോന്നാം. പ്രിൻസ്ടൺ സർവ്വകലാശാലയിൽ പഠിച്ചിറങ്ങിയ മഹാന്മാരുടെ നീണ്ടനിര തന്നെ അത്ഭുതകരമാണ്. 2017 വരെ 43 നോബൽ സമ്മാന ജേതാക്കളെ സർവ്വകലാശാല സംഭാവന ചെയ്തു. 21 ദേശീയ ശാസ്ത്ര അവാർഡ് ജേതാക്കൾ, 14 ഫീൽഡ് മെഡലിസ്റ്റുകൾ, 5 ഏബെൽ സമ്മാന ജേതാക്കൾ, 10 ട്യൂറിങ് അവാർഡ് ജേതാക്കൾ, 5 ദേശീയ ഹ്യൂമാനിറ്റി അവാർഡ് ജേതാക്കൾ, 209 റോഡ്സ് സ്കോളർസ്, 139 ഗേറ്റ്സ് കേംബ്രിഡ്ജ് സ്കോളർസ്, 126 മാർഷൽ സ്കോളർസ്, രണ്ടു യു എസ് പ്രസിഡന്റുമാർ 12 യു എസ് സുപ്രീം കോടതി ജഡ്ജിമാർ. കൂടാതെ നൂറുകണക്കിന് കോടീശ്വരന്മാർ, നയതന്ത്ര വിദഗ്ദ്ധർ തുടങ്ങി നാനാതുറകളിലും ഉള്ളവരെയും ഈ സർവ്വകലാശാല സംഭാവന ചെയ്തു.

മേല്പറഞ്ഞവയ്ക്ക് പുറമെ നിരവധി പൊതു സർവ്വകലാശാലകളും ന്യൂജേഴ്സിയിലുണ്ട്. അവയെക്കുറിച്ചെല്ലാം ഇവിടെ എഴുതാൻ ശ്രമിക്കുന്നില്ല. എന്നാൽ കേരളത്തോളം വലിപ്പമുള്ള ഒരു സംസ്ഥാനത്ത് പ്രവർത്തിക്കുന്ന വിദ്യാഭ്യാസ സ്ഥാപനങ്ങളുടെ ഒരു പൊതു സ്ഥിതി അറിയാൻ അവയുടെ ലിസ്റ്റ് അനുബന്ധമായി ചേർത്തിരിക്കുന്നു. ന്യൂജേഴ്സിയിൽ വ്യവസായ സംരംഭം തുടങ്ങിയതിന്റ ചരിത്രം മുൻപ് സൂചിപ്പിച്ചിരുന്നല്ലോ. ഇന്ന് ന്യൂജേഴ്സി വ്യവസായങ്ങളുടേയും ഗവേഷണ സ്ഥാപങ്ങളുടേയും ഒരു കേന്ദ്രമാണെന്നു തന്നെ പറയാം. ന്യൂജേഴ്സിയിലെ ഔഷധ നിർമ്മാണ കമ്പനികൾ അവിടത്തെ തൊഴിൽ ദാതാക്കളിൽ മുൻപന്തിയിലാണ്. ഗവേഷണ രംഗത്തെ ചില തൊഴിൽ ദാതാക്കളെക്കുറിച്ചു കൂടി ഇവിടെ പരാമർശിക്കാതെ പോകുന്നത് ശരിയല്ല.

ശാസ്ത്ര രംഗത്തെ തൊഴിൽ ദാതാക്കൾ

ന്യൂജേഴ്സി, ഔഷധനിർമ്മാണ (ഫാർമ) കമ്പനികൾ, ജൈവ സാങ്കേതിക വിദ്യ (ബയോടെക്നോളജി) കമ്പനികൾ എന്നിവയുടെ കേന്ദ്രം കൂടിയാണെന്ന് നേരത്തെ സൂചിപ്പിച്ചല്ലോ. ഇതിൽ പല കമ്പനികളും വെറും നിർമ്മാണ കമ്പനികൾ മാത്രമല്ല വലിയ ഗവേഷണ സ്ഥാപനങ്ങൾ കൂടിയാണ്. മാത്രമല്ല അവയിൽ പലതും അവരുടെ മേഖലയിലെ എതിർക്കപ്പെടാൻ കഴിയാത്ത സ്ഥാനം വഹിക്കുന്നവരുമാണ്. ഇത്രയും ചെറിയൊരു സംസ്ഥാനത്തിന് ഇത്രയേറെ ഗവേഷണ മുന്നേറ്റവും വ്യവസായ മുന്നേറ്റവും നടത്താൻ കഴിയുന്നത് പലപ്പോഴും അത്ഭുതകരമായി തോന്നാം. അമേരിക്കയിലെ പുതിയ ഔഷധങ്ങൾ അംഗീകരിക്കുന്ന കേന്ദ്ര ഏജൻസിയാണ് എഫ് ഡി എ. 2015 ൽ എഫ് ഡി എയുടെ അംഗീകാരം നല്കിയ പുതിയ ഔഷധങ്ങളിൽ 50 ശതമാനവും ന്യൂജേഴ്സിയിലെ കമ്പനികളുടെ സംഭാവനയായിരുന്നു എന്നത് ഈ കമ്പനികളുടെ ന്യൂജേഴ്സിയിലെ പങ്ക് വ്യക്തമാക്കുന്നതാണ്. ഏകദേശം 116,000 ആളുകൾ ഈ കമ്പനികളിൽ ജോലികൾ ചെയ്യുന്നു. ഇതിലെ

ഏറ്റവും പ്രധാനപ്പെട്ട ചില കമ്പനികളുടെ പ്രവർത്തനം കൂടി കാണാം.

ഫൈസർ: ഫൈസർ ലോകത്തിലെ അറിയപ്പെടുന്ന ജൈവ ഔഷധങ്ങൾ (ബയോ ഫാർമ) നിർമ്മിക്കുന്ന കമ്പനിയാണ്. ക്യാൻസർ തുടങ്ങിയ പല രോഗങ്ങൾക്കും ഔഷധങ്ങൾ ഈ കമ്പനി കണ്ടുപിടിച്ചിട്ടുണ്ട്. ന്യൂജേഴ്സിയിൽ ഈ കമ്പനിക്കായി 2000 ൽ അധികം ജീവശാസ്ത്രജ്ഞർ ജോലി ചെയ്യുന്നു.

സ്ട്രൈക്കർ: സ്ട്രൈക്കർ മെഡിക്കൽ ഉപകരണങ്ങൾ (മെഡിക്കൽ ഡിവൈസ്) ഉണ്ടാക്കുന്ന കമ്പനിയാണ്. 2016 ൽ മാത്രം ഈ കമ്പനി 17.5 കോടി ഡോളർ ഗവേഷണത്തിനും വികസനത്തിനുമായി ചെലവാക്കുകയും നൂറിൽപ്പരം രാജ്യങ്ങളിൽ അതിന്റെ ഉല്പന്നങ്ങൾ എത്തിക്കുകയും ചെയ്തു. 2016 ൽ സ്ട്രൈക്കർ 2,080 വിദഗ്ദ്ധ തൊഴിലാളികളെ നിയമിച്ചു.

സനോഫി: സനോഫി മറ്റൊരു പ്രധാന ഔഷധ നിർമ്മാണ കമ്പനിയാണ്. ഇതിനു ലോകത്താകമാനം ജോലിക്കാരും ശാഖകളുമുണ്ട്. ഇതിന്റെ കേന്ദ്ര ഓഫീസ് ന്യൂജേഴ്സിയിലാണ് പ്രവർത്തിക്കുന്നത്. ഏകദേശം 2500 വിദഗ്ദ്ധർ ന്യൂജേഴ്സിയിൽത്തന്നെ ഈ കമ്പനിക്ക് വേണ്ടി ജോലി ചെയ്യുന്നു.

എൽഓറൽ യു എസ് എ (L'Oreal USA): എൽഓറൽ യു എസ് എ സൗന്ദര്യ വർദ്ധക ഉല്പന്നങ്ങൾ ഉല്പാദിപ്പിക്കുകയും വ്യാപനം ചെയ്യുകയും ചെയ്യുന്ന കമ്പനിയാണ്. ഈ കമ്പനിക്ക് മൂന്നു കേന്ദ്രങ്ങൾ ന്യൂജേഴ്സിയിൽ ഉണ്ട്. ഈ ശാഖകളിൽ 2500 ആളുകൾ ജോലി ചെയ്യുന്നു. മെർക്, ജോൺസൻ ആൻഡ് ജോൺസൻ നവാട്ടീസ്, ബ്രിസ്റ്റോൾ - മയേഴ്സ് സ്ക്വിബ് എന്നീ കമ്പനികൾ ആയിരക്കണക്കിന് വരുന്ന കമ്പനികളിൽ എടുത്തു പറയാൻ കഴിയുന്നവയാണ്. ന്യൂജേഴ്സിയിൽ പ്രവർത്തിക്കുന്ന കമ്പനികളുടെ പട്ടിക അവസാന ഭാഗത്തു ചേർത്തിരിക്കുന്നു.

ഋതുഭേദങ്ങളുടെ നാട്

അമേരിക്കയിലെ ഋതുഭേദം അമേരിക്കയിൽ ചെല്ലുന്ന ആരെയും അത്ഭുതപ്പെടുത്തുന്നതും പലപ്പോഴും അലോസരപ്പെടുത്തുന്നതുമാണ്. വിവിധങ്ങളായ കാലാവസ്ഥയുള്ള ഒരു വലിയ രാജ്യമാണ് യുണൈറ്റഡ് സ്റ്റേറ്റ്സ് ഓഫ് അമേരിക്ക. അമേരിക്ക മൂന്നു കാലാവസ്ഥാ മേഖലകളിലാണ് സ്ഥിതിചെയ്യുന്നത്, അതിനാൽ ഒരൊറ്റ ഭൂപ്രകൃതിയുള്ള രാജ്യമായി അമേരിക്കയെ കാണാൻ കഴിയില്ല. അമേരിക്കയിലൂടെ വടക്ക് മുതൽ തെക്ക് വരെയും പടിഞ്ഞാറ് മുതൽ കിഴക്ക് വരെയും പോയാൽ കടുത്ത തണുപ്പും ദുർബ്ബലമായ ചൂടും അനുഭവപ്പെടുന്ന സംസ്ഥാനത്തു കൂടി കടന്നു പോകാം. മരുഭൂമികൾ, മിതമായ തണുപ്പുള്ള പ്രദേശങ്ങൾ, മഞ്ഞ് മൂടപ്പെട്ട അലാസ്ക എന്നിവ അമേരിക്കയുടെ പ്രത്യേകതയാണ്. വേനൽക്കാലവും മഴക്കാലവും മാത്രം കണ്ടിട്ടുള്ളവരും നാലു ഋതുക്കൾ പാഠപുസ്തകങ്ങളിൽനിന്നു മാത്രം പഠിച്ചവരുമായ മലയാളികളായ നമ്മൾക്ക് ഇതൊരു പുതുമയാണ്. നമ്മുടെ മഴക്കാലവും വേനലുമായോ കൃത്യമായ ഒരു അതിർ വരമ്പ് കാണാൻ കഴിയില്ല. വടക്കെ ഇന്ത്യയിലെ കടുത്ത വേനലും അതിശൈത്യവും തമ്മിൽ ഈ വേർതിരിവ് വ്യക്തമാണെന്നത് വിസ്മരിക്കുന്നില്ല. ഈ സാഹചര്യത്തിൽ അമേരിക്കയിലെ ഋതുഭേദങ്ങളെക്കുറിച്ച് അറിയുന്നത് വിജ്ഞാനപ്രദമായിരിക്കും. അമേരിക്കയിലെ ഋതുഭേദങ്ങളും സമയ മേഖലയും അതിനു മുൻപ് അമേരിക്കയുടെ ഭൂമിശാസ്ത്രവും, അമേരിക്കയുടെ വിവിധ സമയ മേഖലകളെക്കുറിച്ചും (time zones) നമുക്ക് കാണാം.

അമേരിക്കൻ ഭൂപ്രകൃതിയുടെ പ്രത്യേകത

അമ്പതു സംസ്ഥാനങ്ങളിലായി വിസ്തൃതമായി കിടക്കുന്ന

അതിവിശാലമായ രാജ്യമാണ് അമേരിക്ക. ഇന്ത്യയുടെ മൂന്നിരട്ടിയോളം ഭൂപ്രദേശം വരുന്ന രാജ്യം പല സമയ മേഖലകളായി (ടൈം സോണുകൾ) തിരിച്ചിരിക്കുന്നു. ഈസ്റ്റ് സോൺ, വെസ്റ്റ് സോൺ, സെന്റർ സോൺ എന്നിങ്ങനെ മൂന്നു പ്രധാന സമയ മേഖലകളാണ് അറിയപ്പെടുന്നതെങ്കിലും ഏഴു സമയ മേഖലകൾ അമേരിക്കൻ ഐക്യനാടുകളിൽ നിലനില്ക്കുന്നു എന്നതാണ് ശരി. വ്യത്യസ്ത സമയ മേഖലകളുടെ വിവരം പട്ടിക1 കൊടുത്തിരിക്കുന്നു.

പട്ടിക 3.1 സമയ മേഖലകൾ

നമ്പർ	സമയ മേഖലകൾ	സമയം
1	പസിഫിക് മേഖല (Pacific time zone)	9 Pm
2	മൗണ്ടൻ മേഖല (Mountain time zone)	8 Pm
3	സെൻട്രൽ മേഖല (Central time zone)	10 Pm
4	ഈസ്റ്റേൺ മേഖല (Eastern time zone)	11 Pm

അമേരിക്ക 4 സ്റ്റാൻഡേർഡ് സമയ മേഖലകളായി (time zones) 1883 നവംബർ 18 ന് തിരിക്കപ്പെട്ടു. എന്നാൽ നിയമം അനുസരിച്ച് അമേരിക്കയിൽ 9 ഔദ്യോഗിക സമയ മേഖലകളുണ്ട്. ഇതോടൊപ്പം മനുഷ്യവാസമില്ലാത്ത അറ്റോൾസ് ഓഫ് ബേക്കർ ഐലൻഡും (Atolls of Baker Island) വേക്ക് ഐലൻഡും (Wake Island) ചേർത്താൽ മൊത്തം സമയ മേഖലകളുടെ എണ്ണം 11 ആകുന്നു. സമയ മേഖലകൾ സംബന്ധിച്ച തീരുമാനം എടുക്കാനുള്ള അധികാരം ഇന്റർസ്റ്റേറ്റ് കൊമേഴ്സ് കമ്മീഷനായിരുന്നു (ഐസിസി). എന്നാൽ 1967 മുതൽ യു എസ് ഡിപ്പാർട്ട്മെന്റ് ഓഫ് ട്രാൻസ്പോർട്ടേഷനാണ് (DOT) യു എസിലെ മിക്ക സംസ്ഥാനങ്ങളും പകൽ വെളിച്ചത്തിന്റെ സമയം (DTS) ഉപയോഗിക്കുന്നു.

പട്ടിക 3.2 സമയ മേഖലകൾ തിരിച്ചു സംസ്ഥാനങ്ങൾ

സമയ മേഖലകൾ	സംസ്ഥാനങ്ങൾ
I. പസിഫിക് മേഖല (Pacific time Zone) II. മൗണ്ടൻ മേഖല (Mountain time Zone) III. സെന്റർ മേഖല (Central time Zone)	വാഷിങ്ടൺ, ഒറിഗോൺ, കാലിഫോർണിയ, നെവാദ മൊണ്ടാന, ഇഡാഹോ, വ്യോമിങ്, യൂട്ടാ, കൊളറാഡോ നോർത്ത് ഡക്കോട്ട, മിനിസോട്ട, സൗത്ത് ഡക്കോട്ട, വിസ്കോൺസിൻ, നെബ്രാസ്ക, അയോവ, ഇല്ലിനോയി, കൻസാസ്, മിസോറി, കെന്റക്കി, ഒക്ലോഹമാ, അർകാൻസസ്, ടെന്നസി, ടെക്സസ്, ലൂസിയാന, മിസിസിപ്പി, അലബാമ

IV. ഈസ്റ്റേൺ മേഖല (Eastern Zone)	മിഷിഗൺ, ഇന്ത്യാന, ഒഹായോ, ജോർജിയ, ഫ്ളോറിഡ, ന്യൂയോർക്ക്, പെൻസിൽവേനിയ, വെസ്റ്റ് വെർ ജീനിയ, സൗത്ത് കരോലിന, വടക്കൻ കരോലിന, വെർജീനിയ, മെയ്ൻ, ന്യൂ ഹാംഷെയർ, മസാച്ചുസെറ്റ്സ്, റോഡ് ഐലൻഡ്, കണക്ടിക്കട്ട്, ന്യൂ ജേഴ്സി, ഡെലവെയർ, മേരിലാൻഡ്, ഡിസ്ട്രി. ഓഫ്കൊളംബിയ, വെർമോണ്ട്

ഋതുഭേദങ്ങൾ

ഇനി അമേരിക്കയിലെ ഋതുഭേദങ്ങളെക്കുറിച്ചു പരിശോധിക്കാം. വേനൽക്കാലത്ത് വടക്കൻ സംസ്ഥാനങ്ങളിൽ ശക്തമായ ചൂടനുഭവപ്പെടുന്നു. ചൂടുള്ള പകലും തണുപ്പുള്ള പ്രഭാതവും രാത്രിയും ഈ സമയത്തു പ്രകടമാണ്. ശരത് കാലത്ത്, രാജ്യത്തുടനീളം ഊഷ്മാവ് താഴുന്നു. ഈ സമയത്ത് ഇലകൾ ചുവപ്പ്, മഞ്ഞ, ഓറഞ്ച് എന്നീ നിറങ്ങളായി മാറുന്നു. തെക്കൻ സംസ്ഥാനങ്ങളിൽ ശൈത്യകാലം അത്ര തീവ്രമല്ല. വടക്കൻ, വടക്കുകിഴക്കൻ, മദ്ധ്യപൂർവ്വം, പടിഞ്ഞാറൻ പർവ്വതങ്ങളും ഗ്രേറ്റ് പ്ലെയിൻ മേഖലകളും പലപ്പോഴും മഞ്ഞു വീഴ്ചയും തണുത്ത താപനിലയും അനുഭവപ്പെടുന്നു. വസന്തകാലത്ത് താപനില ഉയരാറുണ്ട്. ഈ സമയത്ത് രാജ്യത്തുടനീളം മഴ സാധാരണമാണ്.

വസന്തം (Spring) മാർച്ച് 1 ന് ആരംഭിക്കുകയും മെയ് 31 വരെ നീളുകയും ചെയ്യുന്നു. മറ്റ് ഭൂഖണ്ഡങ്ങളിൽനിന്നും വ്യത്യസ്തമായി യു എസിലെ വസന്തകാലം കൃത്യമായ കലണ്ടർ ക്രമത്തിൽ വരുന്നു. മഞ്ഞുകാലം വിടപറയുന്നതോടെ സമ്പന്നമായ സസ്യജന്തുജാലങ്ങളും, ചെറുകാറ്റും സുന്ദരമായ സൂര്യപ്രകാശവും അനുഭവപ്പെടുന്നു. മാർച്ച് മാസത്തിൽ

വേനൽക്കാലം

18°C (64°F), മെയ് മാസത്തിൽ 22°C (71°F) താപനിലയുള്ള അമേരിക്കയിലെ വസന്ത കാലത്തെ ശരാശരി താപനില 12°C (53°F) ആയിരിക്കും അമേരിക്കയിൽ പോകുന്ന സഞ്ചാരികൾക്ക് ഏറ്റവും അനുയോജ്യമായ സമയം വസന്ത കാലമാണെന്ന് കണക്കാക്കപ്പെടുന്നു.

വേനൽക്കാലം (summer) ജൂൺ 1 മുതൽ ഓഗസ്റ്റ് 31 വരെയാണ്. വേനൽക്കാലം, പ്രത്യേകിച്ചും പോർട്ട്ലാൻഡ് മുതൽ കണക്ടിക്കട്ട് വരെയുള്ള പ്രദേശത്ത്, വർഷത്തെ മികച്ച സമയമായാണ് കണക്കാക്കുന്നത്. ഈ സമയത്ത് ഉയർന്ന വായു താപനിലയും ഈർപ്പവും കൊണ്ട് അനുകൂലമായ കാലാവസ്ഥ ഉണ്ടാകുന്നു. രാജ്യത്തിന്റെ വടക്കു-കിഴക്ക് ഭാഗം സാധാരണയായി വരണ്ടതും കാറ്റില്ലാത്തതുമായ കാലാവസ്ഥയാണ്. ഈ മേഖലയിലെ ശരാശരി താപനില 27°C (80°F) ആണ്. എന്നാൽ, മറ്റു സീസണുകളിലെപ്പോലെ എല്ലായിടത്തും കാലാവസ്ഥ ഒരേപോലെയല്ല.

ശരത്കാലം

ശരത്കാലം (Fall or autumn) സെപ്തംബർ 1 ന് ആരംഭിച്ച് നവംബർ 30 ന് അവസാനിക്കുന്നു. ശരത്കാലത്ത് വിനോദസഞ്ചാരികളുടെ ഒഴുക്ക് ഏറ്റവും കൂടുതലാണ്. സെപ്തംബർ മാസത്തിൽ തെക്കൻ സംസ്ഥാനങ്ങളിലെ ശരാശരി താപനില 25 ഡിഗ്രി സെൽഷ്യസാണ്. നവംബർ അവസാനത്തോടെ ഇത് സാധാരണയായി 10 ഡിഗ്രി സെൽഷ്യസ് (50°F) ലേക്ക് താഴുന്നു. ന്യൂ ഇംഗ്ലണ്ട്, ന്യൂയോർക്ക്, ലൂസിയാന, കരോളിന, റോക്കീസ് എന്നിവിടങ്ങളിലെ സസ്യങ്ങൾ അമേരിക്കയുടെ ശരത്കാല മഹത്ത്വംകൊണ്ട് മയക്കുന്ന സമയമാണിത്. കാലിഫോർണിയ സീസൺ ആസ്വദിക്കുന്ന ഈ സമയം രാജ്യത്തിന്റെ വടക്കൻ ഭാഗത്ത് മഞ്ഞുവീഴ്ച തുടങ്ങിക്കഴിഞ്ഞിരിക്കും.

ശൈത്യകാലം

ശൈത്യകാലം (Winter) അല്ലെങ്കിൽ ശിശിരം ഡിസംബർ 1 ന് ആരംഭിക്കുകയും ഫെബ്രുവരി 28 വരെ നീളുകയും ചെയ്യുന്നു. യു എസ് പ്രദേശം വളരെ വലുതായതിനാൽ ശീതകാലത്തെ കൃത്യമായ ശരാശരി താപനില കണ്ടെത്താൻ ബുദ്ധിമുട്ടാണ്. മിയാമിയിൽ ഡിസംബറിലെ താപനില 22 ഡിഗ്രി സെൽഷ്യസ് (71°F) വരെ ആയിരിക്കുമ്പോൾ ചിക്കാഗോയിൽ - 5°C (23°F) ആയിരിക്കും. അതേസമയം ടെക്സസിൽ മിതമായ ശൈത്യവും അനുഭവപ്പെടുന്നു. ശൈത്യകാലം ക്രിസ്മസ് ആഘോഷങ്ങളുടെ സമയമാണ്. ശൈത്യഅവധി ദിനങ്ങളിൽ നാട്ടുകാർക്ക് പ്രത്യേക ആഘോഷങ്ങളുടെ സമയമാണ്. വേണ്ടപ്പെട്ടവർക്കും, ഇഷ്ടക്കാർക്കും സമ്മാനങ്ങൾ നല്കുന്ന ഈ സമയം സ്ഥലങ്ങൾ സന്ദർശിക്കുന്നതും വിനോദയാത്രകൾ സംഘടിപ്പിക്കുന്നതും പതിവാണ്.

സീസൺ മാറുന്നതിനനുസരിച്ച് പല സംസ്ഥാനങ്ങളും സമയക്രമത്തിൽ മാറ്റം വരുത്തുന്നതിനാൽ പകൽ ദിനങ്ങൾ ഓരോ സംസ്ഥാനത്തും വ്യത്യാസപ്പെട്ടിരിക്കും. ഉദാഹരണത്തിന്, ശീതകാലത്ത് ന്യൂയോർക്കിൽ നാലുമണിക്ക് സൂര്യൻ അസ്തമിക്കുമ്പോൾ വേനൽക്കാലത്ത് ഇവിടെ സൂര്യൻ അസ്തമിക്കുന്നത് വൈകുന്നേരം ഒമ്പതരയാകുമെന്നു പറഞ്ഞാൽ അത് വിചിത്രമായി തോന്നാം. ഒരുപക്ഷേ, അതിലേറെ നമ്മെ അത്ഭുതപ്പെടുത്തുന്ന പ്രതിഭാസം ശിശിരത്തിൽ പകൽ സൂര്യൻ ജ്വലിച്ച് നില്ക്കുമ്പോൾ വെളിയിലിറങ്ങിയാൽ തണുത്തു മരിച്ചു പോകുന്ന അവസ്ഥയാണ്. ഇത് അറിയാൻ അമേരിക്കൻ ശിശിരകാലം നേരിൽ അറിയുക തന്നെ വേണ്ടിവരും. അതുപോലെ ഒരു സംസ്ഥാനത്ത് കൊടിയ തണുപ്പുള്ളപ്പോൾ മറ്റൊരു സംസ്ഥാനത്ത് മിതമായ കാലാവസ്ഥ അനുഭവപ്പെടുന്നു. ഇതിൽ നിന്ന്

വ്യത്യസ്തമായ കാലാവസ്ഥ നിലനില്ക്കുന്ന സംസ്ഥാനങ്ങളും അമേരിക്കയിലുണ്ട്. ഇതിന്റെ ഒരു ഗുണം ഏത് കാലാവസ്ഥയിൽ ജീവിക്കണമെന്നുള്ളവർക്കും പറ്റിയ സ്ഥലം അമേരിക്കയിൽ തെരഞ്ഞെടുക്കാമെന്നതാണ്. അമേരിക്കക്കാർ പെൻഷൻ പറ്റിയാൽ ചെലവ് കുറഞ്ഞു ജീവിക്കാവുന്ന നല്ല കാലാവസ്ഥയുള്ള സംസ്ഥാനം തേടി പോകാറുണ്ട്. കേരളത്തിലെ കാലാവസ്ഥയോട് സാമ്യമുള്ള കാലാവസ്ഥയാണ് ഫ്ളോറിഡ സംസ്ഥാനത്ത്. മാത്രമല്ല, കേരളത്തിൽ കിട്ടുന്ന മിക്ക കാർഷിക ഉല്പന്നങ്ങളും അവിടെ വിളയുകയും ചെയ്യുന്നു.

അമേരിക്കൻ ചരിത്രത്തിലൂടെ

ലോകത്തെ തന്നെ മികച്ച വികസിത രാജ്യമായ അമേരിക്കയുടെ ചരിത്രമറിയുന്നത് പലതുകൊണ്ടും പ്രസക്തമാണ്. അമേരിക്കൻ സ്വാതന്ത്ര്യത്തിനുശേഷമുള്ള ആധുനിക അമേരിക്കൻ ചരിത്രമെന്നും, അതിനു മുൻപുള്ള പൗരാണിക അമേരിക്കൻ ചരിത്രമെന്നും അമേരിക്കൻ ചരിത്രത്തെ രണ്ടായി തിരിക്കാം. കുറച്ചുകൂടി വ്യക്തമായി പറഞ്ഞാൽ ആധുനിക അമേരിക്കയുടെ ചരിത്രം ആരംഭിക്കുന്നത് 1776 ൽ അമേരിക്കയിലെ പതിമൂന്നു ബ്രിട്ടീഷ് കോളനികൾ ബ്രിട്ടീഷ് മേല്ക്കോയ്മ അവസാനിപ്പിച്ച് സ്വതന്ത്ര രാജ്യമായി പ്രഖ്യാപിക്കുന്നതോടെയാണ്. അതിനർത്ഥം ഇന്നത്തെ അമേരിക്കയുടെ വികസന ചരിത്രം കേവലം രണ്ടര നൂറ്റാണ്ടു മാത്രമാണെന്നാണ്. അയ്യായിരം വർഷത്തെ ചരിത്രം പറയുകയും ഇപ്പോഴും പശുവിനെ ആരാധിക്കണമെന്ന് ശഠിക്കുകയും ചെയ്യുന്ന നമ്മുടെ രാജ്യത്തിന് അമേരിക്കയുടെ നേട്ടത്തിൽനിന്നും പലതും പഠിക്കാനുണ്ട്.

ആധുനിക അമേരിക്കയുടെ ചരിത്രത്തിനു തുടക്കംകുറിക്കുന്നത് ബ്രിട്ടീഷുകാരനായ കൊളംബസ് ദിശമാറി 1492 ൽ അമേരിക്കയിൽ എത്തുന്നതോടെയാണ്. കൊളംബസിന്റെ ദിശമാറ്റം ചരിത്രത്തിന്റെ ദിശ തന്നെ മാറാൻ കാരണമായെന്നത് വസ്തുതയാണ്. മറ്റു രാജ്യങ്ങൾ കണ്ടുപിടിക്കുന്നതും അവിടെനിന്നും കഴിയുന്നത്ര വിഭവങ്ങൾ കൊള്ളയടിച്ചു കൊണ്ടുവരികയെന്നതും അക്കാലഘട്ടത്തിലെ ബ്രിട്ടീഷ് നയമായിരുന്നു. ഇന്ത്യയിലെ വിഭവങ്ങൾ തേടിയിറങ്ങാൻ കൊളംബസിനെയും സംഘത്തെയും പ്രേരിപ്പിച്ചതിന്റെ കാരണവും മറ്റൊന്നായിരുന്നില്ല (Philip 1886). കണ്ടുപിടിക്കപ്പെടുന്ന പുതിയ രാജ്യങ്ങൾ ബ്രിട്ടീഷ് രാജഭരണത്തിനു കീഴിൽ വരുന്നതോടൊപ്പം ആ രാജ്യവും രാജ്യത്തെ സ്വത്തും

ബ്രിട്ടീഷ് രാജഭരണത്തിന്റേതായി മാറുക എന്നതും കീഴ്‌വഴക്കമായിരുന്നു (Salisbury 1996). ഇതുതന്നെ അമേരിക്കയുടെ കാര്യത്തിലും സംഭവിച്ചു.

കൊളംബസിന്റ വരവ് അമേരിക്കയിൽ വളരെക്കാലത്തേക്ക് കാര്യമായ ചലനമൊന്നും ഉണ്ടാക്കിയില്ല. ബ്രിട്ടീഷ് കോളനികൾ അമേരിക്കയിൽ സ്ഥാപിപ്പിക്കുന്നതുതന്നെ വളരെ കാലങ്ങൾക്കുശേഷമാണ്. ഇതിനു പ്രധാന കാരണമായി പറയപ്പെടുന്നത് തദ്ദേശീയരായ അമേരിക്കക്കാരുടെ സംസ്കാരവും ജീവിതരീതിയുമായിരുന്നു. മാത്രമല്ല, അവർ വ്യത്യസ്തങ്ങളായ ഭാഷകൾ സംസാരിച്ചിരുന്നതായും ബെർഖോഫെർ സാക്ഷ്യപ്പെടുത്തുന്നു (Berkhofer 1978). ഒറ്റപ്പെട്ട ചെറിയ ചെറിയ സമൂഹങ്ങളായി ജീവിച്ചിരുന്ന അവർ സാമ്പത്തിക, രാഷ്ട്രീയ, സാംസ്കാരിക രംഗങ്ങളിൽ മെച്ചപ്പെട്ട നിലവാരം പുലർത്തുന്നവരുമായിരുന്നു (Salisbury 1996). അമേരിക്കയിൽ കോളനികൾ സ്ഥാപിക്കാൻ തുടക്കത്തിൽ താല്പര്യം കാണിക്കാതിരുന്ന ബ്രിട്ടീഷുകാർ മെല്ലെ ആ വഴിക്കു ചിന്തിച്ചു തുടങ്ങി. അതുവഴി അമേരിക്കയിൽ അവരുടെ ആധിപത്യം സ്ഥാപിക്കലായിരുന്നു ലക്ഷ്യം.

അമേരിക്കയിലെത്തിയ ബ്രിട്ടീഷുകാർ ഭൂമിയിൽ ആധിപത്യം സ്ഥാപിക്കാനാണ് ആദ്യം ശ്രമിച്ചത്. ഇതിനായി അവിടെ നിലനിന്നിരുന്ന ഭൂവിതരണ സംവിധാനത്തിലും ഉടമസ്ഥ അവകാശത്തിലും ഇടപെടൽ നടത്തി അവർക്കു ഗുണകരമായി മാറ്റംവരുത്താൻ ശ്രമിച്ചു. അക്കാലത്ത് ഭൂമിക്ക് പൊതു ഉടമസ്ഥാ രീതിയായിരുന്നു അമേരിക്കയിൽ നിലനിന്നിരുന്നത്. ഭൂമി ഉപയോഗിക്കുകയോ അതിൽ കൃഷി നടത്തുകയോ ചെയ്യുന്നവർക്കായിരുന്നു ഭൂമിയുടെമേൽ അവകാശം. മറ്റൊരു വിധത്തിൽ പറഞ്ഞാൽ ഭൂമിയുടെമേൽ സ്വകാര്യ സ്വത്തവകാശം സ്ഥാപിക്കുന്ന ഒരു സംവിധാനവും അക്കാലത്ത് അമേരിക്കക്കാർക്കിടയിൽ ഉണ്ടായിരുന്നില്ല. അമേരിക്കൻ ഇന്ത്യക്കാർ എന്നറിയപ്പെടുന്ന തദ്ദേശീയരിൽനിന്നും ബ്രിട്ടീഷ് കുടിയേറ്റക്കാർ ഭൂമി വാങ്ങുമ്പോൾ അതിന്റെ പൊരുളെന്തെന്നുപോലും അവിടത്തുകാർ മനസ്സിലാക്കിയിരുന്നില്ലെന്നാണ് പറയപ്പെടുന്നത് (LeFevre 1966:21).

അമേരിക്കയിൽ കോളനി സ്ഥാപിക്കുന്നതിൽനിന്നും ബ്രിട്ടീഷുകാരെ നിരുത്സാഹപ്പെടുത്തിയ പല ഘടകങ്ങളുമുണ്ട്. അതിൽ ഒരു ഘടകം അമേരിക്കയിലെ വൈവിദ്ധ്യമാർന്ന ഭൂപ്രദേശവും അസ്ഥിരമായ രാഷ്ട്രീയ സാഹചര്യവും ആയിരുന്നു. 1598 ൽ, ആദ്യ ബ്രിട്ടീഷ്കോളനി ഇന്നത്തെ ന്യൂമെക്സിക്കോ സ്റ്റേറ്റിൽ സ്ഥാപിക്കപ്പെടുന്നത് കൊളംബസ് അമേരിക്കയിലെത്തി നൂറിലേറെ വർഷം കഴിഞ്ഞായിരുന്നു. ഇതോടെ അമേരിക്കയിലെ രണ്ടു നൂറ്റാണ്ടോളം നീണ്ട ബ്രിട്ടീഷ് കോളനി വാഴ്ച ആരംഭിക്കുകയായിരുന്നു എന്നത് ചരിത്രം. 1607 നും 1733 നുമിടയിൽ ഡെലവെയർ, പെൻസിൽവാനിയ, ന്യൂജേഴ്സി, ജോർജിയ, കണക്റ്റികട്ട്, മസാച്യുസെറ്റ്സ് ബേ, മെരിലാൻഡ്, സൗത്ത് കരോലിന, ന്യൂ ഹാംഷെയർ, വെർജീനിയ, ന്യൂയോർക്ക്, നോർത്ത് കരോലിന, റോഡ്രെ ദ്വീപ്,

പ്രൊവിഡൻസ് പ്ലാന്റേഷൻസ് എന്നിവിടങ്ങളിലായി 13 ബ്രിട്ടീഷ് കോളനികൾ സ്ഥാപിക്കപ്പെട്ടു. ബ്രിട്ടീഷ് കുടിയേറ്റക്കാരുടെ ആഗമനത്തിനു മുൻപുതന്നെ അമേരിക്കയിലെ പല മേഖലകളും, സാംസ്കാരിക കേന്ദ്രങ്ങളും തകർച്ചയെ നേരിട്ട് കഴിഞ്ഞിരുന്നു. ഇത്തരം ദൗർബല്യങ്ങൾ ബ്രിട്ടീഷ് കോളനി വികസിപ്പിക്കുന്നതിനും ബ്രിട്ടീഷ് ആധിപത്യം അമേരിക്കയിൽ വ്യാപിപ്പിക്കുന്നതിനും കുടിയേറ്റക്കാർക്ക് ഏറെ സഹായകമായി.

ബ്രിട്ടീഷ് കോളനികൾ സ്ഥാപിതമായതോടെ ഒരു പുത്തൻ സാമ്പത്തികവും, രാഷ്ട്രീയവും സാംസ്കാരികവുമായ അടിത്തറ അമേരിക്കയിൽ രൂപപ്പെടുകയായിരുന്നു. അമേരിക്കയിൽ വന്ന ബ്രിട്ടീഷ് കുടിയേറ്റക്കാരിൽ പലരുടെയും മോഹം സമ്പന്നതയുടെ ഒരു പുത്തൻലോകം അവരുടേയതായി അമേരിക്കയിൽ തീർക്കുകയെന്നതായിരുന്നു (Salisbury 1996: 454). ഇങ്ങനെ വന്നവരാണ് തദ്ദേശീയരിൽനിന്നും ആദ്യം സ്ഥലം വാങ്ങി അവിടെ സ്ഥിരം താമസമാക്കിയത്. ഓരോ കോളനിവാസിക്കും അവരുടെ ആവശ്യത്തിനുള്ള സ്ഥലം സ്വന്തമാക്കുന്നതിന് ഒരു തടസ്സവും അക്കാലത്തില്ലായിരുന്നു. ഇങ്ങനെ സ്വന്തമാക്കുന്ന സ്ഥലം അവർക്കും അവരുടെ പിന്മുറക്കാർക്കും എത്ര കാലം വേണമെങ്കിലും ഉപയോഗിക്കുവാനും കഴിയുമായിരുന്നു. കൃഷിക്കാരായാൽ മാത്രമേ നിലനില്ക്കാനും കോളനികൾ നിലനിർത്താനും കഴിയൂ എന്ന് കൃഷിക്കാരായവരും കൃഷിക്കാരാകാൻ ആഗ്രഹിച്ചവരുമായ കുടിയേറ്റക്കാർ അതിനോടകം തിരിച്ചറിഞ്ഞു കഴിഞ്ഞിരുന്നു. അതിനാൽ, കഴിയുന്നത്ര ഭൂമി കൈവശമാക്കാൻ ഓരോ കുടിയേറ്റക്കാരനും ശ്രമിച്ചു (Jensen 1969). കാലികമായ ആവശ്യങ്ങൾക്ക് ഉപയോഗിക്കുന്നതിലുപരി ഭാവിയിൽ ഇതു ലാഭകരമായി ഉപയോഗിക്കണം എന്ന ലാക്കും ഇവർക്കുണ്ടായിരുന്നു. ഈ നടപടി വൻതോട്ടങ്ങളും അതിന്റെ അധിപരായി ഭൂസ്വാമിമാരും ക്രമേണ ഉദയം ചെയ്യുന്നതിന് കാരണമായി (Philip 1886).

ഇക്കാലയളവിലൊക്കെ തദ്ദേശീയരുമായി നല്ല ബന്ധം നിലനിർത്താൻ കുടിയേറ്റക്കാർ പ്രത്യേകം ശ്രദ്ധിച്ചിരുന്നുവെന്നു മാത്രമല്ല പരസ്പരം സാധനങ്ങൾ കൈമാറുന്നതിൽ താല്പര്യം കാണിക്കുകയും ചെയ്തിരുന്നു. ഭൂമി കേന്ദ്രീകൃതമായ ആവാസ വ്യവസ്ഥ ശക്തമായതോടെ ഇത്തരം ബന്ധങ്ങൾ ദുർബ്ബലമായി. പതിനെട്ടാം നൂറ്റാണ്ടിന്റെ പകുതിയോടെ ഇത്തരം ബന്ധങ്ങൾ ശിഥിലമായെന്നു മാത്രമല്ല തദ്ദേശീയരിൽ പലരും അവരവരുടെ കുറ്റിയിൽ നിന്നൊഴിഞ്ഞു പോകാൻ നിർബ്ബന്ധിതരാകുകയും ചെയ്തു. അവശേഷിച്ചവർ പല സ്ഥലങ്ങളിലായി ചിതറിപ്പോകുകയും അവരുടേതായ മാളങ്ങളിൽ ഒതുങ്ങുകയും ചെയ്തു. മറ്റൊരു വിധത്തിൽ പറഞ്ഞാൽ, ബ്രിട്ടീഷ് കോളനികൾ രൂപീകരിക്കപ്പെട്ടതോടെ തദ്ദേശീയരായ അമേരിക്കക്കാർക്ക് അവരുടെ സ്ഥിരം ആവാസകേന്ദ്രങ്ങൾ നഷ്ടപ്പെടാൻ കാരണമായി (Jensen 1969). വ്യക്തമായ ഭൂവിനിമയ നിയമം അമേരിക്കയിൽ ഇല്ലാതിരുന്നതിനാൽ കുടിയേറ്റക്കാർ യൂറോപ്യൻ നിയമങ്ങൾ ഇവിടേക്ക് പറിച്ചുനട്ടു.

അടിമ വ്യാപാരത്തിന്റ തുടക്കം

ബ്രിട്ടീഷ് ഭൂനിയമം പറിച്ചു നട്ടതിലൂടെ ഭൂസ്വാമിമാർക്ക് വൻ അധികാരം കൈവരികയും യൂറോപ്പിൽ നിലനിന്നിരുന്ന അടിമവ്യാപാരം പറിച്ചുനടാൻ അത് സഹായകമാകുകയും ചെയ്തു. 1598 ൽ, ആദ്യ ബ്രിട്ടീഷ് കോളനി സ്ഥാപിച്ചതു മുതൽ ബ്രിട്ടീഷുകാരായ സേവകരെയാണ് (indentured servants) കുടിയേറ്റക്കാരായ ഭൂസ്വാമിമാർ ആശ്രയിച്ചിരുന്നത്. പതിനേഴാം നൂറ്റാണ്ടിന്റെ തുടക്കത്തോടെ ബ്രിട്ടീഷ് ഭൂസ്വാമിമാരുടെ ശ്രദ്ധ ആഫ്രിക്കയിലെ വില കുറഞ്ഞ തൊഴിലാളികളിലേക്കു തിരിഞ്ഞു. ഇരുപത് ആഫ്രിക്കക്കാരുമായി 1619 ൽ ഡച്ചു കപ്പൽ വെർജീനിയയിലെ ജെയിംസ് ടൗണിലെ ബ്രിട്ടീഷ് കോളനിയിൽ എത്തിയതോടെ നൂറ്റാണ്ടുകൾ നീണ്ടുനിന്ന അടിമ വ്യവസ്ഥ അമേരിക്കയിൽ ആരംഭിക്കുകയായിരുന്നു.

പതിനേഴാം നൂറ്റാണ്ടിന്റ തുടക്കത്തിൽ ആഫ്രിക്കയിൽനിന്നും കറുത്തവരായ അടിമകളെ കൊണ്ടുവരാൻ തുടങ്ങിയ നടപടി ക്രമേണ അമേരിക്കൻ കോളനികളിലാകെ വ്യാപിച്ചു. പതിനേഴാം നൂറ്റാണ്ടിൽ മാത്രം ഏകദേശം അറുപതു ലക്ഷത്തിനും എഴുപതുലക്ഷത്തിനുമിടയിൽ ആഫ്രിക്കക്കാരായ അടിമകളെ അമേരിക്കയിൽ കൊണ്ടുവന്നു എന്നാണു കണക്കുകൾ സൂചിപ്പിക്കുന്നത്. പതിനെട്ടാം നൂറ്റാണ്ടിലും കറുത്തവരായ ആഫ്രിക്കൻ അടിമകളെ കൊണ്ടുവരുന്നത് തുടർന്നുകൊണ്ടേയിരുന്നു. ഈ കറുത്ത ജനതയുടെ കഠിനാദ്ധ്വാനമാണ് ഇന്നത്തെ അമേരിക്കയുടെ സാമ്പത്തിക അടിത്തറ പാകിയതെന്നതാണ് ചരിത്രപരമായ വസ്തുത. പതിനേഴ്, പതിനെട്ട് നൂറ്റാണ്ടുകളിൽ, കറുത്തവരായ അടിമകൾ തെക്കൻ തീരത്തെ പുകയിലപ്പാടങ്ങളിലും, വയലുകളിലും, തോട്ടങ്ങളിലും പണിയെടുത്തു പോന്നിരുന്നു. പരുത്തി നൂല് നൂല്ക്കുന്ന യന്ത്രം കണ്ടുപിടിച്ചതോടെ അടിമകളുടെ ആവശ്യം കൂടുകയും തെക്കൻ സംസ്ഥാനങ്ങളിൽ അടിമവ്യാപാരം വർദ്ധിക്കയും ചെയ്തു.

അമേരിക്കയിൽ ആഭ്യന്തര യുദ്ധ സമയം (ഏപ്രിൽ 12, 1861മെയ് 1865) തെക്കൻ സംസ്ഥാനങ്ങളിലെ ജനസംഖ്യയിൽ ഏതാണ്ട് മൂന്നിലൊന്ന് അടിമകളായിരുന്നു. മിക്ക തോട്ട ഉടമകൾക്കും അൻപതിനടുത്ത അടിമകൾ ഉണ്ടായിരുന്നു. ഇതിൽ ബഹുഭൂരിപക്ഷവും വലിയ തോട്ടങ്ങളിലോ ചെറിയ കൃഷിയിടങ്ങളിലോ ആയിരുന്നു താമസിച്ചിരുന്നത്. അടിമകളുടെ ജീവിതത്തിൽ ഉടമകൾ വേണ്ടതിൽ കൂടുതൽ അവകാശം സ്ഥാപിച്ചിരുന്നു. അവരുടെ ജീവിതം നിയന്ത്രിക്കുന്ന പ്രത്യേക നിയമം തന്നെ നിലനിന്നിരുന്നു. അവരുടെ സഞ്ചാരംപോലും നിയന്ത്രിക്കപ്പെട്ടിരുന്നു. അടിമകൾ എഴുതുന്നതും വായിക്കുന്നതും നിഷിദ്ധമായിട്ടായിരുന്നു കണക്കാക്കിയിരുന്നത്. അടിമകൾക്കിടയിൽ ശക്തമായ അധികാര ശ്രേണി (hierarchy) നിലനിന്നിരുന്നു. അടിമകളിൽത്തന്നെ നൈപുണ്യമുള്ള ജോലിചെയ്യുന്നവർ, ആശാരിമാർ എന്നിവർ വെറും കായിക അദ്ധ്വാനം മാത്രം ചെയ്യുന്ന അടിമകളിൽനിന്നും വേറിട്ടു നിന്നു. ഈ അന്തരം

ഉടമയ്ക്കെതിരെ സംഘടിക്കുന്നതിൽനിന്നും അവരെ പിന്തിരിപ്പിച്ചിരുന്നു. അമേരിക്കയിലെ അടിമ വ്യവസ്ഥ ഇന്ത്യയിലെ ജന്മിത്തവുമായി ഏറെ സാമ്യം ഉള്ളതായി കാണാം.

എന്നാൽ അടിമകളായ സ്ത്രീകളെ ലൈംഗികമായി ഉപയോഗിക്കുന്നതിന് ഈ അടിമ-ഉടമ ബന്ധമൊന്നും തടസ്സമായിരുന്നില്ല. അതിനു തയ്യാറാകുന്ന സ്ത്രീകൾക്ക് പ്രത്യേക പരിഗണന നല്കുന്നതും മറ്റുള്ളവരെ ഉപദ്രവിക്കുന്നതും പതിവായിരുന്നു. ചെറുത്തുനില്പിന്റെ പ്രത്യാഘാതങ്ങൾ പലപ്പോഴും ഭൗതികമായ അടിച്ചമർത്തലുകളുടെ രൂപത്തിൽ വന്നു. അങ്ങനെ, അടിമകൾ പലപ്പോഴും വെപ്പാട്ടികളാകാൻ നിർബ്ബന്ധിക്കപ്പെട്ടു. പലപ്പോഴും വിവാഹിതരായ യജമാനന്മാരുടെ കുടുംബബന്ധത്തെ ബാധിക്കുകയും യജമാനനും യജമാനത്തിയും തമ്മിലുള്ള സംഘർഷത്തിനും വിദ്വേഷത്തിനും കാരണമായി മാറുകയും ചെയ്യുമായിരുന്നു. ഇതിന്റെ മറ്റൊരു വശം, ഇത്തരം ബന്ധത്തിലൂടെ വംശീയത കലർന്ന കുട്ടികൾ ഉണ്ടായി എന്നതാണ്. പക്ഷേ, കറുത്തവർഗ്ഗ അടിമയിൽ ഉണ്ടായ വെള്ളക്കാരന്റെ കുട്ടികളും അടിമകളായി തുടരേണ്ടി വന്നു (Feldstein 1971).

തെക്കൻ സംസ്ഥാനങ്ങളിൽ അടിമത്തം പ്രചാരം നേടിയപ്പോഴും അമേരിക്കയിലെ വടക്കൻ സംസ്ഥാനങ്ങളിൽ ഈ സമ്പ്രദായം വ്യാപകമായിരുന്നില്ല. എന്നാൽ വടക്കൻ സംസ്ഥാനങ്ങളിലെ പല ബിസിനസുകാരും അടിമക്കച്ചവടത്തിലൂടെ വൻ പണക്കാരായി മാറി എന്നു മാത്രമല്ല തെക്കൻ സംസ്ഥാനങ്ങളിലെ തോട്ടങ്ങളിൽ മുതൽ മുടക്കി വൻ ലാഭമുണ്ടാക്കുകയും ചെയ്തു. യു എസ് കോൺഗ്രസ് 1808 ൽ ആഫ്രിക്കൻ അടിമ വ്യാപാരം നിയമവിരുദ്ധമായി പ്രഖ്യാപിച്ചെങ്കിലും ആഭ്യന്തര അടിമ വ്യാപാരം ശക്തമായിത്തന്നെ തുടർന്നു പോന്നു. മാത്രമല്ല തുടർന്നുള്ള അമ്പതു വർഷത്തിനകം അടിമകളുടെ എണ്ണം മൂന്നിരട്ടിയായി വർദ്ധിച്ചു. 1860 എത്തുമ്പോൾ അടിമകളുടെ എണ്ണം നാല്പതു ലക്ഷത്തോളം എത്തിയതായും അതിൽ പകുതിയും ചണം ഉല്പാദിപ്പിക്കുന്ന തെക്കൻ സംസ്ഥാനങ്ങളിൽ ആയിരുന്നുവെന്നും കാണാം.

ബ്രിട്ടീഷ് കോളനിവാഴ്ചയുടെ അന്ത്യം

അമേരിക്കൻ ചരിത്രത്തിലെ എടുത്തു പറയേണ്ട സംഭവമാണ് 1754-1763 കാലത്ത് ബ്രിട്ടീഷ് അമേരിക്കൻ കോളനിയും ന്യൂഫ്രാൻസും തമ്മിൽ നടന്ന യുദ്ധം. ഈ യുദ്ധമാണ് ഇന്നത്തെ അമേരിക്കയുടെ രൂപീകരണത്തിന്റെ മൂലകാരണമെന്നു പറയാം. നോർത്ത് അമേരിക്ക ആരുടെ നിയന്ത്രണത്തിലായിരിക്കണമെന്ന തർക്കത്തിൽനിന്നും രൂപപ്പെട്ടതാണീ യുദ്ധം. യുദ്ധം വിജയിച്ചതോടെ നോർത്ത് അമേരിക്കയുടെ നിയന്ത്രണം 1763 ൽ ബ്രിട്ടൻ ഏറ്റെടുത്തു. അങ്ങനെ കാനഡയിലെ ഫ്രഞ്ച് സംസാരിക്കുന്ന പ്രദേശവും അമേരിക്കയിലെ പതിമൂന്നു കോളനികളും ബ്രിട്ടീഷ് നിയന്ത്രണത്തിൽ വന്നു. യുദ്ധം വിജയിച്ചു കഴിഞ്ഞപ്പോൾ അതിന്റെ

ചെലവ് കോളനി വാസികളിൽനിന്നും നികുതിയായി പിരിച്ചെടുക്കാൻ ബ്രിട്ടീഷ് സർക്കാർ തീരുമാനിച്ചു. ഇത് കോളനി വാസികളുടെ വൻ പ്രതിഷേധത്തിന് ഇടയാക്കി. ബ്രിട്ടീഷ് ആധിപത്യം കോളനികളുടെ മേൽ അടിച്ചേല്പിച്ചെന്നായിരുന്നു ആക്ഷേപം. ബ്രിട്ടീഷുകാർ പറയുന്ന നികുതി നല്കണമെങ്കിൽ ബ്രിട്ടീഷുകാർക്ക് നല്കുന്ന എല്ലാ അവകാശവും കോളനിവാസികൾക്കും നല്കണമെന്നായിരുന്നു അവരുടെ ആവശ്യം. എന്നാൽ ഈ ആവശ്യം ബ്രിട്ടീഷ് ഗവണ്മെന്റ് തള്ളിക്കളഞ്ഞു. ഇതാവട്ടെ കോളനിയുടെ പൂർണ്ണ സ്വാതന്ത്ര്യത്തിനുള്ള കലാപത്തിനു കാരണമായി. ഈ കലാപത്തിനൊടുവിൽ പതിമൂന്നു കോളനികൾ ചേർന്ന് കോണ്ടിനെന്റൽ കോൺഗ്രസ് എന്ന സംഘടന രൂപീകരിക്കുകയും 1776 ൽ കോളനികൾ സ്വതന്ത്രമായി പ്രഖ്യാപിച്ചുകൊണ്ട് ഭൃത്യന് സമമായി യുണൈറ്റഡ് സ്റ്റേറ്റ്സ് ഓഫ് അമേരിക്ക എന്ന സംവിധാനം രൂപീകരിക്കുകയും ചെയ്തു. തുടർന്ന് ബ്രിട്ടീഷ് പാർലമെന്റിനു സമാനമായ പാർലമെന്റ് രൂപീകരിച്ച് നിയമനിർമ്മാണ സഭയ്ക്ക് രൂപംകൊടുക്കുകയും ചെയ്തു.

അമേരിക്ക സ്വതന്ത്രമായിട്ടും അടിമകളുടെ കാര്യത്തിൽ കാര്യമായ മാറ്റമൊന്നും ഉണ്ടായില്ല. അടിമ വ്യാപാരം പൂർണ്ണമായും അവസാനിപ്പിക്കാൻ പല സംസ്ഥാനങ്ങളും തയ്യാറല്ലായിരുന്നു. ഇരുപത്തിനാലാം സംസ്ഥാനമായി മിസ്സോറിയെ യൂണിയൻ സർക്കാരിന്റെ ഭാഗമാക്കുമ്പോൾ യൂണിയൻ സർക്കാരിൽ പന്ത്രണ്ട് അടിമ സംസ്ഥാനങ്ങളും അത്രതന്നെ സ്വതന്ത്ര സംസ്ഥാനങ്ങളും ഉണ്ടായിരുന്നു. ചില സംസ്ഥാനങ്ങൾ അടിമ വ്യാപാരം നിലനിർത്തുന്നതിന് വേണ്ടി ശക്തമായി വാദിച്ചു. 1820 ൽ ഫെഡറൽ സംസ്ഥാനമാകാനുള്ള മിസ്സോറിയുടെ അപേക്ഷ അടിമത്തം നിയന്ത്രിക്കാനുള്ള ഫെഡറൽ ഗവണ്മെന്റ് അവകാശം സംബന്ധിച്ച ചർച്ച ഒത്തുതീർപ്പിലെത്തിച്ചു. മിസോറിയെ അടിമ സംസ്ഥാനമായാണ് അമേരിക്കൻ യൂണിയനിൽ ഉൾപ്പെടുത്തിയത്. മെയ്ൻ അടിമകൾ സ്വതന്ത്രരായ സംസ്ഥാനമായും മിസ്സോറിയുടെ തെക്കേ അതിരിനു വടക്കുള്ള എല്ലാ പടിഞ്ഞാറേ ഭൂപ്രദേശവും അടിമകൾ ഇല്ലാത്ത സംസ്ഥാനങ്ങളായും പ്രഖ്യാപിച്ചു. അടിമ സംസ്ഥാനങ്ങളും സ്വതന്ത്ര സംസ്ഥാനങ്ങളും തമ്മിൽ ഒരു തുല്യത വരുത്താൻ കഴിഞ്ഞില്ലെങ്കിലും വിഭാഗീയതയ്ക്ക് താല്ക്കാലിക തടയിടാൻ ഇതുമൂലം കഴിഞ്ഞു.

ഇതിനോടകം അടിമകളുടെ ഒറ്റപ്പെട്ട പ്രതിഷേധങ്ങൾ അവിടവിടെ തലപൊക്കി തുടങ്ങിയിരുന്നു. 1800 ൽ അടിമകളുടെ ഒരു കലാപം പൊട്ടിപ്പുറപ്പെട്ടെങ്കിലും അതു വിജയം കണ്ടില്ല. എന്നാൽ 1831 ആഗസ്ത് മാസത്തിൽ നാറ്റ് ടർണറുടെ (Nat Turner) നേതൃത്വത്തിൽ വെർജീനിയയിലെ സൗത്ത് ആംപ്ടൺ കൗണ്ടിയിൽനിന്നും അടിമകൾ തുടങ്ങിയ സൗത്ത് ആംപ്ടൺ മുന്നേറ്റം (The Southampton Insurrection) വെള്ളക്കാരായ മുതലാളിമാരെ ഭയപ്പെടുത്തി. ടർണർ നേതൃത്വം കൊടുത്ത കലാപം വെർജീനിയയിൽ തോട്ടങ്ങളിൽനിന്നും തോട്ടങ്ങളിലേക്ക് അടിമകളെ

സംഘടിപ്പിച്ചു മുന്നേറി. വഴി നീളെ അവർ ആളെ സംഘടിപ്പിക്കുക മാത്രമല്ല ആയുധങ്ങൾ ശേഖരിക്കുകയും കുതിരകളെ സംഘടിപ്പിക്കുകയും ചെയ്തു. കടന്നു പോയ വഴിയിൽ ഉണ്ടായിരുന്ന മുഴുവൻ അടിമകളെയും അവർ മോചിപ്പിക്കയും കലാപത്തിൽ താല്പര്യമുള്ളവരെ ചേർക്കുകയും ചെയ്തു. സർക്കാർ സംവിധാനത്തിനും, വെള്ളക്കാരുടെ സായുധ സേനയ്ക്കും ചെറുത്തുനില്ക്കാൻ കഴിയും മുൻപ് എഴുപത്തഞ്ചോളം വരുന്ന കറുത്ത വർഗ്ഗക്കാരായ ടർണറുടെ സംഘം അറുപതോളം വെള്ളക്കാരെ വധിച്ചു കഴിഞ്ഞു.

കലാപകാരികൾക്ക് സർക്കാർ സംവിധാനത്തോട് എതിർത്ത് നില്ക്കാൻ കഴിഞ്ഞില്ല. ഏറ്റുമുട്ടലിൽ വെള്ളക്കാരുടെ സായുധ സേനയും സർക്കാർ സേനയുംകൂടി കലാപത്തെ അടിച്ചമർത്തി. അടിച്ചമർത്തലിൽ കലാപവുമായി ഒരു ബന്ധമില്ലാത്തവർ ഉൾപ്പെടെ 120 ഓളം കറുത്ത വർഗ്ഗക്കാർ കൊല്ലപ്പെട്ടു. ഈ കലാപത്തെ നീചവും അപരിഷ്കൃതവുമായ നടപടിയായിട്ടാണ് അടിമത്തത്തെ പിന്തുണയ്ക്കുന്നവർ കണ്ടത്. ഇത്തരം നടപടി ഇനിയും ആവർത്തിക്കാതിരിക്കാൻ കൂടുതൽ നടപടികൾ അവർ ആവശ്യപ്പെട്ടു. തെക്കൻ സംസ്ഥാനങ്ങളിൽ ഇത്തരം സംഭവങ്ങൾ ആവർത്തിക്കപ്പെടുമോയെന്ന ഭയംമൂലം അടിമകളുടെ വിദ്യാഭ്യാസവും സഞ്ചാര സ്വാതന്ത്ര്യവും കൂട്ടംകൂടുന്നതും നിയന്ത്രിക്കുന്ന നിയമം കർക്കശമാക്കി. നാറ്റ് ടർണറുടെ നേതൃത്വത്തിൽ നടന്ന കലാപത്തിൽ പങ്കെടുത്തവരെ പിന്നീട് നടന്ന നിയമ നടപടിയിൽ കുറ്റവാളികളായി വിധിക്കുകയും 18 പേരെ തൂക്കി കൊല്ലുകയും, 14 പേരെ നാടുകടത്തുകയും 32 പേരെ വെറുതെ വിടുകയും ചെയ്തു. രണ്ടു മാസക്കാലം ഒളിവിൽ കഴിഞ്ഞ ടർണറെ പിന്നീട് പിടികൂടി കുറ്റവാളിയായി വിധിച്ച് തൂക്കിക്കൊന്നു. താല്ക്കാലികമായി കലാപത്തെ അടിച്ചമർത്താൻ അധികാരികൾക്ക് കഴിഞ്ഞെങ്കിലും താമസിയാതെ വടക്കൻ സംസ്ഥാനങ്ങളിലെ അടിമത്തം അവസാനിപ്പിക്കാനായുള്ള പ്രസ്ഥാനം ശക്തിപ്പെട്ടു.

നാറ്റ് ടാർണർ

അടിമത്തത്തിനെതിരായ പ്രസ്ഥാനം വടക്കൻ സംസ്ഥാനങ്ങളിൽ, 1830 മുതൽ 1860 വരെയുള്ള കാലഘട്ടത്തിൽ ശക്തി പ്രാപിച്ചു. ഇതിന്റെ പിന്നിൽ പ്രവർത്തിച്ചവരുടെ കൂട്ടത്തിൽ അടിമയല്ലാത്ത കറുത്ത വർഗ്ഗക്കാരനായ ഫെഡെറിക് ഡഗ്ലസ് (Federick Douglass) പോലുള്ളവർക്കൊപ്പം വെള്ളക്കാരായ വില്യം ലോയ്ഡ് ഗാരിസൺ (William Lloyd Garrison), ഹാരിയറ്റ് ബീച്ചർ സ്റ്റോവെ (Harriet Beecher Stowe) തുടങ്ങിയവരും ഉണ്ടായിരുന്നു. ഇതിൽത്തന്നെ ഒരുകൂട്ടർ അടിമത്തം പാപമാണെന്നു വിശ്വസിച്ചിരുന്നു. മറ്റൊരു കൂട്ടർ മതപരമായ കാരണങ്ങളാൽ അടിമത്തത്തെ എതിർത്തിരുന്നു. തെക്കൻ സംസ്ഥാനത്ത് അടിമത്തത്തെ എതിർത്തും അതിനോടേറ്റുമുട്ടിയും നിരവധി അടിമകൾ വടക്കൻ

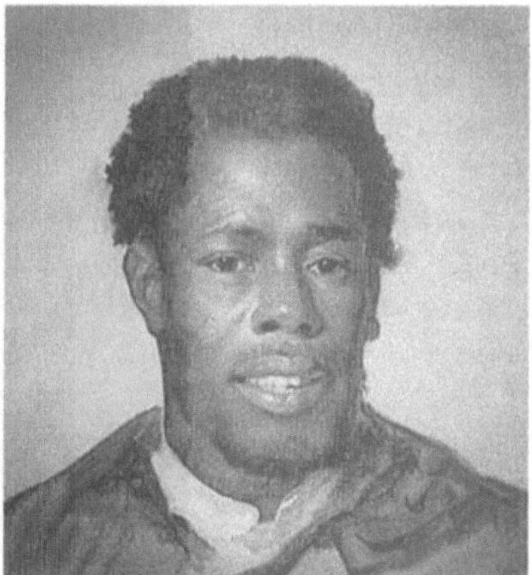
നാറ്റ് ടാർണർ

സംസ്ഥാനത്ത് അഭയാർത്ഥിക ളായി എത്തിയിരുന്നു. ഇങ്ങനെ തെക്കൻ സംസ്ഥാനത്തുനിന്നും രക്ഷപ്പെട്ടുവന്ന അടിമകൾ വട ക്കൻ സംസ്ഥാനത്തും അടിമത്തം അവസാനിപ്പിക്കണമെന്ന തോന്ന ലുളവാക്കാൻ കാരണമായി എന്ന് മാത്രമല്ല വടക്കൻ സംസ്ഥാന ങ്ങളും തെക്കൻ സംസ്ഥാനങ്ങ ളും തമ്മിൽ വൈരുദ്ധ്യം രൂപപ്പെ ടുന്നതിനും കാരണമായി. ഈ അടിമകൾക്കിടയിലുണ്ടായ ഈ പ്രതിഷേധം അവിടംകൊണ്ട് അവസാനിച്ചില്ല. ഇതിന്റ അലയൊ ലികൾ കൃഷിക്കാരുടെ ഇടയിലും വ്യാപിക്കുകയും അത് കലാപമായി രൂപപ്പെടുകയും ചെയ്തു. 1766 ൽ കോളണി പ്രദേശത്തു കൃഷിക്കാരുടെ കലാപം വ്യാപകമായി. കുടിയാന്മാർ പലേടത്തും ഒന്നിച്ചു കൂടി ഭൂമി പിടിച്ചെടുത്തു. വളരെ പെട്ടെന്ന് കലാപം അതിന്റെ ഉച്ചസ്ഥായിയിൽ എത്തുകയും ചെറു കൃഷിക്കാർ നികുതി കൊടുക്കാൻ വിസമ്മതി ക്കുകയും ചെയ്തു. കുടിയാന്മാരുടെ കലാപം അധികാരികൾ അടിച്ചൊ തുക്കിയെങ്കിലും ഈ കലാപം ഭൂപരിഷ്കരണ നടപടിക്ക് അമേരിക്ക യിൽ ഗതിവേഗത്തെ കൂട്ടി (Louis P Tremante III 2000). ഇങ്ങനെ അമേ രിക്കൻ സ്വാതന്ത്ര്യത്തിനു ശേഷം അടിമകളും, സാധാരണ കൃഷിക്കാരും സംഘടിതരായി അവരുടെ അവകാശങ്ങൾക്കു വേണ്ടി പ്രതിരോധം തീർ ക്കുന്നത് കാണാൻ കഴിഞ്ഞു.

അടിമത്തനിരോധനത്തിന്റെ വക്താവായിരുന്ന ജോൺ ബ്രൗണിന്റെ നേതൃത്വത്തിൽ 1859 ൽ നടന്ന അടിമ വിരുദ്ധ കലാപം മറ്റൊരു നാഴിക ക്കല്ലായിരുന്നു. അടിമകളെ ആയുധമണിയിച്ച് സർക്കാരിനെതിരെ കലാപം നടത്തി മാത്രമേ അടിമത്തം അവസാനിപ്പിക്കാൻ കഴിയൂവെന്ന് വിശ്വസിച്ചിരുന്ന ആളായിരുന്നു ബ്രൗൺ. സർക്കാരിനെതിരെ കലാപം നയിക്കുന്നതിന്റെ ഭാഗമായി 1859 ൽ ഫെഡറൽ സർക്കാരിന്റെ വെർജീ നിയായിലെ ഹാർപേഴ്സിലുള്ള (Harpers) ആയുധപ്പുര ബ്രൗണും കൂട്ടാ ളികളും റെയ്ഡ് ചെയ്തു. ഈ സംഭവത്തിൽ ഏഴുപേർ കൊല്ല പ്പെടുകയും പത്തോളം പേർക്ക് പരുക്ക് പറ്റുകയും ചെയ്തു. തുടർന്നു നടന്ന വിചാരണയിൽ ബ്രൗണിനെ തൂക്കിക്കൊന്നു. അമേരിക്കൻ ആഭ്യന്തര കലാപത്തിനു മുൻപ്, ബ്രൗണിന്റെ നേതൃത്വത്തിൽ നടന്ന ഈ കലാപം ഒരു പ്രധാന വഴിത്തിരിവായിരുന്നു. വടക്കൻ സംസ്ഥാന ത്തെ അടിമവിരുദ്ധർ ബ്രൗണിനെ അടിമവിരുദ്ധ പ്രസ്ഥാനത്തിന്റെ രക്തസാക്ഷിയായിട്ടാണ് കണക്കാക്കുന്നത്.

ജോൺ ബ്രൗൺ

ജോൺ ബ്രൗൺ

അടിമ വ്യവസ്ഥയെ എതിർത്തിരുന്ന റിപ്പബ്ലിക്കൻ സ്ഥാനാർത്ഥി അബ്രഹാം ലിങ്കൺ 1860 ൽ അമേരിക്കൻ പ്രസിഡന്റായി തിരഞ്ഞെടുക്കപ്പെടുന്നതോടെ അമേരിക്കയുടെ തെക്കൻ സംസ്ഥാനങ്ങൾ പൊട്ടിത്തെറിയുടെ വക്കോളമെത്തി. മൂന്നു മാസത്തിനകത്ത് ഏഴു തെക്കൻ സംസ്ഥാനങ്ങൾ അമേരിക്കൻ യൂണിയനിൽ നിന്നും വിട്ടുമാറിയൊരു കോൺഫെഡറേഷൻ ഉണ്ടാക്കി. ആഭ്യന്തര യുദ്ധത്തിന് ശേഷം (1861–1865) മറ്റു നാല് സംസ്ഥാനങ്ങൾ കൂടി ഇതേ പാത തുടരാൻ തീരുമാനിച്ചു. ലിങ്കന്റെ അടിമ വിരുദ്ധ നയം വ്യക്തമായിരുന്നെങ്കിലും ഫെഡറൽ സർക്കാരിന്റെ പ്രഥമ ലക്ഷ്യം യുണൈറ്റഡ് സ്റ്റേറ്റ്റിനെ ഒറ്റ രാജ്യമായി നിലനിർത്തുക എന്നതായിരുന്നു. 1863 ജനുവരി ഒന്നാം തീയതി ആന്റിറ്റാം (Antietam) വിജയത്തിന് ശേഷം പ്രസിഡന്റ് നടത്തിയ പ്രഖ്യാപനത്തിലൂടെ അമേരിക്കയിലെ എല്ലാ പ്രദേശത്തുമുള്ള അടിമകൾ സ്വതന്ത്രരായി. ഈ പ്രഖ്യാപനത്തിലൂടെ വിമത സംസ്ഥാനങ്ങളിലെ മുപ്പതു ലക്ഷത്തോളം അടിമകളെ സ്വാതന്ത്രരാക്കി. അടിമകളെ സ്വാതന്ത്രരാക്കിയ പ്രഖ്യാപനം ഒരു ഭാഗത്ത് തൊഴിൽ ശക്തിയുടെ കൂട്ടുകെട്ട് തകർത്തപ്പോൾ മറുഭാഗത്ത് അന്തർദ്ദേശീയ സമൂഹത്തിന്റെ അഭിപ്രായം സർക്കാരിന് അനുകൂലമായി.

ബ്രിട്ടീഷ് ആധിപത്യത്തിൽനിന്നും 1776 ൽ സ്വതന്ത്രമായതിനു ശേഷം അമേരിക്ക നേരിട്ട ഏറ്റവും കടുത്ത പ്രതിസന്ധിയായിരുന്നു 1861 മുതൽ 1865 വരെ നീണ്ടുനിന്ന ആഭ്യന്തര കലാപവും, അടിമവിരുദ്ധ പ്രക്ഷോപണവും. ആഭ്യന്തര യുദ്ധത്തിൽ 620000 പേരാണ് മരിച്ചത്. അന്നത്തെ അമേരിക്കൻ ജനസംഖ്യ 3.5 കോടി മാത്രമായിരുന്നു എന്നതു കൂടി ഓർക്കേണ്ടതുണ്ട്. അടിമത്തം നിർത്തലാക്കുന്നതുമായി ബന്ധപ്പെട്ടാണ് ആഭ്യന്തര കലാപം രൂപപ്പെട്ടതെന്നാണ് പൊതുവെ പറയപ്പെടുന്നതെങ്കിലും തെക്കൻ സംസ്ഥാനങ്ങളുടെ ആധിപത്യം ആരിൽ ആയിരിക്കണമെന്നതു സംബന്ധിച്ച തർക്കമായിരുന്നു ആഭ്യന്തര കലാപത്തിലേക്ക് നയിച്ചതെന്നും പറയപ്പെടുന്നു. തെക്കൻ സംസ്ഥാനങ്ങളും വടക്കൻ സംസ്ഥാനങ്ങളും തമ്മിൽ നീണ്ടുനിന്ന വൈരുദ്ധ്യം നിലനിന്നിരുന്നു എന്നതും വസ്തുതയാണ്. തെക്കൻ സംസ്ഥാനങ്ങൾ

കൃഷി കേന്ദ്രീകൃതമായിരുന്നപ്പോൾ വടക്കൻ സംസ്ഥാനങ്ങൾ വ്യാവസായികമായി വളരെ മുന്നേറിയിരുന്നു. അതുകൊണ്ടു അടിമത്തം അവസാനിപ്പിക്കുന്നതിന് വടക്കൻ സംസ്ഥാങ്ങൾ കാണിച്ച താല്പര്യം തെക്കൻ സംസ്ഥാനങ്ങൾ കാട്ടിയിരുന്നില്ല. ബ്രിട്ടീഷ് കോളനികൾ സ്വാതന്ത്ര്യം നേടുമ്പോൾ തന്നെ തെക്കൻ സംസ്ഥാനങ്ങൾ അടിമത്തം നിർത്തലാക്കാൻ പാടില്ലെന്ന് ശഠിക്കുകയും ചെയ്തിരുന്നു.

പൗരാണിക അമേരിക്കയിൽനിന്നും ആധുനിക അമേരിക്ക എങ്ങനെ രൂപംകൊണ്ടു എന്നറിയാനാണിവിടെ ശ്രമിച്ചത്. അമേരിക്ക ഇന്ന് കാണുന്ന വികസനത്തിലേക്ക് കടന്നു വന്നത് വളരെ സങ്കീർണ്ണമായ പാതയിലൂടെയാണ്. അമേരിക്കയുടെ വളർച്ചയിൽ ആഫ്രിക്കക്കാരായ അടിമകളുടെ പങ്ക് വേണ്ട വിധം വിശകലനം ചെയ്തതായി തോന്നുന്നില്ല. എന്നാൽ വ്യാവസായിക വിപ്ലവത്തിന് ശേഷമുള്ള അമേരിക്കയുടെ മുന്നേറ്റത്തിൽ അടിമകളെപ്പോലെ വിദേശത്തുനിന്നും അമേരിക്കയിൽ എത്തിപ്പെട്ട കുടിയേറ്റക്കാരുടെ പങ്കും എടുത്തുപറയേണ്ടി വരും. പത്തൊൻപതാം നൂറ്റാണ്ടിലും ഇരുപതാം നൂറ്റാണ്ടിലും അമേരിക്ക വളർച്ചയുടെ പുതിയ മേഖലകൾ കണ്ടെത്തി മുന്നേറി. അതിൽ ലോകത്തെ മുഴുവൻ വിജ്ഞാനത്തിന്റെ സ്രോതസ്സ് അവർ ഉപയോഗപ്പെടുത്തി. ലോകത്തിന്റെ ഏത് മൂലയിൽ നിന്നുമുള്ള ബുദ്ധി കേന്ദ്രങ്ങൾ അമേരിക്കയിൽ എത്തിപ്പെടുന്ന സ്ഥിതിയുണ്ടായി. അതൊക്കെ ഗുണപരമായി ഉപയോഗിച്ചതാണ് അമേരിക്കൻ വികസനത്തിന്റ രഹസ്യം. അതിന്റെ കൂടുതൽ വിവരങ്ങൾ അടുത്ത അദ്ധ്യായങ്ങളിൽ കാണാം.

Reference

Feldstein, Stanley (1971) *Once a Slave: The Slaves' View of Slavery*, (New York: William Morrow, 1971.
https://www.history.com/topics/black-history/slavery

ഭീകരാക്രമണവും ഭീകരവിരുദ്ധ യുദ്ധവും

അമേരിക്കയിൽ 9/11 എന്നറിയപ്പെടുന്ന 2001 സെപ്തംബർ 11, ഓരോ അമേരിക്കക്കാരനും ഇപ്പോഴും തെല്ലൊരു ഭയാശങ്കയോടെ ഓർമ്മിക്കുന്ന ദിവസമാണ്. അന്നും അമേരിക്കയിൽ എല്ലാവർക്കും സാധാരണ പോലൊരു ദിവസമായിരുന്നു. അമേരിക്കയിൽ ചെന്ന എനിക്കും വായനയും മറ്റുമായി വീട്ടിൽ കഴിയുന്ന ഒരു സാധാരണ ദിവസമായിരുന്നു. അപ്പാർട്ടുമെന്റിന്റെ വരാന്തയിൽ വായിച്ചിരുന്നപ്പോൾ അപ്രതീക്ഷിതമായി ആകാശത്തു പ്രത്യക്ഷപ്പെട്ട വിമാനങ്ങൾ എന്തോ പന്തികേടാണെന്നു തോന്നാതിരുന്നില്ല. അമേരിക്കയെ മാത്രമല്ല ലോകത്തെതന്നെ പിടിച്ചു കുലുക്കിയ ഭീകരാക്രമണമായിരുന്നു അതെന്നത് അധികം താമസിയാതെ ദൃശ്യമാധ്യമങ്ങളിലൂടെ ലോകമാകെയറിഞ്ഞു. സമാനതകൾ ഇല്ലാത്ത ഈ ഭീകരാക്രമണം അമേരിക്കയെ എന്ന പോലെ ലോകരാജ്യങ്ങളെ ഒരു വിധത്തിൽ അല്ലെങ്കിൽ മറ്റൊരു വിധത്തിൽ ബാധിച്ചു. ഈ ഭീകരാക്രമണം അമേരിക്കയിൽ ഉണ്ടാക്കിയ മാറ്റവും, മറ്റു രാജ്യങ്ങൾ അതിനു നല്കേണ്ടി വന്ന വിലയും എന്തെന്ന് പരിശോധിക്കാം.

ഭീകരാക്രമണം

2001 സെപ്തംബർ 11 ന് പത്തൊമ്പത് ഭീകരർ ബോസ്റ്റൺ ലോഗൻ എയർപോർട്ടിൽനിന്നും നാല് വിമാനങ്ങളുടെ നിയന്ത്രണം ഏറ്റെടുത്ത തോടെയാണ് ഭീകരാക്രമണത്തിന്റെ തുടക്കം. പേപ്പർ മുറിക്കുന്നതിനും മറ്റും ഉപയോഗിക്കുന്ന കത്തിയുമായി വിമാനത്തിൽ കയറിയ യാത്രക്കാരായ ഭീകരർ വിമാനത്തിന്റെ നിയന്ത്രണം ഏറ്റെടുക്കുകയായിരുന്നു. പൂർണ്ണമായി ഇന്ധനം നിറച്ചിരുന്ന വിമാനങ്ങളെ അവർ ഒരു മിസൈൽ

കണക്കെ ഭീകരാക്രമണത്തിനായി ഉപയോഗിക്കുകയായിരുന്നു. അമേരിക്കയെ ഭീഷണിപ്പെടുത്തുക എന്നതോടൊപ്പം അമേരിക്കൻ സാമ്പത്തിക അടിത്തറ താറുമാറാക്കുക എന്നതും ഭീകരരുടെ ലക്ഷ്യമായിരുന്നതായി പറയുന്നു. മൂന്ന് അധികാര/സാമ്പത്തിക കേന്ദ്രങ്ങളായ വാൾ സ്ട്രീറ്റ്, പെന്റഗൺ, വൈറ്റ്ഹൗസ് എന്നിവയാണ് ഭീകരർ ലക്ഷ്യം വച്ചിരുന്നത്. ആദ്യ രണ്ടു വിമാനങ്ങളും അവയുടെ ലക്ഷ്യത്തിൽ തന്നെ ഇടിച്ചു തകർന്നു. മൂന്നാമത്തെ വിമാനമാകട്ടെ യാത്രക്കാരുടെ ശക്തമായ ഇടപെടൽമൂലം ലക്ഷ്യ സ്ഥാനത്തെത്താതെ പെൻസിൽവാനിയായിലെ തുറസ്സായ പ്രദേശത്തു തകർന്നു വീണു.

ലോകവ്യാപാര കേന്ദ്രത്തിലെ ആക്രമണം

വേൾഡ് ട്രേഡ് സെന്റർ ന്യൂയോർക്കിൽ ലോവർ മൻഹാട്ടനിലെ ഏഴു കെട്ടിടങ്ങൾ ഉൾപ്പെട്ട ഒരു കെട്ടിട സമുച്ചയമായിരുന്നു. 1973 ഏപ്രിൽ നാലിന് തുറന്ന വേൾഡ് ട്രേഡ് സെന്റർ 2001 സെപ്തംബർ 11 ന് ആക്രമണത്തിൽ തകർന്നതോടെ അമേരിക്കയുടെ ഒരു സാമ്പത്തിക സിരാകേന്ദ്രമാണ് തകർന്നത്. വേൾഡ് ട്രേഡ് സെന്റർ പൂർത്തിയാകുന്ന സമയത്ത് അതിലെ ഇരട്ടഗോപുരങ്ങൾ (Twin Towers) എന്നറിയപ്പെടുന്ന രണ്ടു കെട്ടിട സമുച്ചയത്തിലെ ഒന്നാമത്തെ ഗോപുരത്തിന് 417 മീറ്ററും രണ്ടാമത്തെ ഗോപുരത്തിന് 415.1 മീറ്ററും ഉയരമുണ്ടായിരുന്നു. അക്കാലത്തു ലോകത്തിലെ ഏറ്റവും ഉയരം കൂടിയ കെട്ടിടങ്ങളായിരുന്നു ഈ കെട്ടിടങ്ങൾ. ഈ കെട്ടിട സമുച്ചയത്തിലെ മറ്റു കെട്ടിടങ്ങൾ മാറിയറ്റ് വേൾഡ് ട്രേഡ് സെന്റർ (Marriott World Trade Center) മൂന്ന്, വേൾഡ് ട്രേഡ്

വേൾഡ്ട്രേഡ് സെന്റർ

സെന്റർ നാല്, വേൾഡ് ട്രേഡ് സെന്റർ അഞ്ച്, വേൾഡ് ട്രേഡ് സെന്റർ ആറ്, വേൾഡ് ട്രേഡ് സെന്റർ ഏഴ് എന്നറിയപ്പെടുന്നു. 1975 നും 1985 നും ഇടയിൽ പണിതീർന്ന ഈ കെട്ടിടങ്ങൾക്കെല്ലാം കൂടി 13,400,000 ചതുരശ്ര അടി വിസ്തീർണ്ണം ഉണ്ടായിരുന്നു. ഇതിന്റെ പണിക്കായി 4000 ലക്ഷം ഡോളർ അന്നു ചെലവായതായി കണക്കാക്കുന്നു.

അമേരിക്കൻ എയർലൈൻസിന്റെ പതിനൊന്നാം നമ്പർ വിമാനം ലോകവ്യാപാര കേന്ദ്രത്തിലെ ഇരട്ട ഗോപുരങ്ങളിൽ (twin tower) ഒന്നിൽ രാവിലെ 8.46 ന് ഇടിച്ചു തകർന്നു. നൂറ്റിപ്പത്തു നിലയുണ്ടായിരുന്ന അംബര ചുംബിയായ ഇരട്ട സൗധത്തിന്റെ എൺപതാം നിലയിൽ ഇടിച്ചു കയറിയ വിമാനം നൂറു കണക്കിനാളുകളുടെ മരണത്തിനു കാരണമായെന്ന് മാത്രമല്ല ആയിരക്കണക്കായ ആളുകൾ അതിൽ കുടുങ്ങിപ്പോകാനും ഇടയാക്കി. ഈ കെട്ടിടത്തിൽ കുടുങ്ങിയവരെ രക്ഷിക്കുന്നതിനുള്ള പ്രവർത്തനം നടന്നുകൊണ്ടിരിക്കുമ്പോൾ ഏതാണ്ട് പതിനെട്ടു മിനുറ്റുകൾക്കകം 9.03 ന് രണ്ടാമത്തെ വിമാനം, എയർലൈൻസിന്റെ ബോയിങ് വിമാനം ഇരട്ട സൗധത്തിലെ രണ്ടാമത്തെ കെട്ടിടത്തിന്റെ അറുപതാം നിലയിൽ ഇടിച്ചു തകർന്നു. ഇടിച്ചു മിനുറ്റുകൾക്കകം തീയും പുകയും പ്രദേശമാകെ രക്ഷാപ്രവർത്തനംപോലും അസാദ്ധ്യമാകും വിധം നിറഞ്ഞു. രക്ഷാപ്രവർത്തനങ്ങൾ നടത്തുന്നതിന് മുൻപ് തന്നെ കെട്ടിടത്തിൽ വിവിധ ജോലികളിൽ ഏർപ്പെട്ടിരുന്ന ആയിരക്കണക്കിന് ആളുകൾ മരിച്ചു കഴിഞ്ഞിരുന്നു.

രാവിലെ പത്തുമണിയോടെ വേൾഡ് ട്രേഡ് സെന്ററിന്റെ തെക്കു വശത്തെ കെട്ടിടം തകർന്നു വീണു. അംബരചുംബിയായി ഉയർന്നുനിന്ന ഉരുക്കു കമ്പികൾക്ക് വിമാനത്തിൽ ഉപയോഗിച്ചിരുന്ന ഇന്ധനത്തിൽ നിന്നും ഉയർന്നുവന്ന ചൂട് താങ്ങാൻ കഴിയുമായിരുന്നില്ല. ഇരുനൂറു മൈൽ സ്പീഡിലുള്ള കാറ്റിനെയും ആളിപ്പടർന്ന അഗ്നിയേയും നേരിടാൻ കഴിയാതെ കെട്ടിടം പൂർണ്ണമായും തകർന്നു. 10:30 ആയപ്പോഴേക്കും വടക്കുവശത്തെ കെട്ടിടവും തകർന്നു വീണു. ആ സമയത്ത് കെട്ടിടത്തിൽ അകപ്പെട്ടതിൽ ചുരുക്കം ആളുകൾ മാത്രമേ രക്ഷപ്പെട്ടിരുന്നുള്ളൂ. വിനാശകരമായി പൊടിപടലങ്ങളും പുകയും നഗരത്തെ ആകെ വിഴുങ്ങി.

പെന്റഗൺ ആക്രമണം

രണ്ടാമത്തെ ഭീകരാക്രമണം നടന്നത് അമേരിക്കയുടെ മിലിറ്ററി ക്വാർട്ടേഴ്സായ പെന്റഗനു നേരെ ആയിരുന്നു. രാവിലെ 9.37 ന് അമേരിക്കൻ എയർലൈൻസിന്റെ എഴുപത്തിഏഴാം നമ്പർ വിമാനം പെന്റഗന്റെ കിഴക്കു വശത്ത് ഇടിച്ചു തകർന്നു. ഇടിയുടെ ആഘാതത്തിൽ പ്രതിരോധ വകുപ്പിന്റെ പടുകൂറ്റൻ കോൺക്രീറ്റ് കെട്ടിടം ഭാഗീകമായി തകർന്നു. വിമാനത്തിൽ ഉണ്ടായിരുന്ന 64 പേരും പട്ടാളക്കാരും ഉൾപ്പെടെ 125 പേരാണ് ഈ ആക്രമണത്തിൽ ദാരുണമായി കൊല്ലപ്പെട്ടത്.

പെൻസിൽവേനിയ

ഇതിനിടയിൽ കാലിഫോർണിയ വഴി പോകുകയായിരുന്ന യു എസ് 93, തട്ടിയെടുക്കപ്പെട്ടു കഴിഞ്ഞിരുന്നു. ഈ വിമാനം ലക്ഷ്യസ്ഥാനമായ വൈറ്റ് ഹൗസിൽ ഇടിച്ചു തകർക്കാനുള്ള ശ്രമം പരാജയപ്പെടുത്തുന്നതിൽ അതിലെ യാത്രക്കാരും വിമാന ജോലിക്കാരും ധീരമായി ചെറുത്തു തോല്പിച്ചു. വിമാന ജോലിക്കാരും ഏതാനും യാത്രക്കാരും ഭീകരരുമായി ഏറ്റുമുട്ടി. വിമാനത്തിന്റെ കോക്ക്പിറ്റിൽ നടന്ന ഏറ്റുമുട്ടൽ കാരണം ഭീകരരുടെ ലക്ഷ്യ സ്ഥാനത്തേക്ക് വിമാനം പറത്താൻ അവർക്കു കഴിഞ്ഞില്ല. തലകീഴായി മറിഞ്ഞ വിമാനം മണിക്കൂറിൽ 500 മൈൽ വേഗത്തിൽ പെൻസിൽവാനിയായിലെ ഷാങ്ക്സ്വില്ലെക്കടുത്ത് (Shanksville), രാവിലെ ഇടിച്ചു തകരുകയും 30 യാത്രക്കാരുടെ ദാരുണ അന്ത്യം സംഭവിക്കുകയും ചെയ്തു.

രണ്ടാം ലോക മഹായുദ്ധക്കാലത്ത് (1941 ഡിസംബർ 7) പേൾ ഹാർബറിൽ ജപ്പാന്റെ ആക്രമണത്തിൽ കൊല്ലപ്പെട്ടവരേക്കാൾ (പേൾ ഹാർബറിൽ ആക്രമണത്തിൽ 2,403 അമേരിക്കക്കാർ കൊല്ലപ്പെടുകയും 1,178 പേർക്ക് പരുക്ക് പറ്റുകയും ചെയ്തിരുന്നു) അധികം ആളുകൾ ഈ ഭീകരാക്രമണത്തിൽ കൊല്ലപ്പെട്ടു (19 ഭീകരരുൾപ്പടെ 2996 പേർ കൊല്ലപ്പെട്ടു). വേൾഡ് ട്രേഡ് സെന്ററിലെ ആക്രമണത്തിൽ 2763 പേർ കൊല്ലപ്പെട്ടപ്പോൾ പെന്റഗണിലെ ആക്രമണത്തിൽ 189 പേരും പെൻസിൽവേനിയായിലെ സംഭവത്തിൽ 44 പേരും കൊല്ലപ്പെട്ടു. ഈ ഭീകരാക്രമണം അമേരിക്കയെ അക്ഷരാർത്ഥത്തിൽ ഞെട്ടിക്കുക തന്നെ ചെയ്തു. പുറത്തു നിന്നൊരാക്രമണവും ഉണ്ടാകാത്തവിധം സുരക്ഷിതമാണ് അമേരിക്കയെന്ന ധാരണയ്ക്കേറ്റ വൻ തിരിച്ചടിയായിരുന്നു ഈ ഭീകരാക്രമണം. ആക്രമണം നടക്കുന്ന സമയം ഫ്ളോറിഡയിൽ ഉണ്ടായിരുന്ന പ്രസിഡന്റ് വൈറ്റ്ഹൗസിൽ എത്തുന്നതുതന്നെ ആക്രമണത്തിന്റെ കാര്യത്തിൽ വ്യക്തത വന്നതിനു ശേഷമാണ്. ഭീകരാക്രമണം അമേരിക്കയിൽ വരുത്തിവെച്ച പാരിസ്ഥിതികവും സാമ്പത്തികവുമായ പ്രത്യാഘാതം വളരെ വലുതായിരുന്നു.

ഭീകരാക്രമണത്തിന്റെ പ്രത്യാഘാതം

ഈ ഭീകരാക്രമണത്തിന്റെ പാരിസ്ഥിതികവും സാമ്പത്തികവുമായ പ്രശ്നങ്ങൾ വളരെ വലുതും സങ്കീർണ്ണവുമായിരുന്നു. ന്യൂയോർക്ക് പോലെ തിരക്കുള്ള ഒരു മഹാനഗരത്തിൽ ഇത്രയും വലിയ കെട്ടിട സമുച്ചയം കത്തിയമരുമ്പോൾ ഉണ്ടാകാവുന്ന പാരിസ്ഥിതിക പ്രശ്നങ്ങൾ വളരെ വലുതാണ്. ഇതിന്റെ അവശിഷ്ടങ്ങൾ നഗരത്തിൽനിന്നും മാറ്റുന്നതായിരുന്നു സർക്കാർ നേരിട്ട വലിയ പ്രതിസന്ധി. സാമ്പത്തികവും രാഷ്ട്രീയവുമായി സങ്കീർണ്ണതകൾ പരിഹരിക്കുന്നതിന് മുൻപ് നഗരത്തിൽ നിന്നും ഈ അവശിഷ്ടങ്ങൾ മാറ്റുക എന്നത് വളരെ ശ്രമകരമായ പണി

യായിരുന്നു.

ന്യൂയോർക്കിലെ സ്റ്റോക്ക് മാർക്കറ്റ് നാലു ദിവസത്തേക്ക് അടച്ചിട്ട താണ് ഒന്നാമത്തെ സാമ്പത്തിക പ്രതിസന്ധി. ഇതിനു മുൻപ് സ്റ്റോക്ക് മാർക്കറ്റ് അടച്ചിട്ടിരുന്നത് ലോക സാമ്പത്തിക മാന്ദ്യത്തിന്റെ കാലമായ ആയിരത്തി തൊള്ളായിരത്തി മുപ്പതുകളിലായിരുന്നെന്നോർക്കണം. അതും രണ്ടുദിവസത്തേക്ക് മാത്രം. മറ്റു പല കാരണങ്ങൾക്കൊപ്പം സ്റ്റോക്ക് മാർക്കറ്റ് അടയ്ക്കുക കൂടി ചെയ്തതോടെ അമേരിക്കയിൽ സാമ്പത്തിക മാന്ദ്യം രൂക്ഷമായി. യുദ്ധഭീഷണി നിലനിന്നിരുന്നതിനാൽ സ്റ്റോക്ക് മാർക്കറ്റ് ഇടിവ് തുടർന്നു. 2002 ആകുമ്പോൾ അത് പാരമ്യത്തിൽ എത്തിക്കഴിഞ്ഞു. തൊഴിലില്ലായ്മ ചരിത്രത്തിൽ കാണാത്ത വിധം ഈ കാലഘട്ടത്തിൽ ഉയർന്നു. അടുത്തവർഷം ജൂൺ ആയപ്പോൾ ഇത് 6 ശതമാന ത്തിലെത്തി. ആഭ്യന്തര കടം വർദ്ധിക്കാൻ മറ്റൊരു കാരണം ആഭ്യന്തര സുരക്ഷ വർദ്ധിപ്പിക്കാൻ വൻതോതിൽ തുക ചെലവഴിച്ചതാണ്. ഈ കാലഘട്ടത്തിൽ വളർച്ച നിരക്കിൽ ഉണ്ടായ സാരമായ തകർച്ച സാമ്പ ത്തിക പ്രതിസന്ധി രൂക്ഷമാകാൻ മറ്റൊരു കാരണമായി. അമേരിക്കയുടെ ഈ സാമ്പത്തിക പ്രതിസന്ധി ലോകത്തെ ഒട്ടുമിക്ക രാജ്യങ്ങളേയും ബാധിച്ചു. താറുമാറായ അമേരിക്കൻ സാമ്പത്തിക രംഗത്തിന് പഴയ പ്രതാപത്തിലേക്ക് തിരിച്ചു വരാൻ ഏറെ സമയം വേണ്ടി വന്നു. ഈ പ്രതിസന്ധി സങ്കീർണ്ണമാകാൻ കാരണമായ മറ്റൊരു സംഭവമായിരുന്നു അമേരിക്ക പ്രഖ്യാപിച്ച ഭീകരതയ്ക്കെതിരായ യുദ്ധം.

ഭീകരതയ്ക്കെതിരെ യുദ്ധം പ്രഖ്യാപിക്കുന്നതിന് മുൻപ് ആഭ്യന്തര കടം 17 ട്രില്യൺ (Trillion) ആയിരുന്നു. ഇത് ആഭ്യന്തര ഉല്പാദനത്തിന്റെ 93 ശതമായിരുന്നു. ഭീകരതയ്ക്കെതിരെ യുദ്ധം പ്രഖ്യാപിച്ചതോടെ യുദ്ധ ച്ചെലവ് കൂടുകയും ആഭ്യന്തര കടം വൻതോതിൽ വർദ്ധിക്കാൻ അതിട യാക്കുകയും ചെയ്തു. വർദ്ധിച്ചുകൊണ്ടിരുന്ന കടം ക്രമേണ ഒരു പ്രതി സന്ധിയായി വളരുകയും. കടത്തിലുണ്ടായ വർദ്ധനവാണ് ഈ കാല ഘട്ടത്തിലെ അമേരിക്ക നേരിട്ട പ്രധാന പ്രതിസന്ധി. 2011 ഓടെ, കട ത്തിന് പരിധി നിശ്ചയിക്കാൻ (debt ceiling) പ്രതിപക്ഷമായ റിപ്പബ്ലി ക്കൻ പാർട്ടി സർക്കാരിനെ നിർബ്ബന്ധിക്കുന്ന അവസ്ഥയിലെത്തി. 2013 ൽ കടത്തിന്റെ പരിധി ഉയർത്താൻ പ്രതിപക്ഷം വിസമ്മതിക്കുകയും 16 ദിവസം സർക്കാരിന്റെ എല്ലാ സാമ്പത്തിക നടപടികളും നിർത്തിവയ് ക്കാൻ നിർബ്ബന്ധിതമാകുകയും ചെയ്തു. ഇത് അമേരിക്കയുടെ ചരിത്ര ത്തിൽ തന്നെ അപൂർവ്വ സംഭവമായിരുന്നു.

ഭീകരാക്രമണത്തിനെതിരായ യുദ്ധം

സെപ്തംബർ 11 ന് അമേരിക്കയിൽ ഭീകരാക്രമണം നടന്നതോടെ, ലോകജനത മറ്റൊരാക്രമണത്തിനു വിധേയമാകുകയായിരുന്നു. ഭീകര വിരുദ്ധ യുദ്ധം ഭീകരർക്കെതിരായിരുന്നെങ്കിലും അതിനു ലോകജനത കൊടുക്കേണ്ടി വന്ന വില വളരെ വലുതായിരുന്നു. ഭീകരാക്രമണത്തിനു

പിന്നിൽ ബിൻലാദനും ലാദന്റെ അൽക്വയ്ദ എന്ന സംഘടനയുമാണെന്ന് പിന്നീട് സ്ഥിരീകരിച്ചു. അമേരിക്കയുടെ ഇസ്രായേൽ പക്ഷപാതവും ഗൾഫ് അധിനിവേശവുമാണ് ഭീകരാക്രമണത്തിന് ലാദനെ പ്രേരിപ്പിച്ചതെന്നാണ് പറയപ്പെടുന്നത്. ഇസ്രയേലിനെ സഹായിക്കുന്ന അമേരിക്കയെ പാഠം പഠിപ്പിക്കാൻ ബിൻലാദൻ തയ്യാറാക്കിയ പദ്ധതിയനുസരിച്ചു നടപ്പിലാക്കിയതാണ് ഭീകരാക്രമണം എന്ന തിരിച്ചറിവിൽ നിന്നും ലാദനെ പിടിക്കുന്നതിനും അൽക്വയ്ദയെ തകർക്കുന്നതിനുമായി അമേരിക്ക ഭീകരവിരുദ്ധ യുദ്ധം പ്രഖ്യാപിച്ചുകൊണ്ട് 2001 ഒക്ടോബർ 7 അഫ്ഗാനെയും 2003 മാർച്ച് 20 ഇറാഖിനെയും ആക്രമിച്ചു. കൂട്ട നാശം വിതയ്ക്കാൻ കഴിയുന്ന ആയുധം ഒളിപ്പിച്ചിരുന്നു എന്ന ന്യായം പറഞ്ഞുകൊണ്ട് സദ്ദാമിനെ ഒളി സങ്കേതത്തിൽനിന്നും പിടിച്ചിറക്കി തൂക്കി കൊല്ലുന്നിടം വരെ എത്തി ഇറാഖ് യുദ്ധമെങ്കിൽ ഭീകരാക്രമണത്തിന്റെ പിന്നിൽ പ്രവർത്തിച്ചിരുന്ന ബുദ്ധി കേന്ദ്രമായ ബിൻലാദനെ 2011 മെയ് 2 ന് പാകിസ്ഥാനിലെ അബ്ബോട്ടാബാദിൽനിന്നും കണ്ടെത്തി വധിക്കുന്നത് വരെ നീണ്ടു ഭീകര വിരുദ്ധ യുദ്ധത്തിന്റെ മറ്റൊരു ഭാഗം.

ഭീകരാക്രമണത്തിനെതിരായ യുദ്ധം

സെപ്തംബർ പതിനൊന്നിന്റെ ഭീകരാക്രമണത്തോടെ യുദ്ധവിരുദ്ധ പ്രസ്ഥാനങ്ങൾ ഒറ്റപ്പെട്ടു. പൊതു സമൂഹവും തൊഴിലാളി സംഘടനകളും മാധ്യമങ്ങൾ പടച്ചു വിട്ട വാർത്തയിലും സർക്കാരിന്റെ പ്രചാരണത്തിലും മുങ്ങിപ്പോയി. ഇതോടെ അമേരിക്കൻ താല്പര്യത്തിനുമേൽ ഏല്പിച്ച കടന്നാക്രമണം നേരിടുക എന്ന ലക്ഷ്യത്തോടെ അമേരിക്ക സഖ്യകക്ഷികളുമായി ചേർന്നു നടത്തിയ യുദ്ധത്തെക്കുറിച്ച് പ്രതികരിക്കാൻ ആരും തന്നെ തയ്യാറായില്ല. അഫ്ഗാനിസ്ഥാനെ ആക്രമിച്ച് താലിബാനെ ഇല്ലാതാക്കാൻ അമേരിക്ക കൂട്ടുകക്ഷികളുടെ സഹായത്തോടെ നടത്തിയ യുദ്ധം ചരിത്രത്തിലെ കറുത്ത ഏടായി മാറി. ഭീകരർ അമേരിക്കൻ ജനത്തിനുമേൽ നടത്തിയതിലും വൻ ദുരന്തമാണ് ഭീകരവിരുദ്ധ യുദ്ധത്തിന്റെ പേരിൽ ലോകജനതയുടെ മേൽ അടിച്ചേല്പിച്ചത്.

ഭീകരവിരുദ്ധ യുദ്ധത്തിൽ എത്ര നിരപരാധികളായ ജനങ്ങളെ കൊന്നൊടുക്കി എന്നത് കാര്യമായി ചർച്ച ചെയ്യപ്പെട്ടില്ല. മാരകശേഷിയുള്ള ആയുധങ്ങൾ ഒളിപ്പിച്ചതിന്റെ പേരിൽ അതിദാരുണമായി വധിക്കപ്പെട്ട സദ്ദാം ഹുസൈനെ കൊല ചെയ്യപ്പെട്ടതിന്റെ കാരണം ചർച്ച ചെയ്യപ്പെട്ടില്ല. ഇതൊരു ഭാഗത്തു നില്ക്കുമ്പോൾ തന്നെ മറുഭാഗത്ത്, അമേരിക്കൻ താല്പര്യം സംരക്ഷിക്കാൻ ബുഷ് ഭരണകൂടം നടത്തിയ യുദ്ധത്തിന്റെ കെടുതി അമേരിക്കൻ സാമ്പത്തികരംഗത്തെ വർഷങ്ങളോളം പിടിച്ചു കുലുക്കി. ഭീകരവിരുദ്ധ യുദ്ധം ചില നുണകളിൽ മെനഞ്ഞതാണെന്നും ബുഷ് ഭരണകൂടം ഭീകരാക്രമണത്തിന്റെ പേരിൽ നടത്തിയ

യുദ്ധം മുൻകൂട്ടി തയ്യാറാക്കിയ തിരക്കഥയുടെ അവതരണം മാത്രമായിരുന്നെന്നും ഇപ്പോൾ കാര്യകാരണ സഹിതം പറയാൻ തയ്യാറായി പലരും രംഗത്ത് വന്നിരിക്കുന്നു (Michel Chossudovsky, 2005). മൈക്കിൾ ചോസുഡോവ്സക്യ ഇത് സംബന്ധിച്ചു നിരത്തുന്ന ചില വസ്തുതകൾ കൂടി നമുക്കീ അവസരത്തിൽ പരിശോധിക്കാം.

ലോക ജനതയുടെ പൊതു സമ്മതത്തോടെ ഇറാഖിനെയും അഫ്ഗാനിസ്ഥാനെയും ആക്രമിക്കാൻ അമേരിക്കയ്ക്ക് ഭീകരാക്രമണം വഴിയൊരുക്കി എന്നത് വസ്തുതയാണ്. ഇറാഖിനെയും അഫ്ഗാനിസ്ഥാനെയും ആക്രമിക്കുന്നതിനു കാരണമായി ബുഷ് ഭരണകൂടം ഉയർത്തിക്കാട്ടിയിരുന്നത് പുറത്തുള്ള ശത്രുവിനെയും മുസ്ലിം തീവ്രവാദികളേയും നേരിടുക എന്ന ന്യായമായിരുന്നു. സാധാരണ അമേരിക്കക്കാർ വിശ്വസിക്കുന്നത് ഈ ആക്രമണം ഭീകരാക്രമണത്തിന്റെ വെളിച്ചത്തിൽ നടന്നതാണെന്നാണ്. എന്നാൽ, ഭീകര വിരുദ്ധയുദ്ധം പ്രഖ്യാപിച്ച രീതിയും അതിന്റെ സത്യസന്ധതയെയും മാത്രമല്ല പ്രഖ്യാപിച്ച രീതി, തീരുമാനം പ്രഖ്യാപിച്ച സമയം എന്നിവയും ചോസുഡോവ്സക്യ ചോദ്യം ചെയ്യുന്നു. എന്തെങ്കിലും വിശദമായ അന്വേഷണം നടത്തും മുൻപുതന്നെ ഭീകരാക്രമണം നടത്തിയത് അൽക്വയ്ദ ആണെന്ന ബുഷ്ഭരണ കൂടത്തിന്റെ കണ്ടെത്തലിനേയും ചോസുഡോവ്സക്യ വിമർശിക്കുന്നു.

താലിബാനേയും അൽക്വയ്ദയേയും ശത്രുവായി പ്രഖ്യാപിക്കുന്ന സർക്കാർ വിളംബരം പുറത്തു വരുമ്പോൾ അഫ്ഗാനിസ്ഥാൻ ആക്രമിക്കേണ്ട അനിവാര്യത വാർത്താ ചാനലുകൾ സെപ്തംബർ 12 രാവിലെ തന്നെ പുറത്ത് വിട്ടു കഴിഞ്ഞിരുന്നു. ഭീകര വിരുദ്ധ യുദ്ധം ഭീകരാക്രമണം നടത്തിയ അന്നു പതിനൊന്നുമണിക്കുതന്നെ ബുഷ്സർക്കാർ പ്രഖ്യാപിച്ചു. അദ്ദേഹത്തിന്റെ അഭിപ്രായത്തിൽ ഭീകരരുടെ ആക്രമണം അമേരിക്കൻ ഭരണകൂടത്തിനു വീണു കിട്ടിയ ഒരവസരമാണെന്നും ഭീകര വിരുദ്ധ യുദ്ധം തന്നെ മുൻകൂട്ടി തീരുമാനിച്ചു വച്ചിരുന്ന തിരക്കഥ അനുസരിച്ചു നടപ്പിലാക്കുകയായിരുന്നു. ചോസുഡോവ്സക്യേ പറയുന്നത് ഈ യുദ്ധത്തിന് വേണ്ട തയ്യാറെടുപ്പുകൾ വളരെ നേരത്തെ നടന്നിരുന്നെന്നും അല്ലാതെ ഒരു സുപ്രഭാതത്തിൽ ഇതുപോലൊരു യുദ്ധം നടത്താൻ കഴിയില്ലെന്നുമാണ്. പക്ഷേ, ഭീകരവിരുദ്ധ യുദ്ധം ലക്ഷക്കണക്കിന് ജങ്ങളുടെ ജീവനോപാധി കാരണമായെന്നാണ് ചോസുഡോവ്സക്യേ പോലുള്ളവർ പറയുന്നത്.

അൽക്വയ്ദ സോവ്യറ്റ്-അഫ്ഗാൻ യുദ്ധകാലത്ത് സി ഐ എയുടെ സൃഷ്ടിയായിരുന്നു എന്നത് ഇതോടൊപ്പം കൂട്ടി വായിക്കേണ്ട മറ്റൊരു വസ്തുതയാണ്. യു എസ് എസ് ആറിന്റെ നിയന്ത്രണത്തിൽ അഫ്ഗാനിസ്ഥാൻ ആയിരുന്ന കാലത്ത് അൽക്വയ്ദയെ യു എസ് എസ് ആറിനെതിരെ കലാപം അഴിച്ചുവിടാൻ പ്രാപ്തരാക്കിയത് അമേരിക്കൻ ഇടപെടലാണെന്നുള്ളതാണ് ചരിത്രം. മുസ്ലിം ഭീകരശൃംഖല കെട്ടിപ്പടുക്കുന്നതിൽ മാത്രമല്ല താലിബാൻ സർക്കാരിനെ 1996 ൽ അധികാരത്തിൽ

കൊണ്ടുവരുന്നതിലും അമേരിക്കയുടെ പങ്ക് നിർണ്ണായകമായിരുന്നു. പക്ഷേ, അത് പലപ്പോഴും മുഖ്യധാരാ മാധ്യമങ്ങൾ പറയാൻ താല്പര്യം കാട്ടിയിട്ടില്ല. പക്ഷേ, ഇതേ അമേരിക്കയാണ് അൽക്വയ്ദയേയും അതിനു ഭീകരരുമായുള്ള ബന്ധവും പറഞ്ഞ അഫ്ഗാനിസ്ഥാനെ ആക്രമിച്ചത് എന്നത് ചിത്രത്തിന്റെ മറ്റൊരു വൈരുദ്ധ്യം. ഇതിനാവട്ടെ യുദ്ധവിരുദ്ധ പ്രസ്ഥാനങ്ങളും മനുഷ്യാവകാശ സംഘടനകളും നിസീമമായ പിന്തുണ നല്കുകയും ചെയ്തു. അതുപോലെ ശീതയുദ്ധകാലത്ത് അമേരിക്കൻ താല്പര്യത്തിനുവേണ്ടി അമേരിക്കൻ രഹസ്യാന്വേഷണ വിഭാഗം ഫലപ്രദമായി ഉപയോഗിച്ചിരുന്ന ആളായിട്ടാണ് ലാദൻ അറിയപ്പെടുന്നത്. ഈ ലാദനെ മറ്റൊരു രാജ്യത്തുനിന്നും ആ രാജ്യത്തിന്റെ അറിവുപോലുമില്ലാതെ ആക്രമിച്ചു വധിച്ചു എന്നത് ചിത്രത്തിന്റെ വിചിത്രമായ പ്രതിഭാസമെന്നേ പറയാൻ കഴിയൂ. ഭീകര വിരുദ്ധ യുദ്ധത്തിലെ പാകിസ്ഥാന്റെ പങ്കാണ് മറ്റൊരു വൈരുദ്ധ്യം. ഭീകര വിരുദ്ധ യുദ്ധത്തിൽ നിസീമമായ പിന്തുണ നല്കുമ്പോഴും പാക് രഹസ്യാന്വേഷണ വിഭാഗമായ ഐ എസ് ഐക്ക് തീവ്രവാദ സംഘങ്ങളുമായുണ്ടായിരുന്ന ബന്ധം രഹസ്യമായിരുന്നില്ല.

അമേരിക്കയിൽ നടന്ന ഭീകരാക്രമണത്തെക്കുറിച്ചാണ് ഈ അദ്ധ്യായത്തിൽ പറഞ്ഞു വന്നത്. ആയിരക്കണക്കിന് ജനങ്ങളുടെ ദാരുണമായ മരണത്തിനും പതിനായിരക്കണക്കായ ജനങ്ങൾ ഗുരുതരമായി പരുക്കേല്പിക്കപ്പെടുകയും ചെയ്തിരുന്ന ഭീകരാക്രമണം അക്ഷരാർത്ഥത്തിൽ അമേരിക്കക്കാരെ ഭയപ്പെടുത്തി. ഇതുമൂലം അമേരിക്ക നേരിട്ട നഷ്ടം വളരെ വലുതായിരുന്നു. യുദ്ധത്തിന്റെ പരുക്ക് പരിഹരിക്കുന്നതിനും, രാജ്യത്തിന്റെ സുരക്ഷ ശക്തമാക്കുന്നതിനും വേണ്ടി ഭീമമായ തുക മുടക്കേണ്ടി വന്നു. കൂടാതെ ഭീകര വിരുദ്ധ യുദ്ധത്തിന്റെ പേരിൽ നടത്തിയ യുദ്ധങ്ങൾ അമേരിക്കയെ വൻ സാമ്പത്തിക മാന്ദ്യത്തിലേക്ക് തള്ളിവിട്ടു. ഇതൊരു ഭാഗത്ത് നടന്നപ്പോൾ, ഭീകര വിരുദ്ധ യുദ്ധം ലോകത്താകമാനം സൃഷ്ടിച്ച ഭീകരത മറ്റൊരു ദുരന്തമായിരുന്നു. ഭീകര വിരുദ്ധതയുടെ പേരിൽ ഇറാഖിൽ സദ്ദാമിനെ വളഞ്ഞിട്ടാക്രമിച്ച ആഗോള ഭീകരവിരുദ്ധർ ഇറാഖിൽ മാത്രമല്ല ഗൾഫ് മേഖലയിൽ ആകെ കലാപം വിതച്ചു. ഭീകര വിരുദ്ധ യുദ്ധത്തിന് ശേഷം ഈജിപ്തിലും സിറിയയിലും നടന്നതൊന്നും അക്കൂട്ടർ കണ്ടതായി ഭാവിച്ചില്ല. ചുരുക്കിപ്പറഞ്ഞാൽ സെപ്തംബർ പതിനൊന്നിനുണ്ടായ ഭീകരാക്രമണം ആഗോള ഭീകരവിരുദ്ധ യുദ്ധം പ്രഖ്യാപിക്കാൻ അവസരം ഒരുക്കി. ആഗോള മുതലാളിത്തം, ഈ അവസരം മുതലാക്കി അഫ്ഗാനിസ്ഥാനിലും ഇറാഖിലും അധിനിവേശത്തിനു ലോക ജനതയുടെ അംഗീകാരം നേടി. മറ്റൊരു വിധത്തിൽ പറഞ്ഞാൽ ഭീകരർ നടത്തിയ ആക്രമണം അമേരിക്കയിലെ സാധാരണക്കാരുടെ ജീവിതം കൂടുതൽ ദുഷ്കരമാക്കിയപ്പോൾ ഭീകരവിരുദ്ധ യുദ്ധം മറ്റു രാജ്യങ്ങളുടെമേൽ കടന്നു കയറാനുള്ള ലൈസൻസായി ഉപയോ

ഗിച്ചു. അതാവട്ടെ പതിനായിരക്കണക്കിന് വരുന്ന ലോക ജനതയ്ക്ക് ദുരിതം വിതയ്ക്കാൻ കാരണവുമായി.

Reference

Chossudovsky, M (2005) *War on terrorism*, (2nd edn.) Centre for Research on globalization, Canada.

അമേരിക്കൻ സർവ്വകലാശാലയിൽ

അമേരിക്കയിൽ കുട്ടികളെ പഠിപ്പിക്കാൻവിടുന്ന ഇന്ത്യക്കാരുടെ വിശിഷ്യാ മലയാളികളുടെ എണ്ണം ദിനംതോറും കൂടി വരുന്നു. മക്കളെ പുറത്തു വിട്ടു പഠിപ്പിക്കുന്നു, അതും പഠനം അമേരിക്കയിൽ ആണെങ്കിൽ അതിലും അന്തസ്സ് എന്ന് കരുതുന്ന ഒരു തലമുറയിലൂടെയാണ് നാം കടന്നു പോകുന്നത്. അമേരിക്കയാവട്ടെ വിദ്യാഭ്യാസത്തെ സാമ്പത്തിക രംഗവുമായി എങ്ങനെ കൂട്ടിയിണക്കാമെന്ന് തെളിയിച്ചിരിക്കയും ചെയ്തിരിക്കുന്നു. ഇന്ത്യയിൽനിന്ന് എന്നതുപോലെ ലോകത്തിന്റെ എല്ലാ ഭാഗത്തുനിന്നും ലക്ഷക്കണക്കായ കുട്ടികളാണ് അമേരിക്കയിൽ വർഷം തോറും എത്തിച്ചേരുന്നത്. അമേരിക്കയിൽ ചെല്ലുമ്പോൾ, സ്ഥലം കണ്ടു മടങ്ങുക എന്നതു മാത്രമേ കരുതിയിരുന്നുള്ളൂ. എന്നാൽ മറ്റു ചില കാരണങ്ങളാൽ പദ്ധതിയിൽ മാറ്റം വരുത്തേണ്ടി വന്നു. എന്നാൽ, ജോലിയില്ലാതെ അമേരിക്കയിൽ ജീവിക്കാൻ എളുപ്പമല്ലെന്ന തിരിച്ചറിവാണ് ജോലിക്കു വേണ്ടിയുള്ള അന്വേഷണം നടത്താൻ കാരണമായത്. ഇന്ത്യയിൽനിന്നും കിട്ടിയ സാമ്പത്തികശാസ്ത്രത്തിലെ ഡോക്ടറേറ്റുമായി അവിടെ ഒരു ജോലി തരപ്പെടുത്തുക അത്ര എളുപ്പമല്ലെന്ന് കുറഞ്ഞ കാലത്തെ അന്വേഷണത്തിൽനിന്നും മനസ്സിലായി. ഈ തിരിച്ചറിവാണ് അമേരിക്കൻ സർവ്വകലാശാലയിൽനിന്നും എം ബി എ എടുക്കുക എന്ന ചിന്തയിൽ എത്തിച്ചേരാൻ കാരണം.

റഡ്ഗേർസ് സർവ്വകലാശാല

റഡ്ഗേർസ് സർവ്വകലാശാലയുടെ ക്യാമ്പസിനോട് ചേർന്നാണ് ഞങ്ങൾ താമസിക്കുന്നത്. റഡ്ഗേർസ് ന്യൂജേഴ്സിയിലെ പ്രധാന പൊതു സർവ്വകലാശാലയാണ്. മാത്രമല്ല, അമേരിക്കയിലെ അറിയപ്പെടുന്ന സർവ്വ

കലാശാലകളിൽ ഒന്നുമാണ്. വിശദമായ ആലോചനയ്ക്ക് ശേഷം റഡ് ഗേർസിൽ എം ബി എയ്ക്ക് അപേക്ഷിക്കാൻ തീരുമാനിച്ചു. ഇങ്ങനെ ഒരു തീരുമാനം എടുക്കുന്നതിൽ കോട്ടയംകാരനും റഡ്ഗേർസിലെ ഗവേഷണ വിദ്യാർത്ഥിയുമായ ജോർജിന്റെ ഇടപെടലും ഉണ്ടായിരുന്നു. 2004 മെയ് മാസം ആദ്യം റഡ്ഗേർസ് സർവ്വകലാശാലയിൽ എം ബി എയ്ക്ക് അപേക്ഷ കൊടുത്തു. ഈ തീരുമാനം അമേരിക്കൻ സർവ്വകലാശാലയിലെ വിദ്യാഭ്യാസം അടുത്തറിയാൻ കാരണമായെന്ന് മാത്രമല്ല ജീവിതത്തിന്റെ വഴി തിരിച്ചു വിടുന്നതിനു കാരണവുമായി.

റഡ്ഗേർസ് അമേരിക്കയിലെ ഇടത്തരം പൊതുസർവ്വകലാശാലയാണെന്ന് പറഞ്ഞല്ലോ. ന്യൂജേഴ്സിയിലെ വിദ്യാഭ്യാസ സ്ഥാപങ്ങളെക്കുറിച്ചു പറഞ്ഞ അദ്ധ്യായത്തിൽ ഈ സർവ്വകലാശാലയുടെ ചരിത്ര പശ്ചാത്തലം നാം കണ്ടു കഴിഞ്ഞതാണല്ലോ. ഒരു ഇൻസ്ട്രക്ടറും ഏതാനും കുട്ടികളുമായി 1771 ൽ ന്യൂബ്രൂൻസ്വിക്കിൽ ആരംഭിച്ച വിദ്യാഭ്യാസ സ്ഥാപനം പല പടവുകളും കടന്നാണ് ഇന്നത്തെ നിലയിൽ എത്തിയത്. ഇതൊരു യൂണിവേഴ്സിറ്റി ആയി രൂപം മാറുന്നത് 1924 ലാണ്. മൂന്നു കേന്ദ്രങ്ങളിലായി വിസ്തൃതമായ ക്യാമ്പസുകൾ ഉള്ളതും 50000 ൽ പരം വിദ്യാർത്ഥികൾ പഠിക്കുന്നതുമായ ഒരു യൂണിറ്ററി സർവ്വകലാശാലയാണിത്. സർവ്വകലാശാലയിൽ ബിരുദം നല്കുന്ന 29 ഡിവിഷൻ പ്രവർത്തിക്കുന്നു. ഇതിനോടകം സർവ്വകലാശാലയിൽനിന്നും നിരവധി പ്രൊഫസർമാർ നോബൽ സമ്മാനം നേടിയിട്ടുണ്ട്.

സർവ്വകലാശാലയിലെ പ്രവേശന നടപടികൾ ലളിതമായി പറഞ്ഞു പോകുന്നത് വായനക്കാർക്കും അമേരിക്കൻ സർവ്വകലാശാലയിൽ പ്രവേശനം നേടാൻ ശ്രമിക്കുന്നവർക്കും ചിലപ്പോൾ ഗുണം ചെയ്തേക്കാം. അമേരിക്കൻ യൂണിവേഴ്സിറ്റിയിൽ പഠിക്കാൻ അപേക്ഷ കൊടുക്കുമ്പോൾ നിരവധി രേഖകൾ നാം കൊടുക്കേണ്ടതുണ്ട്. ഈ നടപടികൾ കൃത്യമായി പാലിച്ചായിരിക്കും പ്രവേശനം നടക്കുക. മാർക്കായിരിക്കും ഒന്നാമത്തെ പരിഗണന എന്ന് പറയേണ്ടതില്ലല്ലോ. മുൻപ് പഠിച്ച യൂണിവേഴ്സിറ്റിയിൽ നിന്നും വിശദമായ മാർക്ക് ലിസ്റ്റ് (ട്രാൻസ്ക്രിപ്ട്), ചുരുങ്ങിയത് രണ്ടു ശുപാർശക്കത്തുകൾ, ഒരു ചെറിയ ഉപന്യാസം, ടോഫെൽ (TOEFL), ജിമാറ്റ് (GMAT) എന്നിവയൊക്കെ പാസായതിന്റെ തെളിവുകൾ, അതിൽ ലഭിച്ച പോയിന്റ് എന്നിവ ഹാജരാക്കണം. എന്നാൽ ഇക്കാര്യത്തിൽ പല കാര്യങ്ങളിലും ഇളവുകൾ കൊടുക്കാറുണ്ട്. നിശ്ചിതകാലം അമേരിക്കയിൽ താമസിച്ചിരുന്നാൽ ചില ഇളവുകൾ, ഉയർന്ന ബിരുദം ഉണ്ടായിരുന്നാൽ മറ്റു ചില ഇളവുകൾ എന്നിവ അനുവദിക്കപ്പെടും. ഇതിനൊക്കെ വ്യക്തമായ നിയമങ്ങൾ ഉണ്ട്. ഡോക്ടറേറ്റ് ഉണ്ടായിരുന്നാൽ പല ഇളവുകളും എം ബി എ പ്രവേശനത്തിന് കിട്ടും.

അമേരിക്കൻ സർവ്വകലാശാലകൾ കണക്കാക്കുന്നത് ഗ്രേഡ് പോയിന്റ് ആവറേജ് (ജി പി എ) മാർക്കല്ല. ഇതിനായി നിങ്ങളുടെ മാർ

ക്കിനെ ജി പി എ ആക്കി മാറ്റാം. ഇതിനു മാർക്കിനെ നാലിലേക്ക് കൊണ്ട് വരികയാണ് ചെയ്യുന്നത്. നിങ്ങൾക്ക് പരീക്ഷയിൽ നൂറ് കിട്ടിയാൽ നിങ്ങളുടെ ജി പി എ നാലാകും. തൊണ്ണൂറു ശതമാനം മാർക്ക് ആണുള്ളതെങ്കിൽ ജി പി എ 3.6 ആകും. അമേരിക്കൻ സർവ്വകലാശാലകളിലെ പരീക്ഷാ രീതിയും ജി പി എ നിശ്ചയിക്കുന്ന രീതിയും നമ്മുടെ സർവ്വകലാശാലകളിലേതിൽനിന്നും എങ്ങനെ വേറിട്ടു നില്ക്കുന്നു എന്നത് ഇത്തരുണത്തിൽ അറിയുന്നത് നന്നായിരിക്കും. അമേരിക്കയിലെ യൂണിവേഴ്സിറ്റികൾ മിക്കതും യൂണിറ്ററി യൂണിവേഴ്സിറ്റികളാണ്. ഒരു ലക്ഷവും രണ്ടു ലക്ഷവും കുട്ടികൾ പരീക്ഷ എഴുതി അതിന്റെ അടിസ്ഥാനത്തിൽ ഫലം നിശ്ചയിക്കുന്ന രീതി നമ്മുടെ പല പരീക്ഷകളിലും പിന്തുടരുമ്പോൾ, അവിടെ ഓരോ ക്ലാസിലെയും കുട്ടികളുടെ മാർക്ക് പ്രൊഫസർ തീരുമാനിക്കുന്നു. അതിന്റെ അടിസ്ഥാനത്തിൽ ജി പി എ കണക്കാക്കുന്നു. ക്ലാസിലെ കുട്ടികളുടെ നിലവാരത്തിനനുസരിച്ച് ജി പി എ കണക്കാക്കുന്നതിലും പ്രൊഫസർ ചില മാറ്റം വരുത്തും. ഉദാഹരണത്തിന് പരീക്ഷ വളരെ ബുദ്ധിമുട്ടായിരുന്നെങ്കിൽ കൂടുതൽ മാർക്ക് കിട്ടിയ കുട്ടിയുടെ മാർക്കിന്റെ അടിസ്ഥാനത്തിൽ മറ്റുള്ളവരുടെ ഗ്രേഡ് നിശ്ചയിക്കുന്ന രീതിയുണ്ട്. നമ്മുടെ സർവ്വകലാശാലകളിലെ ആർട്സ്, ഹ്യൂമാനിറ്റി വിഷയങ്ങളിൽ ഒന്നാം ക്ലാസു കിട്ടുന്നവർ തന്നെ ചുരുക്കം ആകുമ്പോൾ ജി പി എ കണക്കാക്കുന്ന ഈ രീതി നടപ്പിലാക്കേണ്ടതാണ്. ഈ ക്രമീകരണം വരുത്താതിരുന്നാൽ നമുക്ക് അമേരിക്കൻ കുട്ടികളുമായി മത്സരിച്ച് അഡ്മിഷൻ നേടാൻ കഴിയില്ല. ജിമാറ്റ് പോലുള്ള പൊതുപരീക്ഷ എഴുതുമ്പോൾ ഈ പ്രശ്നം പരിഹരിക്കപ്പെടുന്നു എന്നത് മറ്റൊരു വസ്തുതയാണ്.

നടപടികൾ എല്ലാം കഴിഞ്ഞ ഈ ലേഖകനും എം ബി എയ്ക്ക് അഡ്മിഷൻ കിട്ടി. അമേരിക്കൻ യൂണിവേഴ്സിറ്റിയിലെ രണ്ടു വർഷക്കാലത്തെ പഠനം ഒരു പുതിയ അനുഭവമായിരുന്നു. ഡോക്ടറേറ്റ് ഉള്ളവർക്ക് എം ബി എ ചെയ്യുമ്പോൾ പല കോഴ്സും പഠിക്കുന്നതിൽനിന്നും ഒഴിവു കിട്ടും. അത് കൂടാതെ മുൻപ് പഠിച്ച ചില വിഷയങ്ങൾ രണ്ടാമതും പഠിക്കാതെ കോഴ്സിന്റ തുടക്കത്തിൽ ഒരു പരീക്ഷ (challenge exam എന്നാണിതറിയപ്പെടുന്നത്) എഴുതി പാസായാൽ മതി. പിന്നീട് അതേ വിഷയം പഠിക്കേണ്ടതില്ല, പാസായില്ലെങ്കിൽ വീണ്ടും പഠിക്കേണ്ടിയും വരും. ഇതു മൂലം സമയം മാത്രമല്ല പണവും ലാഭിക്കാൻ കഴിയും. മാത്രമല്ല പകരം കൂടുതൽ വിഷയങ്ങൾ എടുത്തുകൊണ്ട് കോഴ്സ് നേരത്തെ തീർക്കാനും കഴിയും.

അമേരിക്കയിലെ പഠനച്ചെലവ് നാം ചിന്തിക്കുന്നതിനും അപ്പുറമാണ്. പൊതുസർവ്വകലാശാലകളിലെ ഫീസ് സ്വകാര്യ സർവ്വകലാശാലകളിലെ ഫീസിൽനിന്നും കുറവായിരിക്കും. എന്നാൽ പൊതുസർവ്വകലാശാലകളിൽ മൂന്ന് തരത്തിലുള്ള ഫീസാണ് കുട്ടികളിൽനിന്നും ഈടാക്കി വരുന്നത്. സംസ്ഥാനത്തെ സ്ഥിര താമസക്കാരായ കുട്ടികൾക്ക് ഏറ്റവും

കുറഞ്ഞ ഫീസാണ്. സംസ്ഥാനത്തിനുപുറത്തുനിന്നുള്ള അമേരിക്കക്കാരായ കുട്ടികൾക്ക് അതിലും ഉയർന്ന ഫീസാണ്. വിദേശ വിദ്യാർത്ഥികൾ ഏറ്റവും കൂടിയ ഫീസാണ് നല്കേണ്ടി വരിക. 2004 ൽ ഒരു സെമസ്റ്റർ ഫീസ് 13305.90 ഡോളർ ആയിരുന്നു. ഇതു തന്നെ ഇന്ത്യൻ രൂപയിൽ കണക്കാക്കുമ്പോൾ മോശമല്ലാത്ത തുകയാണല്ലോ. ഞാൻ വിദേശ വിദ്യാർത്ഥിയുടെ ഫീസാണ് അടയ്ക്കേണ്ടി വന്നത്. ഈ കണക്കിൽ എം ബി എ പഠനം പൂർത്തിയാക്കാൻ അൻപതിനായിരം ഡോളറിൽ കുറയാത്ത തുക വേണ്ടിയിരുന്നു.

അമേരിക്കയിൽ സർവ്വകലാശാലകളിൽ പഠിക്കുന്ന വിദേശീയരായ കുട്ടികൾക്ക് പുറത്തു ജോലി ചെയ്തു പണം കണ്ടെത്താൻ നിയമം അനുവദിക്കുന്നില്ല. വിദ്യാർത്ഥി വിസയിൽ വരുന്നവർക്ക് പക്ഷേ, സർവ്വകലാശാലകളിൽ നിശ്ചിത മണിക്കൂർ ജോലിചെയ്യാൻ നിയമം അനുവദിക്കുന്നു. ക്യാമ്പസിനുള്ളിൽ ഇരുപതു മണിക്കൂർ വരെ ആഴ്ചയിൽ ജോലി ചെയ്യാം. ഇത് വിദേശ വിദ്യാർത്ഥികൾക്ക് സാമ്പത്തികമായി ചെറിയ ആശ്വാസമായിരിക്കും. എന്നാൽ അമേരിക്കൻ സർവ്വകലാശാല രീതിയുമായി ഒത്തുപോകാൻ കുറച്ചു സമയം വേണ്ടി വരും എന്നതിനാൽ ആദ്യ സെമസ്റ്ററിൽ കുട്ടികൾ ജോലി ചെയ്യാൻ തിരക്ക് കാട്ടാറില്ല. ജോലി ചെയ്താൽ അവിടെ നിലനില്ക്കുന്ന നിയമം അനുസരിച്ച് മണിക്കൂറിനിത്ര ഡോളർ എന്ന നിലയിൽ വേതനം കിട്ടും.

ഒരു പ്രൊഫസറിന്റെ ടീച്ചിങ് അസിസ്റ്റന്റായി ജോലി ചെയ്യാൻ എനിക്കവസരം കിട്ടി. അമേരിക്കയിലെ ഗവേഷണ യൂണിവേഴ്സിറ്റികളിൽ പ്രൊഫസർമാർ പലപ്പോഴും ഗവേഷണത്തിൽ കൂടുതൽ സമയം ചെലവാക്കുന്നവരാണ്. അതിനാൽ ടീച്ചിങ്ങുമായി ബന്ധപ്പെട്ട പല ജോലികളും അവരുടെ ഗവേഷണ വിദ്യാർത്ഥികളെയോ മറ്റു പ്രാപ്തരായ വിദ്യാർത്ഥികളെയോ ഏല്പിക്കും. ഞാൻ ഇക്കണോമിക്സ് പ്രൊഫസറുടെ കൂടെയായിരുന്നു ജോലി ചെയ്തിരുന്നത്. പല പരീക്ഷകളും നടത്തുന്നതും അതിന്റെ ഉത്തരപേപ്പറുകൾ നോക്കി ഗ്രേഡ് ചെയ്തു കൊടുക്കുന്നതും ഞാനായിരുന്നു. ഞാൻ എം ബി എ കഴിഞ്ഞു പോന്നതിനു ശേഷവും ചില അവസരങ്ങളിൽ ഈ പ്രൊഫസർ സഹായത്തിനായി എന്നെ വിളിച്ചിരുന്നു.

എം ബി എയ്ക്ക് നാലു സെമസ്റ്ററാണുള്ളത്. ക്ലാസുകൾ സാധാരണ സെപ്തംബർ ആദ്യവാരം തുടങ്ങും. മൂന്നുമാസം നീണ്ടുനില്ക്കുന്ന ഒരു വിശ്രമത്തിനും അവസരം നല്കാത്ത വിധമാണ് കോഴ്സുകൾ തയ്യാറാക്കിയിരുന്നത്. പൂർണ്ണ സമയ വിദ്യാർത്ഥികൾ ചുരുങ്ങിയത് 12 ക്രെഡിറ്റ് എടുക്കണമെന്നാണ് നിയമം. (മൂന്ന് ക്രെഡിറ്റുള്ള ക്ലാസുകൾ മൂന്നു മണിക്കൂർ നീളും. പതിനഞ്ച് ക്ലാസുകളോടെ ഒരു സെമസ്റ്റർ തീരുന്നു). ചില കുട്ടികൾ പ്രത്യേക അനുവാദം വാങ്ങി കൂടുതൽ ക്രെഡിറ്റ് എടുത്തുകൊണ്ട് നേരത്തെ കോഴ്സ് അവസാനിപ്പിക്കുന്നത് കാണാം. എന്റെ കൂടെ പഠിച്ച ഒരു കുട്ടി എം ഡിയും എം ബി എയും ഒന്നിച്ചു ചെയ്തി

രുന്നു. എം ഡിയും എം ബി എയും അവിടെ ഒന്നിച്ചു ചെയ്യാം. അയാൾ ഒരു വർഷം കൊണ്ട് തന്നെ എം ബി എ തീർത്തു. പിന്നീട് എം ഡി തീർക്കാൻ മെഡിക്കൽ കോളേജിൽ പോയി. അമേരിക്കയ്ക്ക് പുറത്തു പഠിച്ചു വരുന്ന കുട്ടികൾ ആദ്യ സെമസ്റ്ററിൽ ചില ബുദ്ധിമുട്ടുകൾ നേരിടാറുണ്ട്.

ഒരു സെമസ്റ്ററിൽ പന്ത്രണ്ടു ക്രെഡിറ്റിൽ കൂടുതൽ പഠിക്കുക എന്നത് വളരെ ശ്രമകരമായ കാര്യമാണ്. എന്നാൽ ഇതിൽ കൂടുതൽ ക്രെഡിറ്റ് സർവ്വകലാശാലയുടെ അനുവാദം വാങ്ങി പഠിക്കുന്ന കുട്ടികളുമുണ്ട്. ഇങ്ങനെ ചെയ്യുന്നതിലൂടെ സമയവും പണവും ലഭിക്കാൻ കഴിയുന്നു. പരീക്ഷ നടത്തിപ്പും, ഫലം നിശ്ചയിക്കുന്നതും, ഫലം പ്രഖ്യാപിക്കുന്നതുമായ അമേരിക്കൻ രീതി നമ്മുടേതിൽനിന്നും വ്യത്യസ്തമാണ്. നമ്മുടെ സർവ്വകലാശാലകളിൽ നടക്കുന്ന രീതിയിൽ പതിനായിരക്കണക്കിന് കുട്ടികൾക്ക് ഒരു പരീക്ഷ നടത്തുന്ന രീതിയല്ല അവിടെയുള്ളത്. ഓരോ വിഷയവും പഠിപ്പിക്കുന്ന പ്രൊഫസറാണ് സിലബസ് തയ്യാറാക്കുന്നത് മുതൽ പരീക്ഷ നടത്തി ഫലം പ്രസിദ്ധീകരിക്കുന്നതുവരെയുള്ള കാര്യങ്ങൾ ചെയ്യുന്നത്. ഒരു സെമസ്റ്ററിൽ ഒന്നോ രണ്ടോ പരീക്ഷ പ്രൊഫസർ നടത്തും. അതിനു കിട്ടിയ മാർക്ക് നോക്കി അവസാന ഗ്രേഡ് തീരുമാനിക്കും. ഇതിനും പല രീതികൾ പ്രൊഫസർമാർ പിന്തുടരാറുണ്ട്. ഒരു ക്ലാസിലെ കൂടിയ മാർക്ക് കിട്ടിയ കുട്ടിയുടെ മാർക്ക് അടിസ്ഥാനപ്പെടുത്തി ഗ്രേഡ് നിശ്ചയിക്കുന്നതാണ് ഒരു രീതി. ഗ്രേഡ് പോയിന്റ് നാലായി കണക്കാക്കിയാണ് ഗ്രേഡ് നിശ്ചയിക്കുന്നതെന്ന് മുൻപ് പറഞ്ഞിരുന്നല്ലോ. ഇതിൻ പ്രകാരം 80 ശതമാനം മാർക്ക് കിട്ടിയാൽ ജി പി എ 3.2 ആയിരിക്കും. മൊത്തം ജി പി എ 3.2 നിന്നും കുറവായാൽ കൂടുതൽ കോഴ്സുകൾ എടുത്ത് ഗ്രേഡ് ഉയർത്തുന്ന രീതിയും ഇവിടെ പതിവാണ്.

ഫാൾ സെമസ്റ്റർ കഴിഞ്ഞാൽ, സ്പ്രിങ് സെമസ്റ്റർ തുടങ്ങുകയായി. ഈ രണ്ടു സെമസ്റ്റർ കഴിഞ്ഞാൽ മൂന്നുമാസം വേനൽ അവധിയാണ്. ഇക്കാലത്തു കുട്ടികൾ പല സ്ഥാപനങ്ങളിലും ഇന്റേണൽഷിപ്പ് തരപ്പെടുത്തിയിരിക്കും. ഇതിനു വേണ്ടുന്ന എല്ലാ സഹായവും സർവ്വകലാശാലയുടെ ഭാഗത്തുനിന്നും ഉണ്ടാകുന്നു എന്നതാണ് ഇവിടത്തെ പ്രത്യേകത. കുട്ടികളുടെ സിവി തയ്യാറാക്കി കൊടുക്കുന്നതിൽ വരുത്തുന്ന സൂക്ഷ്മത മുതൽ കമ്പനികളെ ക്യാമ്പസുകളിൽ എത്തിച്ച് ഇന്റേണൽഷിപ്പ് തരപ്പെടുത്തുന്നതിൽ എല്ലാ ബന്ധങ്ങളും യൂണിവേസിറ്റി ഉപയോഗിക്കുന്നു. ഇക്കാര്യത്തിൽ സർവ്വകലാശാലകൾ തമ്മിൽ മത്സരങ്ങളും നിലനില്ക്കുന്നു. ഓരോ സർവ്വകലാശാലയും അവരുടെ കരുത്തും ബന്ധങ്ങളും ഇതിനായി ഉപയോഗിക്കുന്നു. സർവ്വകലാശാലകളിൽ നിരവധി ജോബ് ഫെയറുകൾ സംഘടിപ്പിക്കയും കുട്ടികൾക്ക് പറ്റിയ അവസരം കണ്ടെത്തുകയും ചെയ്യുന്നു. ഇങ്ങനെ ഇന്റേണൽഷിപ്പ് കിട്ടുന്ന അവസരം തുടർന്നു ജോലി തരപ്പെടുത്തുന്നതിനുള്ള

അവസരമായി പലപ്പോഴും മാറുകയും ആ കമ്പനികളിൽ സ്ഥിരം ജോലി തരപ്പെടുകയും ചെയ്യും. ഇന്റേണൽഷിപ്പോടു കൂടി പല കുട്ടികളും ജോലി തരപ്പെടുത്തി കഴിയും. പിന്നീടുള്ള പഠനം പകൽ സമയത്തു പലപ്പോഴും കഴിയണമെന്നില്ല. ഇവരുടെ സൗകര്യം കണക്കാക്കി മൂന്നാം സെമസ്റ്റർ തുടങ്ങി റെഗുലർ കോഴ്സ് കൂടാതെ ഈവെനിങ് ക്ലാസുകൾ ഉണ്ടാവും. ഇങ്ങനെ മൂന്നും നാലും സെമസ്റ്റർ കഴിഞ്ഞാൽ എം ബി എ തീരുകയാണ്.

അമേരിക്കയിലെ യൂണിവേഴ്സിറ്റി വിദ്യഭ്യാസത്തെക്കുറിച്ചു പറയുമ്പോൾ അവിടത്തെ അദ്ധ്യാപകരെയും അനദ്ധ്യാപക ജീവനക്കാരെയും കുറിച്ച് പറയാതെ പോയാൽ അത് അപൂർണ്ണമായിരിക്കും. ഇന്ത്യക്കാരായ ധാരാളം അദ്ധ്യാപകർ അമേരിക്കൻ യൂണിവേഴ്സിറ്റികളിൽ പഠിപ്പിക്കുന്നു. പലരും വളരെ പ്രഗത്ഭരായ അദ്ധ്യാപകരാണ്. ബിസിനസ് സ്ഥാപനങ്ങളിലെ ജോലിയുമായി താരതമ്യം ചെയ്താൽ യൂണിവേഴ്സിറ്റി അദ്ധ്യാപകരുടെ ശമ്പളം കുറവാണ്. പക്ഷേ, അദ്ധ്യാപക ജോലി ഇഷ്ടപ്പെടുന്നവർ വരുമാനത്തിലെ ഈ കുറവ് കണക്കാക്കാതെ തന്നെ ഈ ജോലി ചെയ്യുന്നു. മാർക്കറ്റിങ് പ്രൊഫസർ ആയിരുന്ന പ്രൊഫസർ ജഗ്പാലിനെപ്പോലുള്ള പല പ്രഗത്ഭരായ അദ്ധ്യാപകരും ഞങ്ങളെ പഠിപ്പിച്ചവരുടെ കൂട്ടത്തിൽ ഉണ്ടായിരുന്നു.

അനദ്ധ്യാപരുടെ കാര്യത്തിലും എടുത്തുപറയാൻ കഴിയുന്ന പ്രത്യേകതകളുണ്ട്. അമേരിക്കൻ യൂണിവേഴ്സിറ്റികളിൽ പലതിലും വിദേശ വിദ്യാർത്ഥികൾ ധാരാളം പഠിക്കുന്നുണ്ടാവും അതുകൊണ്ടു തന്നെ അവരുടെ പ്രശ്നങ്ങളും വ്യത്യസ്തവും സങ്കീർണ്ണവുമായിരിക്കും. പക്ഷേ, അവയൊക്കെ പരിഹരിക്കുന്നതിൽ ഈ ജീവനക്കാർ എപ്പോഴും സന്ന

റഡ്ഗേർസ് സർവ്വകലാശാല

ദ്ധരായിരിക്കും. നമ്മുടെ നാട്ടിലെപ്പോലെ അന്വേഷിച്ചു ചെന്നാൽ സീറ്റിൽ ആളെ കാണാത്ത ഒരു സംഭവവും യൂണിവേഴ്സിറ്റികളിൽ എനിക്കനുഭവപ്പെട്ടില്ല. പ്രധാന സീറ്റിലുള്ള ഒരാൾ ലീവ് ആണെങ്കിൽ അവർ മുൻകൂട്ടി മെയിൽ ബന്ധപ്പെട്ട എല്ലാവർക്കും അയച്ചിരിക്കും.

അമേരിക്കൻ സർവ്വകലാശാലകളിലെ വിദ്യാർത്ഥി യൂണിയനുകളുടെ പ്രവർത്തനത്തിനും എടുത്തു പറയേണ്ടുന്ന സവിശേഷതകളുണ്ട്. നമ്മുടെ നാട്ടിലുള്ള രീതിയിലുള്ള രാഷ്ട്രീയ അതിപ്രസരം ഇവിടത്തെ യൂണിയൻ പ്രവർത്തനത്തിൽ കാണുന്നില്ല. എന്നാൽ എല്ലാ പ്രവർത്തനത്തിലും രാഷ്ട്രീയമുണ്ടുതാനും. പാനലുകൾവച്ചാണ് തിരഞ്ഞെടുപ്പിൽ മത്സരിക്കുക. തിരഞ്ഞെടുപ്പ് കഴിഞ്ഞാൽ ഒരു വർഷക്കാലത്തെ വിദ്യാർത്ഥി യൂണിയൻ രൂപീകരിക്കപ്പെടും. വിദ്യാർത്ഥി യൂണിയൻ, സ്റ്റുഡന്റ്സ് ഗവണ്മെന്റ് എന്നാണതറിയപ്പെടുന്നത്. തുടർന്നുള്ള എല്ലാ പ്രവർത്തനവും സ്റ്റുഡന്റ്സ് ഗവണ്മെന്റ് നേതൃത്വം കൊടുക്കും. സീനിയർ വിദ്യാർത്ഥികളുടെ ഇടപെടലാണ് എടുത്തു പറയേണ്ടുന്ന മറ്റൊരു കാര്യം. സീനിയർ വിദ്യാർത്ഥി നേതാക്കൾ പുതിയ കുട്ടികൾ വരുമ്പോൾ ക്ലാസുകളിൽ വന്ന് അവരെ അഡ്രസ് ചെയുന്ന രീതിയുണ്ട്. അങ്ങനെ സീനിയർ കുട്ടികളും യൂണിയനും തമ്മിൽ വളരെ ആരോഗ്യകരമായ ബന്ധമാണ് നിലനില്ക്കുന്നത്. റാഗിങ് പോലുള്ള ഒരു നടപടിയും യൂണിവേഴ്സിറ്റിയിൽ അനുവദനീയമല്ല.

രണ്ടാമത്തെ സെമസ്റ്റർ കഴിഞ്ഞതോടെ ഇന്റേൺഷിപ് തരപ്പെടുത്തി കുട്ടികൾ എല്ലാവരും തന്നെ പോയി. മാർക്കറ്റിങ് റിസേർച്ചുമായി ബന്ധപ്പെട്ട ജോലിയാണ് എനിക്കുകിട്ടിയത്. ആ കമ്പനിയിൽ ഇന്റേൺഷിപ് കഴിഞ്ഞിട്ടും ഞാൻ കുറെ വർഷം ജോലി ചെയ്തിരുന്നു. ഇതിനോടകം എം ബി എ പൂർത്തിയായി. തുടർന്ന് പല സർവ്വകലാശാലകളിലും ജോലി ചെയ്തു. അങ്ങനെ വിദ്യാർത്ഥി എന്നിടത്ത് നിന്നും അദ്ധ്യാപകൻ എന്ന നിലയിലേക്ക് മാറാൻ അവസരം കിട്ടി.

വിദ്യാർത്ഥിയിൽനിന്നും അദ്ധ്യാപകനിലേക്ക്

അമേരിക്കയിൽ അദ്ധ്യാപകനായി ആദ്യം ജോലി ലഭിച്ചത് ഒരു സ്വകാര്യ യൂണിവേഴ്സിറ്റിയിലാണ്. ഈ യൂണിവേഴ്സിറ്റിയിയിലെ വിദ്യാർത്ഥികൾ പ്രധാനമായും മുഴുവൻ സമയം ജോലി ചെയ്യുന്നവരായിരുന്നു. അതുകൊണ്ടുതന്നെ ക്ലാസുകൾ വെകുന്നേരം ആറുമണി മുതൽ രാത്രി പത്തുമണി വരെ നീളുമായിരുന്നു. ഇവിടത്തെ വിദ്യാർത്ഥികളുടെ ശരാശരി പ്രായവും കൂടുതലായിരുന്നു. ഏത് പ്രായത്തിലുമുള്ള കുട്ടികൾ അമേരിക്കയിലെ കോളേജുകളിലും സർവ്വകലാശാലകളിലും പഠിക്കാൻ എത്തുന്നു എന്നത് ഒരു പ്രത്യേകതയാണ്. ഏതു പ്രായത്തിലും പഠിക്കാനുള്ള അമേരിക്കക്കാരുടെ താല്പര്യവും, അതിനു വേണ്ടുന്ന സാഹചര്യം ഒരുക്കുന്നതിൽ അധികാരികൾ കാണിക്കുന്ന താല്പര്യവുമാണ് ഇതുപോലുള്ള സ്വകാര്യ യൂണിവേഴ്

റഡ്ഗേർസ് സർവ്വകലാശാലയിൽ നിന്നും എം ബി എ ബിരുദം നേടിയ ലേഖകൻ

സിറ്റികളുടെ കരുത്ത്. എം ബി എ തുടങ്ങിയ പല കോഴ്സുകളും ഈ യൂണിവേഴ്സിറ്റി നടത്തുന്നു.

അമേരിക്കൻ യൂണിവേഴ്സിറ്റികളിൽ ജോലി ചെയ്യുന്ന പ്രൊഫസർ മാർ വിവിധ ഗണത്തിൽ പെടുന്നവരാണ്. ഇതിൽ സ്ഥിരം (tenured) പ്രൊഫസർ വളരെ കുറവായിരിക്കും. ഒരു യൂണിവേഴ്സിറ്റിയിൽത്തന്നെ വളരെക്കാലം ജോലി ചെയ്യുന്ന രീതി അമേരിക്കയിലെ പ്രൊഫസർ മാർക്ക് അത്ര താല്പര്യമുള്ള കാര്യമല്ല. സർവ്വീസിൽ കയറിയാൽ റിട്ടയർ ചെയ്യും വരെ ഒരു സർവ്വകലാശാലയിൽ തുടരുന്ന നമ്മുടെ നാട്ടിലെ രീതി അവിടെ അപൂർവ്വമാണ്. സ്ഥിരം പ്രൊഫസർമാരെ കൂടാതെ മുഴു വൻ സമയം ജോലി ചെയ്യുന്ന താല്ക്കാലിക പ്രൊഫസർമാർ (Full time professors) രണ്ടാം ഗണത്തിൽ പെടുന്നു. ഇത് കൂടാതെയായിരിക്കും താല്ക്കാലിക (adjunct professors) പ്രൊഫസർമാർ. രണ്ടു വർഷ ത്തോളം സ്വകാര്യ സർവകലാശാലയിൽ ജോലിക്കു ശേഷമാണ് മോൺ ക്ലെയറിൽ ജോലിക്കു ചേരുന്നത്. മുൻ യൂണിവേഴ്സിറ്റിയിൽനിന്നും ഏറെ അന്തരമുണ്ടായിരുന്നു ഇവിടത്തെ അനുഭവം ഈ യൂണിവേഴ്സിറ്റിയിൽ പത്തു വർഷത്തോളം അദ്ധ്യാപകനായി ജോലി നോക്കിയിരുന്നു.

അമേരിക്കൻ യൂണിവേഴ്സിറ്റിയിൽ ജോലിയിൽ കയറുന്നതിനുള്ള നടപടിക്രമങ്ങൾ സങ്കീർണ്ണമാണ്. പക്ഷേ, ഈ നടപടിക്രമങ്ങൾ കഴിഞ്ഞ അദ്ധ്യാപകനായി ജോലിയിൽ കയറിയാൽ സിലബസ് ഉണ്ടാക്കുന്നത് മുതൽ റിസൾട്ട് പ്രഖ്യാപിക്കുന്നതുവരെയുള്ള എല്ലാ കാര്യങ്ങളും അദ്ധ്യാപകന്റെ ചുമതലയാണ്. പരീക്ഷ കഴിഞ്ഞാൽ

നാല്പത്തെട്ടു മണിക്കൂറിനകം ഫലം പ്രസിദ്ധീകരിച്ചിരിക്കണം. മുതിർന്ന പ്രൊഫസർമാർ ജൂനിയർ പ്രൊഫസർമാരുടെ ക്ലാസുകളിൽ വന്ന് ക്ലാസ് കണ്ടു റിപ്പോർട്ട് കൊടുക്കുന്ന രീതിയും അവിടെയുണ്ട്. നമ്മുടെ നാട്ടിൽ അങ്ങനെയൊരു നടപടിയും ഉള്ളതായി തോന്നുന്നില്ല. മോണ്ട്ക്ലെയർ യൂണിവേഴ്സിറ്റിയിലെ കുട്ടികൾ താരതമ്യേന പ്രായം കുറഞ്ഞവരായിരുന്നു. മുതിർന്ന കുട്ടികളും ഇവിടെ പഠിക്കുന്നുണ്ടെങ്കിലും പൊതുവേ അവരുടെ എണ്ണം കുറവാണ്.

ന്യൂയോർക്കിൽ കണ്ട കാഴ്ചകൾ

അമേരിക്കയിലെ ഏറ്റവും തിരക്കുള്ള പട്ടണമായ ന്യൂയോർക്കിൽ മനുഷ്യനിർമ്മിതവും പ്രകൃതിദത്തവുമായ നിരവധി കാഴ്ചകളുണ്ട്. ലോകതലസ്ഥാനം എന്നറിയപ്പെടുന്ന ഈ പട്ടണത്തിലാണ് യുണൈറ്റഡ് നേഷന്റെ (യു എൻ) കേന്ദ്ര ഓഫീസ് പ്രവർത്തിക്കുന്നത്. മിക്ക രാജ്യങ്ങളുടേയും എംബസിയോ കോൺസുലേറ്റോ ഇവിടെ പ്രവർത്തിക്കുന്നു. സ്റ്റോക്ക് മാർക്കറ്റ് കേന്ദ്രമായ ന്യൂയോർക്ക് അമേരിക്കയുടെ സാമ്പത്തിക തലസ്ഥാനം കൂടിയാണ്. ബോംബെ നഗരത്തിൽ കാണുന്ന തിരക്കാണ് ന്യൂയോർക്ക് പട്ടണത്തിൽ കാണാൻ കഴിയുന്നത്. ബസുകളും, ടാക്സികളും, ട്രെയിനുകളും ഭൂഗർഭ ട്രെയിനുകളും (sub way) എല്ലാം കൂടി തിരക്ക് അതിന്റ ഉച്ചസ്ഥായിയിലാണ്. അംബര ചുംബികളായി നില്ക്കുന്ന കെട്ടിടങ്ങൾ മറ്റൊരു കാഴ്ചയാണ്. ഇതെല്ലാം കൂടിയ ന്യൂയോർക്കിലെ കാഴ്ച ആരെയും ആകർഷിക്കാൻ പോന്നതാണ്. ഇവിടത്തെ പ്രകൃതി ദത്തവും മനുഷ്യത്വ നിർമ്മിതവുമായ പ്രധാന കാഴ്ചകൾ എന്തെന്ന് കാണാം.

ന്യൂയോർക്കിന്റെ ചരിത്രം ചുരുക്കത്തിൽ പറഞ്ഞുകൊണ്ട് ന്യൂയോർക്കിലെ കാഴ്ചകളിലേക്ക് വരാം. 1624 ൽ ഡച്ചുകാർ ഹഡ്സൺ നദിക്കരയിൽ താമസമുറപ്പിച്ചതോടെയാണ് ആധുനിക ന്യൂയോർക്കിന്റെ ചരിത്രം ആരംഭിക്കുന്നത്. രണ്ടു വർഷങ്ങൾക്കു ശേഷം അവർ, 'ന്യൂ ആംസ്റ്റർഡാം' എന്ന കോളനി മൻഹാട്ടൻ ദ്വീപിൽ സ്ഥാപിച്ചു. 1664 ൽ ബ്രിട്ടീഷുകാർ ഈ പ്രദേശത്തിന്റെ നിയന്ത്രണം ഏറ്റെടുത്ത് ന്യൂയോർക്കെന്ന് പുനർനാമകരണം ചെയ്തു. ബ്രിട്ടീഷുകാർ അമേരിക്കയിൽ സ്ഥാപിച്ച പതിമൂന്നു കോളനികളിൽ ഒന്നായി ന്യൂയോർക്ക് പിന്നീട് മാറുകയായിരുന്നു. അമേരിക്കൻ വിപ്ലവത്തിലും, രാഷ്ട്രീയ-നയപര തീരുമാനങ്ങൾ

എടുക്കുന്നതിലും പിന്നീട് ന്യൂയോർക്ക് നിർണ്ണായക പങ്കാണ് വഹിച്ചത്. 1788 ജൂലൈ മാസം 26 ന്, ന്യൂയോർക്ക് അമേരിക്കൻ ഐക്യനാടിന്റെ ഭാഗമായി. എമ്പയർ സ്റ്റേറ്റ് എന്ന പേരിൽ കൂടി അറിയപ്പെടുന്ന ന്യൂയോർക്കിന്റെ തലസ്ഥാനം ആൽബനി നഗരമാണ്. ന്യൂയോർക്കിന്റെ ആകെ വിസ്തീർണ്ണം 54,555 ചതുരശ്ര മൈലാണ്. 2010 ൽ ജനസംഖ്യ കേരളത്തിലെ ജനസംഖ്യയേക്കാൾ വളരെ കുറവായിരുന്നു (19,378,102). അമേരിക്കയുടെ ചരിത്രം ന്യൂയോർക്കിന്റെ ചരിത്രവുമായി കെട്ടുപിണഞ്ഞു കിടക്കുന്നു. 1788 ൽ അമേരിക്കൻ ഭരണഘടനാ അംഗീകരിച്ചു കഴിഞ്ഞയുടൻ ന്യൂയോർക്ക് അമേരിക്കയുടെ തലസ്ഥാനമായി അംഗീകരിക്കപ്പെടുകയും, വാൾസ്ട്രീറ്റിലുള്ള ഫെഡറൽ ഹാളിൽ വച്ച് 1789 ഏപ്രിൽ 30 ന് ജോർജ് വാഷിങ്ടൺ അമേരിക്കയുടെ ഒന്നാമത്തെ പ്രസിഡന്റായി അവരോധിക്കപ്പെടുകയും ചെയ്തു.

ന്യൂയോർക്കിലെ കാഴ്ചകളിൽ സ്മാരകങ്ങളും മ്യൂസിയങ്ങളും, കെട്ടിടങ്ങളും പാർക്കുകളും, പാലങ്ങളും ഉൾപ്പെടെയുള്ള മനുഷ്യ നിർമ്മിതികൾ ധാരാളമുണ്ട്. കൂടാതെ പ്രകൃതി കനിഞ്ഞു നല്കിയ നിരവധി കാഴ്ചകളും ഉൾപ്പെടുന്നു. പ്രകൃതിയിലെ അത്ഭുതങ്ങളിൽ ഒന്നായ നയാഗ്ര വെള്ളച്ചാട്ടം ന്യൂയോർക്കിലാണ്. ലോകത്തിലെ ഏറ്റവും ഉയരം കൂടിയ മഹാസൗധമായിരുന്ന എമ്പയർ സ്റ്റേറ്റ് ബിൽഡിങ് ന്യൂയോർക്കിന്റെ സ്വന്തമായിരുന്നു. സ്വാതന്ത്ര്യത്തിന്റെയും ജനാധിപത്യത്തിന്റെയും പ്രതീകമെന്നു വിശേഷിപ്പിക്കുന്ന സ്വാതന്ത്ര്യ പ്രതിമ (സ്റ്റാച്യു ഓഫ് ലിബർട്ടി) ന്യൂയോർക്കിലാണ്. മനുഷ്യ സാദ്ധ്യമോ എന്നു ശങ്കിക്കുന്നതും അത്ഭുതകരമായി തോന്നാവുന്നതും ഈസ്റ്റ് റിവറിന് മുകളിൽ തൂങ്ങി നില്ക്കുന്നതുമായ ബ്രൂക്കിലിൻ പാലം ന്യൂയോർക്കിലെ ഒരു പ്രധാന കാഴ്ചയാണ്. പ്രശസ്തങ്ങളായ പല ഉദ്യാനങ്ങളും ന്യൂയോർക്കിൽ കാണാൻ കഴിയും.

സ്റ്റാച്യൂ ഓഫ് ലിബർട്ടി (Statue of Liberty)

അമേരിക്കയ്ക്ക് ഫ്രാൻസിലെ ജനങ്ങൾ ആദരവോടെ നല്കിയ സമ്മാനമാണ് സ്വാതന്ത്ര്യത്തിന്റെ പ്രതിമ (Staue of Liberty). ഫ്രഞ്ച് ശില്പി ഫ്രെഡെറിക് അഗസ്റ്റ ബാർദോഹോക്കി (Frédéric Auguste Bartholdi) രൂപകല്പന ചെയ്ത് ഫ്രഞ്ച് ശില്പി ഗുസ്താവ് ഈഫൽ (Gustave Eiffel) നിർമ്മിച്ചതാണ് ഈ പ്രതിമ. റോമൻ സ്വാതന്ത്ര്യ ദേവിയായ ലിബെർട്ടസിനെ പ്രതിനിധാനം ചെയ്യുന്ന പ്രതിമയുടെ പ്രതിരൂപമാണ് സ്റ്റാച്യൂ ഓഫ് ലിബർട്ടി. 'സ്വാതന്ത്ര്യം ലോകത്തെ പ്രകാശദീപ്തമാക്കും (Liberty Enlightening the World), എന്ന സന്ദേശം നല്കുന്ന പ്രതിമ 1886 ഒക്ടോബർ 28 നാണ്, ന്യൂയോർക്കിലെ ലിബർട്ടി ദ്വീപിൽ സ്ഥാപിച്ചത്.

അപ്പർന്യൂയോർക്ക് ബേയിൽ മൻഹാട്ടൻ ദ്വീപിന്റെ തെക്കേ അഗ്രഭാഗത്തുള്ള ലിബർട്ടി ഐലന്റ് ഏതാണ്ട് 15 ഏക്കർ വിസ്തൃതിയുള്ള

സ്റ്റാച്യു ഓഫ് ലിബർട്ടി

ദ്വീപാണ്. പതിനെട്ടാം നൂറ്റാണ്ടുമുതൽ ഇത് ലിബർട്ടി ഐലൻഡ് എന്നാണ് അറിയപ്പെടുന്നതെങ്കിലും ഔദ്യോഗികമായി ബെഡ് ലോക്'സ് ഐലന്റ് (Bedloe's Island) എന്നാണ് അറിയപ്പെട്ടിരുന്നത്. 1956 ൽ അമേരിക്കൻ കോൺഗ്രസ് ഔദ്യോഗികമായി ഇതിനെ ലിബർട്ടി ഐലൻഡ് എന്നു നാമകരണം ചെയ്തു. ബോട്ട് മാർഗ്ഗം ന്യൂയോർക്കിൽ നിന്നും ന്യൂജേഴ്സിയിൽനിന്നും ദ്വീപിലെത്താം. ന്യൂയോർക്കിൽനിന്ന് വരുന്നവർക്ക് ഇല്ലിസ് (Ellis) മ്യൂസിയം കാണാൻ അവസരം കിട്ടും. ന്യൂ ജേഴ്സിയിൽ നിന്നാണെങ്കിൽ നേരെ ലിബർട്ടി ഐലൻഡിൽ എത്തും.

പ്രതിമയുടെ പണി 1884 ജൂലൈയിൽ ഫ്രാൻസിൽ വച്ചു പൂർത്തിയായി. ഇസ്റ ('Isere') എന്ന ഫ്രഞ്ച് യുദ്ധക്കപ്പലിൽ 1885 ജൂൺ മാസം 350 കഷണങ്ങളാക്കി 214 കേസുകളിൽ (crates) പായ്ക്ക് ചെയ്തത് ന്യൂയോർക്ക് തുറമുഖത്ത് എത്തിച്ചു. പ്രസിഡന്റ് ഗ്രോവർ ക്ലീവ്‌ലൻഡ് (Grover Cleveland) ആയിരക്കണക്കിന് ജനങ്ങളെ സാക്ഷി നിർത്തി പ്രതിമ 1886 ഒക്ടോബർ 28 ന് രാഷ്ട്രത്തിനു സമർപ്പിച്ചു. 1901 വരെ പ്രതിമയുടെ സംരക്ഷണവും പ്രവർത്തനവും നോക്കിനടത്താനുള്ള ചുമതല യുദ്ധവകുപ്പിന്റെ കീഴിലായിരുന്ന അമേരിക്കൻ ലൈറ്റ്ഹൗസ് ബോർഡിനായിരുന്നു. 1933 ൽ ഈ ചുമതല നാഷണൽ പാർക്ക് സർവ്വീസസിന് കൈമാറി.

ഇല്ലിസ് ദ്വീപ്

ന്യൂയോർക്കിൽനിന്നും സ്റ്റേറ്റ് ഓഫ് ലിബർട്ടി കാണാൻ വരുമ്പോൾ ഇല്ലിസ് ഇസ്ലാഡ് വഴി ലിബർട്ടി ഐലൻഡിൽ എത്തുന്നു. മറിച്ച് ന്യൂജേഴ്സിയിൽ നിന്നാണെങ്കിൽ നേരെ ലിബർട്ടി ഐലൻഡിൽ എത്തും. രണ്ടും

രണ്ടു ദിശയിൽ വരുന്നു എന്നു മാത്രം. ഇല്ലിസ് ദ്വീപിലെ (Ellis Island) കുടിയേറ്റക്കാരുടെ മ്യൂസിയം ഒരു ചരിത്ര സ്മാരകമാണ്. ഇല്ലിസ് ഐലന്റ് 1892 ൽ ഒരു ഇമിഗ്രേഷൻ സ്റ്റേഷനായി ആരംഭിച്ച ചരിത്രപ്രാധാന്യമുള്ള സ്ഥലമാണ്. 1925 മുതൽ 1954 അടയ്ക്കുന്നത് വരെയുള്ള കാലയളവിൽ 2.3 മില്യൺ കുടിയേറ്റക്കാർ ഇല്ലിസ് ഐലൻഡിലൂടെ കടന്നുപോയതായാണ് രേഖ. എല്ലിസ് മ്യൂസിയം കഴിഞ്ഞു നാം ലിബർട്ടി ദ്വീപിലെത്തുകയായി.

എമ്പയർ സ്റ്റേറ്റ് ബിൽഡിങ്

ന്യൂയോർക്ക് നഗരത്തിന്റെ ഹൃദയഭാഗത്തു സ്ഥിതിചെയ്യുന്ന 102 നിലകളുള്ള അംബരചുംബിയായ സൗധമാണ് എമ്പയർ സ്റ്റേറ്റ് ബിൽഡിങ്. 1920 കളിൽ ന്യൂയോർക്കിന്റെ സാമ്പത്തിക രംഗം വളരെ ശക്തമായിരുന്നു. ഇക്കാലത്തെ അംബരചുംബികളായ പല കെട്ടിടങ്ങളും ഇവിടെ ഉയരുകയുണ്ടായി. ഏറ്റവും ഉയരം കൂടിയ കെട്ടിടങ്ങൾ മാൻഹട്ടൺ ബാങ്കിന്റെ കെട്ടിടവും (Wall Street's Bank of Manhattan building) ക്രിസ്ലർ കെട്ടിടവും (Chrysler Building) ആയിരുന്നു. ഇങ്ങനെയിരിക്കയാണ് 1929 ൽ ജനറൽ മോട്ടോഴ്സ് എക്സിക്യൂട്ടീവ് ജോൺ ജെ റാസ്കോട്ടും (John J Raskot) മുൻ ന്യൂയോർക്ക് ഗവർണർ അൽ സ്മിത്തും (Al Smith) കൂടി എമ്പയർ സ്റ്റേറ്റ് ബിൽഡിങ് പണിയാനുള്ള പദ്ധതി പ്രഖ്യാപിച്ചത്. 1929 ൽ എമ്പയർ സ്റ്റേറ്റ്, ഇൻക് എന്ന പേരിൽ ഒരു കമ്പനിയുണ്ടാക്കി. അതിന്റെ പേരിലാണ് കെട്ടിടം പണി കഴിച്ചത്. 1931 ൽ കെട്ടിടത്തിന്റെ പണി പൂർത്തിയായി. 1931 മേയ് 1, പ്രസിഡന്റ് ഹെർബർട്ട് ഹൂവർ കെട്ടിടത്തിന്റെ ഔദ്യോഗിക ഉദ്ഘാടനം ചെയ്തു.

ഇരുപതു മാസംകൊണ്ട് എമ്പയർ സ്റ്റേറ്റ് ബിൽഡിങ്ങിന്റെ പണി തീർന്നു. പൂർത്തിയായപ്പോൾ, കെട്ടിടത്തിന് 1,250 അടി ഉയരമുണ്ടായിരുന്നു. 1970 ൽ ലോകവ്യാപാര കേന്ദ്രത്തിന്റെ പണി പൂർത്തിയാകുന്നതു വരെ, ഏകദേശം 40 വർഷം, ലോകത്തിലെ ഏറ്റവും ഉയരമുള്ള കെട്ടിടമായി ഇതറിയപ്പെട്ടിരുന്നു. മേല്ക്കൂര വരെ കെട്ടിടത്തിന്റെ ഉയരം 380 മീറ്ററാണ് (1,250 അടി). ആന്റിന ഉൾപ്പെടെയുള്ള ഉയരമാകട്ടെ 443.2 മീറ്റർ (1,454 അടി) വരും. നല്ല തെളിഞ്ഞ ദിവസങ്ങളിൽ, സന്ദർശകർക്ക് ന്യൂയോർക്ക്, ന്യൂജേഴ്സി, കണക്റ്റികട്ട്, പെൻസിൽവാനിയ, മസാച്യുസെറ്റ്സ് എന്നീ പ്രദേശങ്ങൾ 80 മൈൽ അകലം വരെ കാണാൻ കഴിയും.

നിശ്ചയിച്ചതിലും നേരത്തെ നിശ്ചിത ബജറ്റ് തുകയിൽ കുറച്ചാണ് ഈ സൗധം പണി തീർത്തത്. ഈ പണി നടക്കുന്നതിനിടയിൽ ചുരുങ്ങിയത് അഞ്ചുപേരെങ്കിലും അപകടത്തിൽ മരിച്ചിരുന്നു. രണ്ടാം ലോകമഹായുദ്ധത്തിന്റെ അവസാനത്തിൽ കെട്ടിടത്തിന്റെ 79-ാം നിലയിൽ ഇരട്ട എഞ്ചിനുള്ള ഒരു ബോംബർ വിമാനം ഇടിച്ചു തകർന്നു. ഈ അപകടത്തിൽ 14 പേർ കൊല്ലപ്പെട്ടെങ്കിലും കെട്ടിടത്തിന്റെ രണ്ടു നിലകൾ

എമ്പയർ സ്റ്റേറ്റ് ബിൽഡിങ്

മാത്രമേ തകർന്നിരുന്നുള്ളൂ. 1973 ൽ വേൾഡ് ട്രേഡ് സെന്റർ പണി പൂർത്തീകരിച്ചതോടെ ഏറ്റവും വലിയ കെട്ടിടം എന്ന പദവി ഇതിനു നഷ്ടമായി. മനുഷ്യ നിർമ്മിതമായ ഈ കൂറ്റൻ കെട്ടിടം ഇപ്പോഴും ആയിരക്കണക്കിന് സന്ദർശകരെ സ്വീകരിച്ചുകൊണ്ട് ന്യൂയോർക്ക് പട്ടണത്തിൽ തലയെടുപ്പോടെ നിലകൊള്ളുന്നു.

ബ്രൂക്ലിൻ പാലം

ന്യൂയോർക്കിലുള്ള ഒരു മനുഷ്യനിർമ്മിത അത്ഭുതമാണ് ബ്രൂക്ലിൻ പാലം. ഇതാവട്ടെ ന്യൂയോർക്ക് നഗരത്തിലേക്കുള്ള ഒരു ഹൈബ്രിഡ് കേബിൾ തൂക്കു പാലമാണ്. മൻഹാട്ടനേയും ബ്രൂക്ലിനേയും ബന്ധിപ്പിച്ചു കൊണ്ട് ന്യൂയോർക്ക് നഗരത്തിലെ ഈസ്റ്റ് നദിയുടെ മേൽ ലാസ്യവതി യായി ബ്രൂക്ലിൻ പാലം നിലകൊള്ളുന്നു. 1883 മുതൽ ഈ പാലം ദശ ലക്ഷക്കണക്കിന് വാഹനങ്ങൾക്കും യാത്രക്കാർക്കും ന്യൂയോർക്കിലേക്ക് പോകാനും വരാനും സൗകര്യമൊരുക്കുന്നു. 135 വർഷത്തോളം പഴക്ക മുള്ള, ഈ പാലത്തിലൂടെ ദിവസവും ഏതാണ്ട് 150,000 വാഹനങ്ങൾ യാത്രക്കാരെ വഹിച്ചു കടന്നു പോകുന്നു. 600 തൊഴിലാളികൾ 14 വർഷം കൊണ്ട് പണിത പാലത്തിന് 150 ലക്ഷം ഡോളർ മുടക്കായി. പാലത്തിന്റെ ഡിസൈനർ ഉൾപ്പെടെ രണ്ട് ഡസനോളം ആളുകൾ അതിന്റെ പണി പൂർത്തിയാക്കുന്നതിനിടയിൽ മരിച്ചു. 1869 ൽ തുടങ്ങി 1883 ൽ പണി പൂർത്തീകരിച്ച ഈ പാലത്തിന് നിരവധി കഥകൾ പറയാനുണ്ട്.

പണി ഏറ്റെടുത്തു നടത്തിയ ശില്പികളെക്കുറിച്ചു പറയാതെ പോയാൽ ബ്രൂക്ലിൻ പാലത്തിന്റെ ചരിത്രം അപൂർണ്ണമായിരിക്കും. ബ്രൂക്ലിൻ പാലത്തിന്റെ ഡിസൈനർ, ജോൺ അഗസ്റ്റസ് റോപ്ലിങ് (John

Augustus Roebling), സ്റ്റീൽ സസ്പെൻഷൻ പാലങ്ങൾ ഡിസൈൻ ചെയ്യുന്നതിലെ ഒരു വിദഗ്ദ്ധനായിരുന്നു. 1806 ൽ ജർമ്മനിയിൽ ജനിച്ച അദ്ദേഹം ബെർണീനിൽനിന്നും വ്യാവസായിക എഞ്ചിനീയറിങ് പഠനം പൂർത്തിയാക്കി ഇരുപത്തഞ്ചാം വയസ്സിൽ പെൻസിൽവാനിയായിൽ കുടിയേറി കർഷകനായി ജീവിതം ആരംഭിച്ചു. കൃഷി ഒരു പരാജയമായതോടെ റോപ്ബ്ലിങ് ഒരു സിവിൽ എഞ്ചിനീയറായി ജോലി കണ്ടെത്തി സംസ്ഥാന തലസ്ഥാനമായ ഹാരീസ്ബെർഗിൽ താമസമാക്കി. ഇതോടൊപ്പം തന്നെ അദ്ദേഹം റോപ്ബ്ലിങ് വയർ-കേബിൾ ഫാക്ടറി സ്ഥാപിച്ച് വയർ- കേബിൾ ഉപയോഗവും വില്പനയും പ്രോത്സാഹിപ്പിക്കുകയും ചെയ്തു വന്നിരുന്നു.

സസ്പെൻഷൻ പാലങ്ങൾ സുരക്ഷിതമായി പണിയുന്നതിൽ റോപ്ബ്ലിങ് ഒരു വിദഗ്ദ്ധനായി ഇതിനോടകം അംഗീകരിക്കപ്പെട്ടു കഴിഞ്ഞിരുന്നു. അക്കാലത്തു പണിത പല സസ്പെൻഷൻ പാലങ്ങളും കാറ്റിനെ പ്രതിരോധിക്കുന്നതിലും വൻ ഭാരം താങ്ങുന്നതിലും പരാജയമായിരുന്നപ്പോൾ ഡിസൈനിൽ ചില മാറ്റങ്ങൾ വരുത്തി നയാഗ്രയിലും, ഒഹായോയിലെ സിൻസിനാറ്റിയിലും വിജയകരമായി പൂർത്തിയാക്കിയ പാലങ്ങളുടെ പണി റോപ്ലിങ്ങിനെ പ്രശസ്തനാക്കി. ഈ പ്രശസ്തിയാണ് മൻഹട്ടനും ബ്രൂക്ലിനും തമ്മിലുള്ള ഈസ്റ്റ് നദിയുടെ ഒരു തൂക്കുപാലം പണിയുന്നതിന്റെ മേൽനോട്ടം റോപ്ലിങ്ങിനെ ഏല്പിക്കാൻ കാരണമായത്. മൻഹട്ടനും ബ്രൂക്ലിനും തമ്മിൽ ബന്ധിപ്പിക്കുന്ന തൂക്കുപാലം പണിയാൻ ന്യൂയോർക്കിലെ ജനപ്രതിനിധിസഭ 1867 ൽ അനുമതി നല്കുകയും അതിന്റെ മേൽനോട്ടം റോപ്ലിങ്ങിനെ ഏല്പിക്കാൻ തീരുമാനിക്കുകയും ചെയ്തു. ലോകത്തിലെ ഏറ്റവും നീളം കൂടിയ (1,600 അടി നീളമുള്ള) അക്കാലത്തെ ആദ്യത്തെ സ്റ്റീൽ തൂക്കുപാലം പണിയുന്നതിന് അങ്ങനെ തുടക്കമായി.

1869 ൽ നിർമ്മാണം തുടങ്ങുന്നതിനു തൊട്ടു മുൻപ് അവസാനത്തെ ചില അളവെടുപ്പുകൾ നടത്തുന്നതിനിടയിൽ റോപ്ലിങ്ങിന് സൈറ്റിൽ വച്ച് മാരകമായ പരുക്ക് പറ്റുകയും മൂന്നാഴ്ചയ്ക്കു ശേഷം ടെറ്റനസ് വന്ന് അദ്ദേഹം മരിക്കുകയും ചെയ്തു. പിതാവിനെ സഹായിച്ചുകൂടെ ഉണ്ടായിരുന്ന അദ്ദേഹത്തിന്റെ 32 കാരനായ മകൻ വാഷിങ്ടൺ റോപ്ബ്ലിങ് താമസിയാതെ പണി ഏറ്റെടുത്തു. ചീഫ് എഞ്ചിനീയറായി ചുമതല ഏറ്റെടുത്ത വാഷിങ്ടൺ പണി തുടർന്നു. എന്നാൽ പാലം പണിയുടെ ദുരന്തം തുടർന്നു. എന്നാൽ വാഷിങ്ടൺ റോപ്ലിങ്ങിനേയും വിധി വെറുതെ വിട്ടില്ല. 1872 ൽ കാസിയോൻ അസുഖം വാഷിങ്ടൺ റോപ്ലിങ്ങിനേയും വീഴ്ത്തി. പാലത്തിന്റെ പണി നടന്നു വരുമ്പോൾ കാസിയോൻ അസുഖം (നദിക്കടിയിൽ പോയി ജോലി ചെയ്യുന്നവർക്കുണ്ടാകുന്ന രോഗം) മൂലം പല തൊഴിലാളികളും മരിക്കുകയും നൂറുക്കണക്കിന് തൊഴിലാളികൾ രോഗബാധിതരാകുകയും ചെയ്തു. റോപ്ലിങ്ങിനു രോഗം ബാധിച്ചതോടെ അദ്ദേഹത്തിന് പണി സ്ഥലത്തു വരാൻ

കഴിയാത്ത വിധം കിടപ്പിലായി. പിന്നീട് പണിയുടെ മേൽനോട്ടം വഹിച്ചത് അദ്ദേഹത്തിന്റെ ഭാര്യ എമിലിയായിരുന്നു. എമിലി അദ്ദേഹത്തിന്റെ ഓരോ ഇംഗിതങ്ങളും ചോദിച്ചറിഞ്ഞു നടപ്പിലാക്കി.

പാലത്തിന്റെ അടിത്തറ തയ്യാറാക്കാൻ നദിയുടെ അടിത്തട്ടിൽ നിന്നും കുഴിച്ചെടുത്ത ചെളിയും വെള്ളവും കേസിൻസ് (caissons) എന്നറിയപ്പെടുന്ന മരപ്പെട്ടിയിൽനിന്നും പുറത്തേക്ക് അടിച്ചു കളഞ്ഞാണ് ഉറപ്പുള്ള അടിത്തറ കണ്ടെത്തിയത്. കേസിൻസ് എന്ന എയർടൈറ്റ് അറകൾ വലിയ കരിങ്കല്ല് ബ്ലോസിക്കുകൾകൊണ്ട് നദിയുടെ അടിത്തട്ടിലേക്കിട്ട് താഴ്ത്തി വെള്ളവും ചെളിയും മാറ്റിക്കളയാൻ ഉയർന്ന സമ്മർദ്ദത്തിൽ വായു അടിച്ചു കയറ്റുന്നതായിരുന്നു രീതി. സന്ധോഗ്സ് (sand-hogs) എന്നറിയപ്പെടുന്ന കുടിയേറ്റ തൊഴിലാളികളാണ് ഈ പണി ചെയ്തിരുന്നത്. അവർക്ക് അന്നത്തെ ദിവസക്കൂലി രണ്ടു ഡോളർ ആയിരുന്നു. നദിക്കടിയിലെ ചെളിയും ഉരുളൻ കല്ലുകളും നീക്കം ചെയ്യുന്നതിന് കോരികകളും ഡൈനാമിറ്റും സന്ധോഗ്സ് ഉപയോഗിച്ചിരുന്നു. ബ്രൂക്ലിൻ ഭാഗത്ത് 44 അടിയിലും മാൻഹട്ടൻ ഭാഗത്ത് 78 അടിയിലും ഉറച്ച അടിത്തട്ടിലാണ് പാലത്തിന്റെ അടിത്തറ ഉറപ്പിച്ചത്. 331 വയറുകൾ ചേർത്ത് പിരിച്ച 19 ഇഴകൾ പിരിച്ചെടുത്ത കമ്പികൊണ്ടുള്ള കയറിലാണ് പാലം തൂങ്ങി നില്ക്കുന്നത്. മറ്റൊരു വിധത്തിൽ പറഞ്ഞാൽ ഓരോ കേബിളും 6,289 വയറുകൾ ചേർത്ത് പിരിച്ചെടുത്തവയായിരുന്നു.

അന്നത്തെ കാലത്ത് നടന്ന ഈ പണികളിലും പല തരത്തിലുള്ള വീഴ്ചകളും ശ്രദ്ധയിൽപെട്ടിരുന്നതായി ചരിത്രം രേഖപ്പെടുത്തുന്നു. കേബിളുകൾ പിരിച്ചെടുക്കുന്ന അവസരത്തിൽ ഒരു വലിയ പ്രശ്നം കണ്ടെത്തി. കേബിളുകൾക്കുള്ള വയർ നല്കുന്നതിന് ഉത്തരവാദികളായ കമ്പനി നിർദ്ദിഷ്ട വയറല്ല നല്കിയത്. പക്ഷേ, അത് മാറ്റി കേബിൾ പിരിച്ചെടുക്കുന്നതിനെക്കുറിച്ച് ആ അവസരത്തിൽ ചിന്തിക്കാൻ പോലും കഴിയുമായിരുന്നില്ല. അതിനാൽ തന്നെ വിവരം രഹസ്യമായി സൂക്ഷിക്കുകയും അവയെ ശക്തിപ്പെടുത്തുന്നതിനായി ഓരോ കേബിളിനും 150 അധിക വയർ കൂടുതലായി ചേർക്കുകയും ചെയ്തു. കമ്പനിയുടെ ഉടമയ്ക്ക് പിന്നീട് ജയിൽ ശിക്ഷ കിട്ടി എന്നത് ചരിത്രം.

പാലത്തിന്റെ പണി പൂർത്തിയായതോടെ ഒരു ചരിത്രമാണ് സൃഷ്ടിക്കപ്പെട്ടത്. ബ്രൂക്ലിൻ പാലത്തിന്റെ ഏറ്റവും വലിയ അത്ഭുതം അതിന്റെ വലിപ്പവും സൗന്ദര്യവും പ്രവർത്തനവും സാങ്കേതിക വിദ്യയുമല്ല അത് കൈകൊണ്ട് സൃഷ്ടിക്കപ്പെട്ടതാണെന്നതാണ്. ഇന്നു ലഭ്യമായ ആധുനിക സൗകര്യങ്ങൾ ഇല്ലാതിരുന്ന കാലത്ത് മുൻകൂട്ടി ചെയ്തിട്ടില്ലാത്ത ഒരു സ്കെയിലിൽ ഇത് നിർമ്മിച്ചു എന്നത് അത്ഭുതമായി ഇന്നും നിലനില്ക്കുന്നു. നിർമ്മാണം തുടങ്ങിയപ്പോൾ, ബൾബുകളോ ടെലഫോണുകളോ കണ്ടുപിടിച്ചിരുന്നില്ല. പതിനാലു വർഷത്തെ നിർമ്മാണം മുഖ്യ ശില്പി ഉൾപ്പെടെ നിരവധി പേരുടെ മരണത്തിനിടയാക്കി, തുടർന്ന് പണി ഏറ്റെടുത്ത മകൻ മരണാസന്നനായി. തുടർന്ന് പണിയേറ്റെടുത്ത അദ്ദേഹ

ത്തിന്റെ ഭാര്യ എമിലി പണി വിജയകരമായി പൂർത്തിയാക്കിയെന്നു മാത്ര മല്ല, പുതിയ പാലത്തിലൂടെ കുതിരകളെ നടത്തിച്ച സംഘത്തിലെ ആദ്യ വനിതയും എമിലിയായിരുന്നു. കുടിയേറ്റക്കാരായ നിരവധി തൊഴിലാ ളികൾ പണിക്കിടയിൽ മരിച്ചു, അതിലേറെ തൊഴിലാളികൾ നിത്യരോ ഗികളായി. ദിനംപ്രതി ഒന്നര ലക്ഷം വാഹനങ്ങൾ ഈ പാലം വഴി കടന്നു പോകുന്നു. നൂറ്റി മുപ്പത്തിനാല് വർഷത്തിനുശേഷവും ഇതിന്റെ ശില്പികളെയും അതിനുവേണ്ടി പണിയെടുത്ത തൊഴിലാളികളെയും കൂപ്പുകൈയോടെ അനുസ്മരിച്ചു മാത്രമേ നമുക്കീ പാലം വഴി കടന്നു പോകാൻ കഴിയൂ.

ന്യൂയോർക്ക് സെൻട്രൽ പാർക്ക്

മൻഹാട്ടനിലുള്ള സെൻട്രൽ പാർക്കിന് 843 ഏക്കർ വിസ്തീർണ്ണ മുണ്ട്. ന്യൂയോർക്ക് പോലെ തിരക്ക് പിടിച്ച നഗര മദ്ധ്യത്തിൽ ഇത്രയും വിശാലമായ ഉദ്യാനം ഉണ്ടായിരിക്കുക എന്നത് അത്ഭുതകരമായി തോന്നാം. 1840 കളിൽ മൻഹാട്ടനിൽ വർദ്ധിച്ചു വന്ന നഗരവല്ക്കരണം ഒരു പാർക്ക് ദ്വീപിൽ നിർമ്മിക്കണമെന്ന തോന്നലുണ്ടാക്കി. കവിയും എഡിറ്ററുമായ വില്യം ബ്രയൻറ് (William Cullen Bryant), പ്രകൃതിദൃശ്യ ങ്ങളുടെ ആർക്കിടെക്ട് ആയിരുന്ന ആൻഡ്രൂ ജാക്സൺ ഡോണിംഗ് (Andrew Jackson Downing) എന്നിവരാണ് ഇതിനു മുൻകൈയെടു ത്തത്. 1856 ൽ പാർക്കിനു വേണ്ട സ്ഥലം ഏകദേശം 50,00,000 ഡോളറിനു വാങ്ങി. സൈറ്റ്, ക്ലീയറിങ്ങും മറ്റു പണികളും 1857 ൽ തുടങ്ങി. 5.000.000 മരങ്ങളും കുറ്റിച്ചെടികളും ഇവിടെ നട്ടുപിടിപ്പിച്ചു. 1876 ൽ, പണി പൂർത്തിയാക്കി പാർക്ക് ഔദ്യോഗികമായി തുറന്നു കൊടുത്തു. ഇന്നും ഈ കൃത്രിമമായ പ്രകൃതി ദൃശ്യം ന്യൂയോർക്കിന്റെ ഏറ്റവും വലിയ നേട്ടങ്ങളിൽ ഒന്നായി തുടരുന്നു.

സെൻട്രൽ പാർക്ക്

അടിറോണ്ടക്ക പാർക്ക്

അറുപതു ലക്ഷം ഏക്കറിൽ സ്ഥിതി ചെയ്യുന്ന അടിറോണ്ടക്ക (Adirondack) പാർക്ക് അമേരിക്കൻ ഐക്യനാടുകളിലെ ഏറ്റവും വലിയ പാർക്കാണ്. ന്യൂയോർക്ക് സംസ്ഥാനത്തിന്റെ അഞ്ചിലൊന്ന് വിസ്താരമുള്ള പാർക്കിന് വെർമൗണ്ട് സംസ്ഥാനത്തോളം വലിപ്പം വരും. ഈ പാർക്ക് നിർമ്മിച്ചത് 1892 ലാണ്. വിപുലമായ പുൽമേടുകൾ, തടാകങ്ങൾ, നദികൾ, വിനോദ സൗകര്യങ്ങൾ എന്നിവകൊണ്ട് പ്രശസ്തമാണ് അടിറോണ്ടക്ക പാർക്ക്. കുറിഞ്ഞി വനവും സംരക്ഷിത വനവുമെല്ലാം കഴിയുന്നിടത്തോളം കൈയേറി സ്വന്തമാക്കണമെന്നാഗ്രഹിക്കുന്ന മലയാളിക്ക് അടിറോണ്ടക്ക പാർക്ക് ഒരത്ഭുതമായിരിക്കും. അടിറോണ്ടക്ക പാർക്ക് മറ്റു ദേശീയ ഉദ്യാനങ്ങളിൽനിന്നും പല കാര്യത്തിലും വേറിട്ടു നില്ക്കുന്നു. പൊതുസ്ഥലങ്ങൾ മാത്രമല്ല, സ്വകാര്യ ഭൂമിയും പാർക്കിന്റെ ഭാഗമായിട്ടുണ്ട്. പാർക്കിൽ പകുതിയിലേറെയും സ്വകാര്യഭൂമിയാണ്. ബാക്കിയുള്ള 45 ശതമാനം പൊതു ഉടമസ്ഥതയിലുള്ള വനമാണ്. ഇത് പൊതു ഉടമസ്ഥതയിലുള്ള സംരക്ഷിത വനമാണ്. അടിറോണ്ടക്ക പാർക്ക് ലോകത്തിലെ തന്നെ രണ്ട് ഭരണഘടനാ സംരക്ഷിത ഭൂപ്രകൃതിയുള്ളവയിൽ ഒന്നാണ്. 105 ഗ്രാമങ്ങൾ, കൃഷിസ്ഥലം, വനമേഖലകൾ, വ്യവസായങ്ങൾ, പൊതു സമൂഹം എന്നിവ ഉൾപ്പെട്ടതാണ് പാർക്ക്. 30,000 സ്ഥിരം താമസക്കാരും 2,00,000 സീസണൽ താമസക്കാരും പാർക്കിന്റെ ഭാഗമാണ്.

ഈ പാർക്കിന്, പ്രവേശന കവാടമോ, പ്രവേശന ഫീസോ ഇല്ല. പ്രവേശന കവാടവും ഫീസും ഇല്ലാത്തതിനാൽ മറ്റൊരു വിധത്തിൽ പറഞ്ഞാൽ, അടിറോണ്ടക്ക പാർക്ക് പൊതു-സ്വകാര്യ ഉടമസ്ഥതയിലുള്ള ഒറ്റപ്പെട്ട ഒരു മാതൃകയാണ്. ഈ മാതൃകയിലൂടെ ന്യൂയോർക്ക് സംസ്ഥാനത്തിന് മനോഹരമായ വനങ്ങൾ സംരക്ഷിക്കാൻ കഴിയുന്നു. വിനോദ സഞ്ചാരികൾ വർഷത്തിൽ ഉടനീളം വരികയും ഇവിടെ താമസിക്കുകയും ചെയ്യുന്നു. വർഷം തോറും ഒരു കോടി സന്ദർശകരാണ് ഇവിടെ എത്തുന്നത്. സന്ദർശകർക്ക് പാർക്കിന്റെ ഭൂപ്രകൃതി ആസ്വദിക്കാൻ കഴിയുന്നതോടൊപ്പം ഗ്രാമീണ സമൂഹങ്ങളെ നേരിട്ട് മനസ്സിലാക്കുന്നതിനും അവസരം കിട്ടുന്നു. 1894 മുതൽ ന്യൂയോർക്ക് സംസ്ഥാനം ഇതിനെ എക്കാലത്തെയും വനമായി സംരക്ഷിക്കുന്നു. അവിടെ യന്ത്രവല്കൃതമല്ലാത്ത വിനോദം അനുവദനീയമാണ്. കുറിഞ്ഞിവനവും സംരക്ഷിത വനവുമെല്ലാം കഴിയുന്നിടത്തോളം കൈയേറി സ്വന്തമാക്കണമെന്നാഗ്രഹിക്കുന്ന മലയാളിക്ക് അടിറോണ്ടക്ക പാർക്ക് ഒരത്ഭുതമായിരിക്കും.

മെട്രോപൊളിറ്റൻ ആർട്ട് മ്യൂസിയം

ന്യൂയോർക്ക് മെട്രോപൊളിറ്റൻ ആർട്ട് മ്യൂസിയം യു എസിലെ ഏറ്റവും വലിയ ആർട്ട് മ്യൂസിയമാണ്. പുരാവസ്തു ഗവേഷകനായ പാബ്ലോ

പിക്കാസോയുടെ (Pablo Picasos) കലാസൃഷ്ടി ഉൾപ്പെടെ 2 ദശലക്ഷത്തിലധികം ശില്പങ്ങൾ ഈ മ്യൂസിയത്തിൽ പ്രദർശിപ്പിച്ചിട്ടുണ്ട്. ന്യൂയോർക്ക് നഗരത്തിന്റെ 5,000 വർഷത്തെ സാംസ്കാരിക ചരിത്രം 30 വാർഷിക പ്രദർശങ്ങളിൽക്കൂടി അവതരിപ്പിച്ചത് മ്യൂസിയത്തിൽ കാണാം.

നയാഗ്ര വെള്ളച്ചാട്ടം

നയാഗ്ര വെള്ളച്ചാട്ടം ലോകത്തിലെ ഏറ്റവും പ്രശസ്തമായ വെള്ളച്ചാട്ടങ്ങളിൽ ഒന്നാണ്. അമേരിക്കയെയും കാനഡയെയും വേർതിരിക്കുന്ന നയാഗ്രനദിയിലെ രണ്ട് വെള്ളച്ചാട്ടങ്ങൾ ഉൾക്കൊള്ളുന്നതാണ് നയാഗ്ര വെള്ളച്ചാട്ടം. നയാഗ്ര നദി ഏരിയ തടാകത്തെയും ഒണ്ടാറിയോ തടാകത്തെയും തമ്മിൽ ബന്ധിപ്പിക്കുന്നു. ഈ നദി അമേരിക്കയ്ക്കും കാനഡയ്ക്കുമിടയിൽ ഒരു അന്താരാഷ്ട്ര അതിർത്തിയായി പ്രവർത്തിക്കുന്നു. അമേരിക്കൻ അതിർത്തിയിൽ സ്ഥിതി ചെയ്യുന്ന അമേരിക്കൻ വെള്ളച്ചാട്ടമെന്നും (American Falls), കനേഡിയൻ ഭാഗത്തേതിനെ ഹോഴ്സ് ഷൂ വെള്ളച്ചാട്ടമെന്നും (Horseshoe Falls) അറിയപ്പെടുന്നു. ഹോഴ്സ് ഷൂ വെള്ളച്ചാട്ടത്തിന് ഏകദേശം 170 അടി ഉയരവും 2500 അടി നീളവുമുള്ളപ്പോൾ അമേരിക്കൻ ഫാൾസിന് 180 അടി ഉയരവും 1,100 അടി നീളവുമാണുള്ളത്. ആകെയുള്ള വെള്ളത്തിന്റെ 90 ശതമാനവും ഹോഴ്സ് ഷൂ വെള്ളച്ചാട്ടത്തിൽനിന്നും വരുന്നു. മണിക്കൂറിൽ ഏതാണ്ട് 5.5. ബില്യൻ ഗാലൻ വെള്ളമാണ് ഒഴുകി വീഴുന്നത്. മണ്ണൊലിപ്പ് തടയുന്നതിന്റെ ഭാഗമായി യു എസ് സർക്കാരും കാനഡ സർക്കാരും വെള്ളച്ചാട്ടത്തിന്റെ വേഗത നിയന്ത്രിച്ചിട്ടുണ്ട്. വൈദ്യുതി ഉല്പാദനത്തിനായി രണ്ടു സർക്കാരുകളും വെള്ളം തിരിച്ചു വിടുന്നു. ലോകത്തിലെ ഏറ്റവും കൂടുതൽ വൈദ്യുതി ജലത്തിൽനിന്നും ഉല്പാദിപ്പിക്കുന്ന പദ്ധതിയാണിത്.

നയാഗ്ര വെള്ളച്ചാട്ടം കാണാൻ പല ആവർത്തി പോയിട്ടുണ്ടെങ്കിലും ആദ്യം പോയത് പഴയ കൊച്ചിൻ യൂണിവേഴ്സിറ്റി സുഹൃത്തായ രവികുമാറിന്റെനും കുടുംബത്തിന്റെയും, കൊച്ചിൻ യൂണിവേഴ്സിറ്റിയിലെ

നയാഗ്രാ വെള്ളച്ചാട്ടം

മുൻ രസതന്ത്ര വിഭാഗം തലവൻ യൂസഫ് സാറിന്റെയും കൂടെയായിരുന്നു. കാർ ഡ്രൈവിങ് ഒരു ഹരമായ രവിക്ക് ന്യൂജേഴ്സി മുതൽ നയാഗ്രവരെയും തിരിച്ചുമുള്ള ഡ്രൈവിങ് ഒരു വിഷയമായിരുന്നില്ല. അല്ലെങ്കിലും അമേരിക്കയിൽ കാറോടിക്കൽ ജീവിതത്തിന്റെ ഭാഗമാകയാൽ അതൊഴിവാക്കാനും ബുദ്ധിമുട്ടാണ്.

കാനഡയുടെ അതിർത്തിയിൽനിന്നും അമേരിക്കയുടെ അതിർത്തിയിൽനിന്നും നയാഗ്ര വെള്ളച്ചാട്ടത്തിനു താഴെ, ബോട്ടിൽ ചെല്ലാൻ കഴിയും. ഇത് ഒരത്ഭുതകരമായ അനുഭവമാണ്. വളരെ തണുപ്പുള്ള അവസരങ്ങളിൽ മാത്രം ഇവിടെ ബോട്ട് സർവ്വീസ് നിർത്തി വയ്ക്കാറുണ്ട്. ബോട്ടു യാത്രയ്ക്ക് ടിക്കറ്റുകൾ കൊടുക്കുന്ന സമയം കഴിഞ്ഞാണ് ഞങ്ങൾ ആദ്യ തവണ അവിടെ എത്തിയത്. അതിനാൽ പുറംകാഴ്ച കണ്ടു മടങ്ങേണ്ടി വന്നു. പിന്നീട് പലപ്പോഴും നയാഗ്ര വെള്ളച്ചാട്ടം കാണാൻ പോകുകയും ബോട്ടിൽ വെള്ളച്ചാട്ടത്തിനു വളരെ അടുത്തു വരെ എത്തി കാഴ്ച കാണാൻ അവസരം കിട്ടുകയും ചെയ്തിട്ടുണ്ട്. ആടിയുലയുന്ന ബോട്ടിൽ കുതിച്ചു ചാടുന്ന വെള്ളച്ചാട്ടത്തിനുകീഴിൽ എത്തി ചിതറി വീഴുന്ന ജലകണങ്ങളിൽ മുങ്ങിക്കുളിക്കുന്നത് അതിമനോഹരമായ അനുഭവം തന്നെ.

കോർണിങ് ഗ്ലാസ് മ്യൂസിയം

വിനോദ സഞ്ചാരികളെ ആകർഷിക്കുന്ന പല സ്ഥലങ്ങളും അമേരിക്കയിലുണ്ടെങ്കിലും വിനോദവും വിജ്ഞാനവും ഒന്നിച്ചു ചേർന്ന ഒരു സ്ഥലമാണ് കോർണിങ് ഗ്ലാസ് ഫാക്ടറി. കോർണിങ് ഗ്ലാസ് കമ്പനി 1851 ലാണ് സ്ഥാപിതമായത്. കോർണിങ് ഗ്ലാസ് മ്യൂസിയത്തിൽ ഗ്ലാസ് സംബന്ധമായ ഗവേഷണങ്ങൾ നടക്കുന്നു. കമ്പനിയുടെ നൂറാം വാർഷികത്തിന്റെ ഓർമ്മയ്ക്കായി കമ്പനി നാടിനു നല്കിയ സമ്മാനമാണ് കോർണിങ് ഗ്ലാസ് മ്യൂസിയം. ഗ്ലാസ് മെറ്റീരിയലിന്റെ വളർച്ചയുടെ ചരിത്രം രേഖപ്പെടുത്താൻ സ്ഥാപിച്ച ലാഭേച്ഛയില്ലാത്ത മ്യൂസിയമാണ് കോർണിങ്. മ്യൂസിയത്തിന്റെ സ്ഥാപിത ഡയറക്ടർ പിന്നീട് ബ്രൂക്ക്ലിൻ മ്യൂസിയത്തിന്റെ ഡയറക്ടറായ തോമസ് എസ് ബ്യൂനോനർ ആയിരുന്നു. ബ്യൂനോനർ ഗ്ലാസ് മ്യൂസിയത്തിന്റെ ഡയറക്ടറായി 1951 മുതൽ 1960 വരെയും 1973 മുതൽ 1980 വരെ സേവനം ചെയ്തു.

ഗ്ലാസ് നിർമ്മാണത്തിന്റെ ചരിത്രം മുഴുവൻ ഇവിടെ പ്രദർശിക്കപ്പെട്ടിരിക്കുന്നു. ഗ്ലാസ് കളക്ഷൻ ഗാലറി ലോകത്തിലെ ഏറ്റവും വിശാലവും സുന്ദരവുമായ ഗ്ലാസ് കളക്ഷൻ കാണിക്കുന്നു. മാത്രമല്ല, സമകാലീന കലാസൃഷ്ടികളുടെ മ്യൂസിയം പ്രമുഖ കലാകാരന്മാരുടെ സൃഷ്ടികളും ഇവിടെ പ്രദർശിപ്പിച്ചിരിക്കുന്നു. 1962 ലെ അമേരിക്കയിൽ ആരംഭിച്ച ചെറുകിട ചൂളയിൽ ഉണ്ടാക്കിയിരുന്ന സ്റ്റുഡിയോ ഗ്ലാസിന്റ കഥ പറയുന്നതോടൊപ്പം ഈജിപ്ഷ്യൻ ചൂളയുടെ മുഴുവൻ മാതൃക മുതൽ യൂറോപ്പിലെ വൻ ഫാക്ടറികളുടെ കഥ വരെ ഈ മ്യൂസിയം പറയുന്നു.

വാട്ക്കിൻസ് ഗ്ലെൻ സ്റ്റേറ്റ് പാർക്ക്

ന്യൂയോർക്കിലെ ചെറുതടാകങ്ങൾ (Finger Lakes) എന്ന നിലയിൽ വാട്ക്കിൻസ് ഗ്ലെൻ സ്റ്റേറ്റ് പാർക്ക് (Watkins Glen State Park) പ്രസിദ്ധമാണ്. രാജ്യത്തിലെ ഏറ്റവും മികച്ച മൂന്ന് സംസ്ഥാന പാർക്കുകളിൽ ഒന്നാണ് വാട്ക്കിൻസ് ഗ്ലെൻ. 19 ഓളം വെള്ളച്ചാട്ടങ്ങളും 200 അടി നീളമുള്ള മലഞ്ചരുവുകളിലൂടെയുള്ള ഇടുങ്ങിയ പാതയുമൊക്കെ വാട്ക്കിൻസ് ഗ്ലെൻ പാർക്കിനെ മനോഹരമാക്കുന്നു. ന്യൂയോർക്കിന്റെ പ്രാന്തപ്രദേശത്തെ ഏറ്റവും പ്രശസ്തമായ ടൂറിസ്റ്റ് ആകർഷണങ്ങളിൽ ഒന്നാണ് ഈ മനോഹരമായ പാർക്ക്.

ന്യൂയോർക്കിലെ ചില പ്രധാന കാഴ്ചകളെക്കുറിച്ചാണ് ഈ അദ്ധ്യായത്തിൽ പറഞ്ഞത്. ഇവിടെ പറഞ്ഞത് കൂടാതെ നിരവധി കാഴ്ചകൾ ഇനിയുമുണ്ട്. വിസ്താര ഭയത്താൽ ഇതിവിടെ അവസാനിപ്പിക്കുന്നു. ന്യൂയോർക്കിന്റെ പ്രാധാന്യം ലോക തലസ്ഥാനം എന്ന നിലയിലും, അമേരിക്കയുടെയും ലോകത്തിന്റെയും സാമ്പത്തിക തലസ്ഥാനം എന്ന നിലയിലും ഒട്ടും കുറച്ചു കാണാൻ കഴിയില്ല. പക്ഷേ, പ്രകൃതി കനിഞ്ഞനുഗ്രഹിച്ച നയാഗ്ര വെള്ളച്ചാട്ടം പോലുള്ള കാഴ്ചകളും മനുഷ്യനിർമ്മിതമായ ബ്രൂക്ലിൻ പാലം പോലുള്ള കാഴ്ചകളും ന്യൂയോർക്കിനെ സമാനതകളില്ലാത്ത ഒരു നഗരമാക്കിയിരിക്കുന്നു.

അമേരിക്കൻ തിരഞ്ഞെടുപ്പ് പ്രക്രിയ

അമേരിക്കയിലെ തിരഞ്ഞെടുപ്പ് പ്രക്രിയ മറ്റു പല രാജ്യത്തും നടക്കുന്ന രീതിയിൽനിന്നും വേറിട്ട് നില്ക്കുന്നു. അമേരിക്കയിൽ പ്രസിഡൻഷ്യൽ തിരഞ്ഞെടുക്കുന്ന രീതിയാണ് നിലവിലുള്ളത്. അതുകൊണ്ട് തന്നെ പ്രസിഡന്റ്ഷ്യൽ രീതി എന്നാണ് ഇതറിയപ്പെടുന്നത്. പ്രസിഡന്റിനേയും വൈസ് പ്രസിഡന്റിനേയും ഉൾപ്പെടെ തിരഞ്ഞെടുക്കുന്ന ദേശീയ (ഫെഡറൽ) തിരഞ്ഞെടുപ്പ്, ഗവർണർ തുടങ്ങി സസ്തനി ഭരണ സമിതിയെ തിരഞ്ഞെടുക്കുന്ന സംസ്ഥാന തിരഞ്ഞെടുപ്പ്, പ്രാദേശിക ഭരണ സമിതികളെ തിരഞ്ഞെടുക്കുന്ന പ്രാദേശിക തിരഞ്ഞെടുപ്പ് എന്നിങ്ങനെ മൂന്നു തലത്തിലുള്ള തിരഞ്ഞെടുപ്പാണ് അമേരിക്കയിൽ നടക്കുന്നത്. ഫെഡറൽ തിരഞ്ഞെടുപ്പ് നമ്മുടെ പാർലമെന്റ് തിരഞ്ഞെടുപ്പിനു സമാനമാണ്. ഈ തിരഞ്ഞെടുപ്പിലൂടെയാണ് പ്രസിഡന്റും, വൈസ് പ്രസിഡന്റും സെനറ്റും, ജനപ്രതിനിധി സഭയും തിരഞ്ഞെടുക്കപ്പെടുന്നത്.

ഫെഡറൽ തിരഞ്ഞെടുപ്പ്

അമേരിക്കയിലെ ഫെഡറൽ തിരഞ്ഞെടുപ്പിൽ മത്സര രംഗത്തുണ്ടാകുന്ന രണ്ടു പ്രധാന പാർട്ടികൾ ഡെമോക്രാറ്റിക് പാർട്ടിയും, റിപ്പബ്ലിക്കൻ (Grand Old Party) പാർട്ടിയുമാണ്. മറ്റു ചില ചെറിയ പാർട്ടികൾ മത്സര രംഗത്ത് കാണുമെങ്കിലും അവർക്ക് ജനങ്ങളിൽ വലിയ സ്വാധീനമില്ല. അമേരിക്കൻ പ്രസിഡൻഷ്യൽ സമ്പ്രദായ പ്രകാരം പ്രസിഡന്റിനെ നേരിട്ടു തിരഞ്ഞെടുക്കുന്നു എന്നാണ് പൊതു ധാരണയെങ്കിലും ജനങ്ങൾ തിരഞ്ഞെടുക്കുന്നത് ഇലക്ടറൽ കോളേജിനെയാണ്. ഇതിൽ ഭൂരിപക്ഷം കിട്ടുന്നയാളാണ് പ്രസിഡന്റാകുന്നത്. ഓരോ സംസ്ഥാനത്തിനും ജനസംഖ്യാനുപാതമായി (2010 സെൻസസ് പ്രകാരം) ഇലക്ട്റൽ വോട്ടിന്റെ കണക്ക് പട്ടിക 1 ൽ കൊടുത്തിരിക്കുന്നു.

പട്ടിക 8.1 ഇലക്ട്ററൽ വോട്ടിന്റ വിവരം

നമ്പർ	*സംസ്ഥാനം*	*പ്രതിനിധികളുടെ എണ്ണം*
1	അലബാമ	9
2	അലാസ്ക	3
3	അരിസോണ	11
4	അർകാൻസസ്	6
5	കാലിഫോർണിയ	55
6	കൊളറാഡോ	9
7	കണക്റ്റിക്കട്ട്	7
8	ഡെലവെയർ	3
9	ഡിസ്ട്രി. ഓഫ് കൊളംബിയ	3
10	ഫ്ലോറിഡ	29
11	ജോർജിയ	16
12	ഹവായ്	4
13	ഇഡാഹോ	4
14	ഇല്ലിനോയി	20
15	ഇന്ത്യാന	11
16	അയോവ	6
17	കൻസാസ്	6
18	കെന്റക്കി	8
19	ലൂസിയാന	8
20	മെയ്ൻ	4
21	മേരിലാൻഡ്	10
22	മസാച്ചുസെറ്റ്സ്	11
23	മിഷിഗൺ	16
24	മിനിസോട്ട	10
25	മിസിസിപ്പി	6
26	മിസോറി	10
27	മൊണ്ടാന	3
28	നെബ്രാസ്ക	5
29	നെവാദ	6
30	ന്യൂ ഹാംഷെയർ	4
31	ന്യൂ ജേഴ്സി	14
32	ന്യൂ മെക്സിക്കോ	5
33	ന്യൂയോർക്ക്	29
34	വടക്കൻകരോലിന	15
35	വടക്കൻ ഡക്കോട്ട	3

36	ഒഹായോ	18
37	ഒക്ലഹോമ	7
38	ഒറിഗോൻ	7
39	പെന്സില്വ്ണ്ട്	20
40	റോഡ് ഐലൻഡ്	4
41	സൗത്ത് കരോലിന	9
42	സൗത്ത് ഡക്കോട്ട	3
43	ടെന്നസി	11
44	ടെക്സസ്	38
45	യൂട്ടാ	6
46	വെർമോണ്ട്	3
47	വെർജീനിയ	13
48	വാഷിങ്ടൺ	12
49	വെസ്റ്റ് വെർജീനിയ	5
50	വിസ്കോൺസിൻ	10
51	വ്യോമിങ്	3
	ആകെ	538

രാജ്യമെമ്പാടും പ്രസിഡന്റ് തിരഞ്ഞെടുപ്പ് ഒറ്റദിവസംകൊണ്ട് നടത്തണമെന്ന് അമേരിക്കൻ ഭരണഘടന നിഷ്കർഷിക്കുന്നു. ഓരോ നാലു വർഷം കൂടുമ്പോൾ നടക്കുന്ന തിരഞ്ഞെടുപ്പിൽ പ്രസിഡന്റും സെനറ്റ് അംഗങ്ങളും തിരഞ്ഞെടുക്കപ്പെടുന്നു. സെനറ്റ് അംഗങ്ങളും ജനപ്രതിനിധി സഭയിലേക്കുള്ള അംഗങ്ങളും തിരഞ്ഞെടുക്കപ്പെടുന്നത് ഒരേ സമയമല്ല. കാലാവധി കഴിയുന്നതിനനുസരിച്ച് അവരെ തിരഞ്ഞെടുക്കുന്നു. സെനറ്റ് അംഗങ്ങളിൽ മൂന്നിലൊന്ന് ഓരോ സമയം ഒഴിയുകയും പുതിയവർ തിരഞ്ഞെടുക്കപ്പെടുകയും ചെയ്യും. നമ്മുടെ രാജ്യസഭാ അംഗങ്ങളുടേതിന് സമാനമായ രീതിയാണിത്. ഓരോ രണ്ട് വർഷം കൂടുമ്പോൾ നടക്കുന്ന തിരഞ്ഞെടുപ്പ് ഇടക്കാല തിരഞ്ഞെടുപ്പെന്നാണ് അറിയപ്പെടുന്നത്. ഇതിലൂടെയാണ് സെനറ്റിലേക്ക് പകരക്കാരെ തിരഞ്ഞെടുക്കുന്നത്.

പ്രസിഡന്റിനേയും, വൈസ്പ്രസിഡന്റിനേയും തിരഞ്ഞെടുക്കുന്നതു പോലെ സെനറ്റിർമാരെയും ജനപ്രതിനിധി സഭയേയും ജനങ്ങൾ നേരിട്ടാണ് തിരഞ്ഞെടുക്കുന്നത്. സെനറ്റ് ഉപരിസഭയും, ജനപ്രതിനിധി സഭ അധോസഭയുമാണ്. ഓരോ സംസ്ഥാനത്തിനും രണ്ടു സെനറ്റർമാർ വീതമാണുള്ളത്. ഓരോ രണ്ടു വർഷം കൂടുമ്പോൾ മൂന്നിലൊന്നു സെനറ്റർമാർ മാറുകയും പുതിയവർ തിരഞ്ഞെടുക്കപ്പെടുകയും ചെയ്യുന്നു. ഓരോ സംസ്ഥാനത്തെയും ജനസംഖ്യയുടെ അടിസ്ഥാനത്തിൽ ജില്ലകളായി തിരിച്ച് ഓരോ ജില്ലയ്ക്കും ഒരു ജനപ്രതിനിധിയെ വീതം നിശ്ചയിക്കുന്നു. ജനപ്രതിനിധി സഭയിലെ മൂന്നിലൊന്ന് അംഗങ്ങൾ രണ്ടു

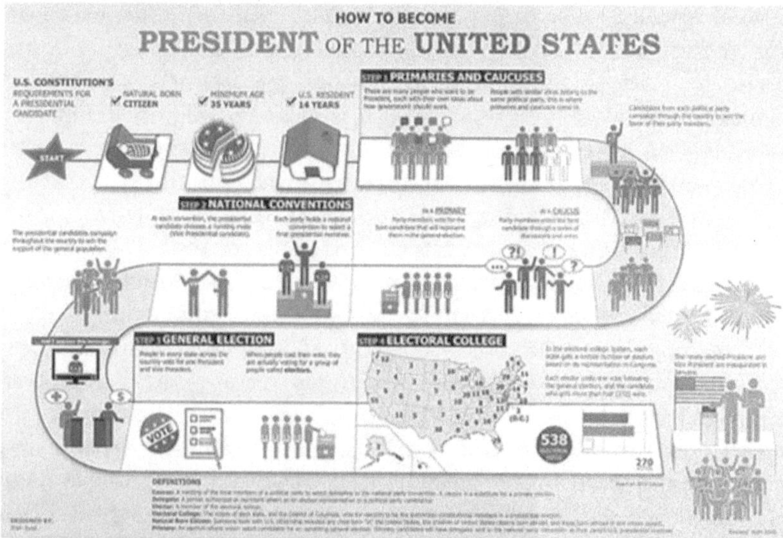

വർഷം കൂടുമ്പോൾ മാറുകയും പുതിയവരെ തിരഞ്ഞെടുക്കുകയും ചെയ്യുന്നു.

അമേരിക്കൻ പ്രസിഡന്റാകാൻ അമേരിക്കയിൽ ജനിച്ച അമേരിക്കൻ പൗരൻ ആയിരിക്കണമെന്നു നിർബ്ബന്ധമുണ്ട്. അയാൾക്ക് കുറഞ്ഞത് 35 വയസ്സ് പ്രായമുണ്ടായിരിക്കണമെന്നും പതിനാലുവർഷമെങ്കിലുമായി അമേരിക്കയിലെ സ്ഥിര താമസക്കാരനുമായിരിക്കണമെന്ന് അമേരിക്കൻ ഭരണഘടന നിഷ്കർഷിക്കുന്നു. സെനറ്റർ ആകാൻ കുറഞ്ഞ പ്രായം 30 വയസ്സാണ്. കൂടാതെ അയാൾ ഒമ്പതു വർഷമെങ്കിലുമായി അമേരിക്കൻ പൗരനും അയാൾ പ്രതിനിധാനം ചെയ്യുന്ന സംസ്ഥാനത്ത് (നിയമപരമായി) വസിക്കുന്ന ആളുമായിരിക്കണം. ജനപ്രതിനിധി സഭയിലേക്ക് തിരഞ്ഞെടുക്കപ്പെടാൻ 25 വയസ്സ് തികഞ്ഞിരിക്കണമെന്നും കുറഞ്ഞത് ഏഴു വർഷമെങ്കിലുമായി അമേരിക്കൻ പൗരൻ ആയിരിക്കണമെന്നും ഭരണഘടന പറയുന്നു. കൂടാതെ അവർ പ്രതിനിധാനം ചെയ്യുന്ന സംസ്ഥാനത്ത് (നിയമപരമായി) വസിക്കുന്ന ആളുമായിരിക്കണം.

അമേരിക്കൻ തിരഞ്ഞെടുപ്പ് രീതി

അമേരിക്കൻ തിരഞ്ഞെടുപ്പിൽ സ്ഥാനാർത്ഥികളെ നിശ്ചയിക്കുന്നത് ഇന്ത്യയിൽ പാർട്ടികൾ സ്ഥാനാർത്ഥികളെ നിശ്ചയിക്കുന്ന രീതിയിൽനിന്ന് വളരെ വ്യത്യാസമുണ്ട്. ഇന്ത്യയിൽ ഓരോ പാർട്ടിയും അവരുടെ സ്ഥാനാർത്ഥികളെ, പാർലമെന്റിലേക്കായാലും പഞ്ചായത്തിലേക്കായാലും, നിശ്ചയിക്കുന്നു. സ്ഥാനാർത്ഥി നിർണ്ണയത്തിൽ സാധാരണക്കാരായ വോട്ടർ

മാർക്ക് ഇതിൽ കാര്യമായ പങ്കൊന്നുമില്ല. പാർട്ടി നിശ്ചയിക്കുന്ന സ്ഥാനാർത്ഥികൾക്ക് വോട്ടു ചെയ്യുന്ന ജോലിയോടെ അവരുടെ പണി കഴിഞ്ഞു. പിന്നീടുള്ള എല്ലാ തീരുമാനങ്ങളും രാഷ്ട്രീയ പാർട്ടികൾ എടുക്കുന്നതാണ് കീഴ്‌വഴക്കം. ജയിച്ചു ഭൂരിപക്ഷം കിട്ടുന്ന പാർട്ടിയോ പാർട്ടികളുടെ മുന്നണിയോ കേന്ദ്രത്തിലും സംസ്ഥാനങ്ങളിലും സർക്കാരുണ്ടാക്കുന്നു. ഭൂരിപക്ഷം നഷ്ടപ്പെടുന്നവർ രാജിവച്ച് പുറത്തു പോകുന്നതും ചിലപ്പോൾ ബദൽ സർക്കാരുണ്ടാകുന്നതും സാധാരണമാണ്. നിലവിലെ സാഹചര്യത്തിൽ സർക്കാരുണ്ടാക്കാൻ കഴിയാതെ വരുമ്പോൾ ഉപതിരഞ്ഞെടുപ്പുകൾ നടത്തുന്നു. ഇതിൽനിന്നും പലതുകൊണ്ട് അമേരിക്കൻ തിരഞ്ഞെടുപ്പ് വേറിട്ട് നില്ക്കുന്നു.

എന്നാൽ അമേരിക്കയിൽ സ്ഥാനാർത്ഥികളെ തിരഞ്ഞെടുക്കുന്നതു മുതൽ പ്രസിഡന്റിനെ തിരഞ്ഞെടുക്കുന്നിടം വരെ ഇന്ത്യൻ തിരഞ്ഞെടുപ്പുമായി പല അന്തരവുമുണ്ട്. അമേരിക്കയിൽ സ്ഥാനാർത്ഥികളെ തിരഞ്ഞെടുക്കുന്നതിൽ ജനങ്ങൾക്ക് പ്രധാന പങ്കാണുള്ളത്. ഒരു തിരഞ്ഞെടുപ്പ് കഴിഞ്ഞാൽ അതിലൂടെ രൂപീകരിക്കുന്ന സർക്കാർ രാജിവയ്ക്കുകയും ഇടക്കാല തിരഞ്ഞെടുപ്പുണ്ടാകുകയും ചെയ്യുന്ന രീതി അമേരിക്കയിൽ കാണുന്നില്ല. പക്ഷേ, പ്രസിഡന്റിനെ പുറത്താക്കാനുള്ള അവസരം അമേരിക്കൻ ഭരണഘടന നല്കുന്നുണ്ട്. അമേരിക്കയിൽ എല്ലാ തിരഞ്ഞെടുപ്പുകൾക്കും സമയക്രമം നിശ്ചയിച്ചിട്ടുണ്ട്. തിരഞ്ഞെടുപ്പു പ്രക്രിയ ആരംഭിക്കുന്നത് പ്രാഥമിക (primaries) തിരഞ്ഞെടുപ്പോടും തുടർന്ന് നടക്കുന്ന കോക്കാസോടും (Caucuses) കൂടിയാണ്. പിന്നീട് പാർട്ടികൾ അവരുടെ കൺവെൻസുകളിലേക്ക് കടക്കുകയും അവരുടെ പ്രതിനിധികളെ നോമിനേറ്റ് ചെയ്യുകയും ചെയ്യുന്നു. ഈ സമയത്ത് വൈസ് പ്രസിഡന്റ് സ്ഥാനാർത്ഥിയേയും നാമനിർദ്ദേശം ചെയ്യും. തുടർന്ന് രാജ്യമെമ്പാടും സ്ഥാനാർത്ഥികൾ പ്രചരണം നടത്തുന്നു.

പ്രസിഡന്റ് തിരഞ്ഞെടുപ്പ് പ്രക്രിയ ഒരു സാധാരണ ചക്രം പിന്തുടരുന്നു:

തിരഞ്ഞെടുപ്പിന് മുൻപുള്ള വർഷത്തെ വസന്തത്തിൽ മത്സരിക്കുന്ന സ്ഥാനാർത്ഥികൾ അവരുടെ തീരുമാനം പ്രഖ്യാപിക്കുന്നു.

തിരഞ്ഞെടുപ്പ് വർഷത്തെ ജനുവരി മുതൽ ജൂൺ വരെ പ്രൈമറിയും കോക്കസും നടക്കുന്നു.

ജൂലൈ മുതൽ സെപ്തംബർ ആദ്യം വരെ ഓരോ പാർട്ടിയും അവരുടെ സ്ഥാനാർത്ഥികളെ തീരുമാനിക്കുന്നതിനുവേണ്ടി കൺവെൻഷനുകൾ നടത്തുന്നു.

സെപ്തംബർ, ഒക്ടോബർ മാസങ്ങളിൽ രാഷ്ട്രപതി സ്ഥാനാർത്ഥികൾ തിരഞ്ഞെടുപ്പ് സംവാദങ്ങളിൽ ഏർപ്പെടുന്നു.

നവംബർ ആദ്യം പൊതു തിരഞ്ഞെടുപ്പ് നടക്കും.

ഡിസംബർ ഇലക്ടറൽ കോളേജ് അംഗങ്ങൾ വോട്ട് രേഖപ്പെടുത്തുന്നു.

ജനുവരി ആദ്യം വോട്ടുകൾ എണ്ണുന്നു.
ജനുവരി 20 പുതിയ പ്രസിഡന്റ് അധികാരമേല്ക്കുന്നു.

പ്രൈമറിയും കോക്കസും

പ്രസിഡന്റിനെ ജനങ്ങൾ നേരിട്ട് തിരഞ്ഞെടുക്കുന്നതാണ് അമേരിക്കയിലെ രീതി. രണ്ടു പ്രധാന പാർട്ടികളായ റിപ്പബ്ലിക്കൻ പാർട്ടിയും, ഡെമോക്രാറ്റിക് പാർട്ടിയും അവരുടെ സ്ഥാനാർത്ഥികളെ നിർത്തുന്നു. ഗ്രീൻ പാർട്ടി, അമേരിക്കൻ കമ്യൂണിസ്റ്റ് പാർട്ടി എന്നിവർ തിരഞ്ഞെടുപ്പിൽ പങ്കെടുത്ത് സാന്നിദ്ധ്യം അറിയിക്കുന്നു. ഓരോ പാർട്ടിയും അവരുടെ സ്ഥാനാർത്ഥികളെ തിരഞ്ഞെടുക്കുക എന്നതാണ് തിരഞ്ഞെടുപ്പിലെ ഒന്നാം ഘട്ടം. ഒരേ രാഷ്ട്രീയ പാർട്ടിയിൽ ഒന്നിൽ കൂടുതൽ ആളുകൾ മത്സരിക്കാൻ താല്പര്യവുമായി വരുമ്പോൾ അതിൽ ആരു മത്സരിക്കണമെന്ന് തീരുമാനിക്കുന്ന പ്രക്രിയയാണ് പ്രൈമറിയും കോക്കസും.

പ്രാഥമിക തിരഞ്ഞെടുപ്പ് (primary)

രാഷ്ട്രീയ പാർട്ടികളിൽ അഫിലിയേറ്റ് ചെയ്ത സ്ഥാനാർത്ഥിയെ തിരഞ്ഞെടുക്കുന്നതിന് പാർട്ടി അംഗങ്ങൾ നടത്തുന്ന തിരഞ്ഞെടുപ്പാണ് പ്രാഥമികം (primary). ഒരു പാർട്ടിയിലെ പലരും മത്സരത്തിന് തയ്യാറായി മുന്നോട്ടു വന്നാൽ സ്ഥാനാർത്ഥികൾ അവരുടെ പാർട്ടി അംഗങ്ങളുടെ ഇടയിൽ പ്രചാരണം നടത്തി അവരുടെ ഭൂരിപക്ഷം നേടണം. അങ്ങനെ ഭൂരിപക്ഷം കിട്ടുന്ന ആളായിരിക്കും ആ പാർട്ടിയുടെ പ്രസിഡന്റ് സ്ഥാനാർത്ഥി. പാർട്ടിയിൽ രജിസ്റ്റർ ചെയ്ത മുഴുവൻ അംഗങ്ങൾക്കും ഈ വോട്ടിങ്ങിൽ പങ്കെടുക്കാം. പ്രാഥമിക തിരഞ്ഞെടുപ്പുകളിൽ മത്സരിച്ചു വിജയിച്ച പാർട്ടി സ്ഥാനാർത്ഥികൾ പൊതുതിരഞ്ഞെടുപ്പിൽ മത്സരിക്കുന്നു. യു എസിൽ മുപ്പത്തിനാല് സംസ്ഥാനങ്ങൾ പ്രാഥമിക തിരഞ്ഞെടുപ്പു നടത്തുന്നു.

പ്രൈമറി തന്നെ ക്ലോസ്ഡ് പ്രൈമറി, സെമി -ക്ലോസ്ഡ് പ്രൈമറി, ഓപ്പൺ പ്രൈമറി, സെമി ഓപ്പൺ പ്രൈമറി എന്നിങ്ങനെ പല രീതിയിൽ നടത്തപ്പെടുന്നു. ക്ലോസ്ഡ് പ്രൈമറിയിൽ ഓരോ രാഷ്ട്രീയ പാർട്ടിയുടേയും രജിസ്റ്റർ ചെയ്ത അംഗങ്ങൾക്ക് മാത്രമേ പങ്കെടുക്കാൻ അർഹതയുള്ളൂ. പാർട്ടി അംഗമല്ലാത്തവർക്കും മറ്റു പാർട്ടിക്കാർക്കും ഇതിൽ പങ്കെടുക്കാൻ അർഹതയില്ല. സെമി - ക്ലോസ്ഡ് പ്രൈമറിയിൽ, രജിസ്റ്റർ ചെയ്ത പാർട്ടി അംഗങ്ങൾക്കുപുറമെ ഒരു പാർട്ടിയിലും അംഗമല്ലാത്തവർക്കും വോട്ട് ചെയ്യാം. ഓപ്പൺ പ്രൈമറിയിൽ രജിസ്റ്റർ ചെയ്ത ഏത് വോട്ടർക്കും ഏത് പാർട്ടിയുടെ പ്രൈമറിയിലും പങ്കെടുക്കാം. സെമി ഓപ്പൺ പ്രൈമറിയാണ് നടത്തുന്നതെങ്കിൽ ഏതു രജിസ്റ്റർ ചെയ്ത വോട്ടർക്കും ഏത് പാർട്ടിയുടെ പ്രൈമറിയിൽ വേണമെങ്കിലും പങ്കെ

ടുക്കാം. പക്ഷേ, അവർ തിരിച്ചറിയൽ രേഖ കൊടുത്ത് ഏതെങ്കിലും ഒരു പാർട്ടിയുടെ പ്രത്യേക ബാലറ്റ് വാങ്ങി വേണം വോട്ട് ചെയ്യാൻ.

കോക്കസ്

മികച്ച സ്ഥാനാർത്ഥിയെ തിരഞ്ഞെടുക്കാൻ പാർട്ടികൾ നടത്തുന്ന ചർച്ചകളും വോട്ടുകളും കോക്കസ് എന്നാണ് അറിയപ്പെടുന്നത്. രാഷ്ട്രപതി തിരഞ്ഞെടുപ്പിലേക്ക് നോമിനേറ്റ് ചെയ്യാനുള്ള പ്രതിനിധികളെ തിരഞ്ഞെടുക്കുന്നതോടൊപ്പം സംസ്ഥാന കൺവെൻഷനും സംയുക്തമായി നടത്താറുണ്ട്. അമേരിക്കൻ വിപ്ലവത്തിനു മുമ്പുള്ള ഇംഗ്ലീഷ് കോളനികളിൽ ഉത്ഭവിച്ച് പ്രതിനിധികളെ തിരഞ്ഞെടുക്കുന്ന രീതിയാണ് കോക്കസ്.

നാഷണൽ കൺവെൻഷൻ (National Convention)

ഓരോ പാർട്ടിയും ദേശീയ കൺവെൻഷൻ വിളിച്ച് പ്രസിഡന്റ് സ്ഥാനാർത്ഥിയെ പ്രഖ്യാപിക്കുന്നു. ഈ കൺവെൻഷനിൽ വച്ച് പ്രസിഡന്റ് സ്ഥാനാർത്ഥി വൈസ്പ്രസിഡന്റ് സ്ഥാനാർത്ഥിയെ പ്രഖ്യാപിക്കും.

ജനറൽ ഇലക്ഷൻ

അടുത്തതായി എല്ലാ സംസ്ഥാനങ്ങളിലെയും ആളുകൾ ഒരു പ്രസിഡന്റ് സ്ഥാനാർത്ഥിക്കും ഒരു വൈസ് പ്രസിഡന്റ് സ്ഥാനാർത്ഥിക്കും വോട്ട് ചെയ്യുന്നു. ഇതിലൂടെ അമേരിക്കൻ പ്രസിഡന്റിനെ ജനങ്ങൾ നേരിട്ട് തിരഞ്ഞെടുക്കുന്നു എന്നാണ് പറയുന്നത്. എന്നാൽ വസ്തുതാപരമായി ഇത് ശരിയല്ല. ആളുകൾ വോട്ടുചെയ്യുമ്പോൾ അവർ യഥാർത്ഥത്തിൽ പ്രസിഡന്റിനേയും വൈസ്പ്രസിഡന്റിനേയും തിരഞ്ഞെടുക്കുന്നില്ല. മറിച്ച് അവരെ തിരഞ്ഞെടുക്കാനുള്ള ജനങ്ങളുടെ പ്രധിനിധികളെയാണ് തിരഞ്ഞെടുക്കുന്നത്. ഇവരെ ഇലക്ടറമാർ (electors) എന്നും ഈ പാനലിനെ ഇലക്ടറൽ കോളേജ് എന്നുമാണ് അറിയപ്പെടുന്നത്.

ഇലക്ടറൽ കോളേജ്

ഇലക്ടറൽ കോളേജിൽ, ഓരോ ജനപ്രതിനിധിക്കും ഒന്നെന്ന കണക്കിൽ 435 അംഗങ്ങൾ, ഒരു സെനറ്റർക്ക് ഒന്നെന്ന കണക്കിന് 100 അംഗങ്ങൾ കൂടാതെ വാഷിങ്ടൺ ഡി സിയിൽനിന്നുള്ള 3 അംഗങ്ങളും ഉൾപ്പെട്ട ഇലക്ടറൽ കോളേജിൽ ആകെ 538 അംഗങ്ങളാണുള്ളത്. പ്രസിഡന്റിനെ തിരഞ്ഞെടുക്കുന്നത് ഈ ഇലക്ടറൽ കോളേജാണ്. പ്രസിഡന്റായി തിരഞ്ഞെടുക്കപ്പെടാൻ 270 വോട്ടുകൾ എങ്കിലും കിട്ടണം. ഇലക്ടറൽ കോളേജിലേക്ക് ഓരോ സംസ്ഥാനത്തെ പ്രതിനിധിയെ തിരഞ്ഞെടുക്കുന്ന പ്രക്രിയയ്ക്കും രണ്ടു തലമുണ്ട്. ഒന്നാമതായി, ഓരോ സംസ്ഥാനത്തെയും രാഷ്ട്രീയ പാർട്ടികൾ പൊതുതിരഞ്ഞെടുപ്പിന് മുൻപ് അവരുടെ പ്രതിനിധിയെ നിശ്ചയിക്കുന്നു. തുടർന്ന് തിരഞ്ഞെടുപ്പു ദിവസ

ത്തിൽ, ഓരോ സംസ്ഥാനത്തെയും വോട്ടർമാർ അവരുടെ സംസ്ഥാനത്തെ പ്രതിനിധികൾക്ക് വോട്ടു ചെയ്ത് തിരഞ്ഞെടുക്കുന്നു.

ഭൂരിപക്ഷം ജനകീയ വോട്ടുനേടിയ സ്ഥാനാർത്ഥി പലപ്പോഴും തിരഞ്ഞെടുപ്പിൽ വിജയിക്കാതിരുന്നിട്ടുണ്ട്. 2000 ൽ അൽഗോർ, 2016 ൽ ഹിലരി ക്ലിന്റൺ തുടങ്ങിയവർ ജനകീയ വോട്ടിൽ ഭൂരിപക്ഷം നേടി തോറ്റവരാണ്. ഇതൊരുപക്ഷേ, വിചിത്രമായി തോന്നാം. ഇതിന്റെ കാരണം അറിയണമെങ്കിൽ അമേരിക്കൻ വോട്ടിങ് നിയമം അല്പം കൂടി പറയേണ്ടതുണ്ട്. ഡിസ്ട്രിക്റ്റ് ഓഫ് കൊളംബിയായും മറ്റു 48 സംസ്ഥാനങ്ങളും ജനകീയ വോട്ടിൽ ഭൂരിപക്ഷമോ, ചെയ്ത വോട്ടിൽ ഭൂരിപക്ഷമോ (ചെയ്ത വോട്ട് 50 ശതമാനത്തിൽ കുറവാണെങ്കിൽ) കിട്ടിയ സ്ഥാനാർത്ഥിക്ക് ആ സംസ്ഥാനത്തുള്ള ഇലക്ടറൽ കോളേജിലെ എല്ലാ വോട്ടും ലഭിച്ചതായി കണക്കാക്കും. ചുരുക്കത്തിൽ അമ്പത്തൊന്നു ശതമാനം വോട്ട് കിട്ടിയ സ്ഥാനാർത്ഥിക്ക് ആ സംസ്ഥാനത്തെ മുഴുവൻ ഇലക്ടറൽ കോളേജ് വോട്ടും കിട്ടുകയും നാല്പത്തൊമ്പതു ശതമാനം കിട്ടിയ പാർട്ടിക്ക് ഒന്നും കിട്ടാതിരിക്കയും ചെയ്യും. നെബ്രാസ്ക, മെയ്ൻ എന്ന രണ്ടു സംസ്ഥാനങ്ങൾ ഈ രീതിയല്ല തുടരുന്നത്. അതിനാൽ അമ്പത്തൊന്നു ശതമാനം വോട്ട് കിട്ടിയ സ്ഥാനാർത്ഥിക്ക് ആ സംസ്ഥാനത്തെ മുഴുവൻ ഇലക്ടറൽ കോളേജ് വോട്ടും കിട്ടുന്ന രീതിയുമില്ല. പൊതുതിരഞ്ഞെടുപ്പുകളിൽ പ്രസിഡന്റിനെ തിരഞ്ഞെടുക്കുന്നത് ഇലക്ടറൽ കോളേജാണ്. തിരഞ്ഞെടുപ്പിൽ ജയിക്കാൻ, ഒരു സ്ഥാനാർത്ഥിക്ക് ഇലക്ടറൽ കോളേജ് അംഗങ്ങളുടെ ഭൂരിപക്ഷം വോട്ട് നേടണം. ഇങ്ങനെ ഒരു സ്ഥാനാർത്ഥിക്കും ഭൂരിപക്ഷം ലഭിക്കുന്നില്ലെങ്കിൽ, ഹൗസ് ഓഫ് റെപ്രസെന്റേറ്റീവ്സ് പ്രസിഡന്റിനെയും, വൈസ്പ്രസിഡന്റിനെയും, സെനറ്റിനെയും തിരഞ്ഞെടുക്കണമെന്നാണ് ഭരണഘടന അനുശാസിക്കുന്നത്..

സംസ്ഥാന തിരഞ്ഞെടുപ്പുകൾ

അമേരിക്കയുടെ പൊതു ഭരണഘടനയ്ക്ക് പുറമെ സംസ്ഥാനങ്ങൾക്ക് പ്രത്യേക ഭരണഘടനയുണ്ട്. സംസ്ഥാന തലത്തിലും പ്രാദേശികതലത്തിലും തിരഞ്ഞെടുപ്പ് നടത്തുന്നത് സംസ്ഥാന ഭരണഘടനയും നിയമവും അനുസരിച്ചാണ്. ഗവർണർ/ലഫ്റ്റനന്റ് ഗവർണർ എന്നിവർ ഓരോ സംസ്ഥാനത്തും തിരഞ്ഞെടുക്കപ്പെടുന്നു. അമേരിക്കയുടെ വൈസ് പ്രസിഡന്റിന്റെ കാര്യത്തിലെന്നപോലെ പല സംസ്ഥാനങ്ങളുടെയും ഗവർണറേയും ലഫ്റ്റനന്റ് ഗവർണറേയും ഒരേ സമയം തിരഞ്ഞെടുക്കുന്നു. ഗവർണറുടെ അസാന്നിദ്ധ്യത്തിൽ ലഫ്റ്റനന്റ് ഗവർണർ ചുമതല വഹിക്കുന്നു. 50 സംസ്ഥാനങ്ങളിലും തിരഞ്ഞെടുക്കപ്പെട്ട പ്രതിനിധികൾ ഉൾപ്പെട്ട നിയമനിർമ്മാണ സഭയുണ്ട്. നമ്മുടെ സംസ്ഥാന അസംബ്ലിക്ക് സമാനമായ സഭയാണിത്. എന്നാൽ മുഖ്യമന്ത്രിക്കു പകരം

ഗവർണറാണ് സംസ്ഥാനത്തിന്റെ തലവൻ. സംസ്ഥാനത്തിന്റെ പരിധിയിൽ വരുന്ന എല്ലാ വിഷയങ്ങളും സംസ്ഥാന അസംബ്ലി കൈകാര്യം ചെയ്യുന്നു. ഫെഡറൽ സംവിധാനത്തിനുതകുന്ന വിധം കാര്യങ്ങൾ നടത്തുന്നതിലും സംസ്ഥാന നിയമനിർമ്മാണ സഭ പ്രധാന പങ്കാണ് വഹിക്കുന്നത്.

പ്രാദേശിക തിരഞ്ഞെടുപ്പ്

പ്രാദേശികഭരണം നടത്തുന്ന രണ്ടു ബോഡികൾ, കൗണ്ടികൾ/മുനിസിപ്പാലിറ്റികൾ/നഗരസഭകൾ എന്നിവയാണ്. സംസ്ഥാന ഭരണഘടന നിർവ്വചിക്കപ്പെട്ടിരിക്കുന്നതു പോലെ മുനിസിപ്പാലിറ്റികളുടെ പ്രവർത്തനം നിർവ്വചിക്കപ്പെടുന്നു. മേയർമാർ, സിറ്റി കൗൺസിലുകൾ, മറ്റ് ഗവേർണിങ് ബോഡികൾ എന്നിവയെ ജനങ്ങൾ നേരിട്ട് തിരഞ്ഞെടുക്കുന്നു.

ചുരുക്കത്തിൽ, അമേരിക്കൻ തിരഞ്ഞെടുപ്പിലെ ജനകീയതയിൽ അത്ര കാര്യമുണ്ടെന്നു തോന്നുന്നില്ല. തിരഞ്ഞെടുപ്പിൽ കാണുന്ന ഒരു ഗുണപരമായ വശം അവിടെ സ്ഥാനാർത്ഥികളെ തിരഞ്ഞെടുക്കുന്നതിൽ പാർട്ടി അംഗങ്ങൾക്കും പൊതു ജനത്തിനുമുള്ള പങ്കാണ്. ഓരോ പാർട്ടിയിലും ആര് തിരഞ്ഞെടുപ്പിൽ മത്സരിക്കണമെന്ന് അതിലെ ഓരോ അംഗത്തിനും അഭിപ്രായം പറയാൻ അവസരമുണ്ട്. എന്നാൽ പ്രസിഡന്റിനെ അവസാന വട്ടം തിരഞ്ഞെടുക്കുന്നതിൽ ജനത്തിനു വലിയ പങ്കില്ല. അവർ ഓരോ പാർട്ടിയും തീരുമാനിക്കുന്ന ഇലക്ടറൽ അംഗങ്ങൾക്ക് വോട്ടു ചെയ്യുന്നതോടെ അവരുടെ ജോലി കഴിയുന്നു. മറ്റൊരു വൈരുദ്ധ്യം ഭൂരിപക്ഷം ജനം തീരുമാനിക്കുന്ന സ്ഥാനാർത്ഥി പ്രസിഡന്റ് ആകണമെന്നില്ലെന്നതാണ്. രണ്ടു സംസ്ഥാനങ്ങൾ ഒഴിച്ചുള്ളടത്തെല്ലാം, ഭൂരിപക്ഷ വോട്ടു കിട്ടുന്നവർക്ക് ആ സംസ്ഥാനത്തിന് നിശ്ചയിച്ചിരിക്കുന്ന മുഴുവൻ ഇലക്ടറൽ വോട്ടും കിട്ടുന്നു. മറു പക്ഷത്തിന് ഒറ്റ വോട്ടും കിട്ടുന്നുമില്ല. ഇങ്ങനെ അമേരിക്കൻ തിരഞ്ഞെടുപ്പ് രീതി പല ഗുണപരമായ വശങ്ങളും ഉണ്ടെങ്കിലും അടിസ്ഥാനപരമായി ചില പാളിച്ചകളും ഇല്ലാതില്ല.

വാഷിങ്ടൺ ഡി സിയിലെ കാഴ്ചകൾ

വാഷിങ്ടൺ ഡി സി എന്നറിയപ്പെടുന്ന ഡിസ്ട്രിക്ട് ഓഫ് കൊളംബിയ അമേരിക്കയുടെ തലസ്ഥാന നഗരമാണ്. അമേരിക്കയെക്കുറിച്ചു പറയുമ്പോൾ വാഷിങ്ടൺ ഡി സിയും വാഷിങ്ടണും ഒന്നാണെന്ന് ധരിച്ചുവശായിട്ടുള്ള ചിലരെങ്കിലുമുണ്ട്. വാഷിങ്ടൺ അമേരിക്കയിലെ മറ്റൊരു സംസ്ഥാനമാണ്. വാഷിങ്ടൺ ഡി സി ലോകത്തിലെ തന്നെ അതീവ സുരക്ഷാ പ്രദേശമാണെങ്കിലും പ്രത്യക്ഷത്തിൽ അതൊന്നും കാണാൻ കഴിയില്ല. പലപ്പോഴും പോയിട്ടുണ്ടെങ്കിലും അവിടെ പറയത്തക്ക ഒരു സുരക്ഷാ സന്നാഹവും ഒന്നും കണ്ടിട്ടില്ല. വാഷിങ്ടൺ ഡി സി കാണാൻ 2002 ൽ പോയത് കൊച്ചിൻ യൂണിവേഴ്സിറ്റി യൂണിയൻ മുൻചെയർമാനായിരുന്ന സ: സുന്ദരേശൻപിള്ളയുടെ കുടുംബത്തോടൊപ്പമായിരുന്നു. വെള്ളക്കൊട്ടാരത്തിനു മുന്നിൽ നിരവധി സന്ദർശകർ ഉണ്ടായിരുന്നപ്പോൾ പ്രസിഡന്റ് പുറത്തു വന്ന് സന്ദർശകരെ കൈ വീശി കടന്നു പോയത് ഇപ്പോഴും അത്ഭുതമായി തോന്നുന്നു.

ആദ്യം വാഷിങ്ടൺ ഡി സി കാണാൻ ചെല്ലുന്നത് ഒരു ജൂലൈ നാലിനായിരുന്നു. ജൂലൈ 4 അമേരിക്കൻ ഐക്യനാടുകളുടെ സ്വാതന്ത്ര്യ ദിനമാണ്. 1776 ജൂലൈ രണ്ടിന് കോണ്ടിനെന്റൽ കോൺഗ്രസ് സ്വാതന്ത്ര്യത്തിന് അനുകൂലമായി വോട്ട് ചെയ്തു. രണ്ടു ദിവസം കഴിഞ്ഞ് 13 കോളനികളിൽ നിന്നുള്ള പ്രതിനിധികൾ തോമസ് ജെഫേഴ്സൺ തയ്യാറാക്കിയ രേഖ അംഗീകരിച്ചതോടെ അമേരിക്ക സ്വാതന്ത്ര്യം പ്രഖ്യാപിച്ചു. അന്ന് മുതൽ ജൂലൈ 4 അമേരിക്കൻ സ്വാതന്ത്ര്യദിനമായി ആഘോഷിച്ചു വരുന്നു. സ്വാതന്ത്ര്യ ദിനമായ ജൂലായ് 4 ന് ഫെഡറൽ അവധിയായി 1870 ൽ യു എസ് കോൺഗ്രസ് അംഗീകരിച്ചു. എന്നാൽ എല്ലാ ഫെഡറൽ ജീവനക്കാർക്കും ഈ ദിവസം

അവധിയായി പ്രഖ്യാപിച്ചത് 1941 ൽ മാത്രമാണ്. ജൂലായ് 4 ന് അമേരിക്കയിൽ വിവിധ ആഘോഷങ്ങൾ നടക്കുന്നു. വെടിക്കെട്ട്, പരേഡുകൾ, സംഗീതക്കച്ചേരികൾ തുടങ്ങിയവ ഈ ആഘോഷങ്ങളുടെ ഭാഗമാണ്.

ആഘോഷങ്ങൾ നടക്കുന്ന മൈതാനത്ത് അല്പം വൈകിയാണ് ഞങ്ങൾ എത്തിയത്. അമേരിക്കയുടെ തലസ്ഥാനത്തും ആളുകൾ കൂടുന്നു എന്നത് ഒരത്ഭുതം തന്നെയായിരുന്നു. തൃശ്ശൂർ പൂരത്തിനു കാണുന്നതു പോലുള്ള കരിമരുന്നു പ്രകടനങ്ങൾ മറ്റൊരത്ഭുതമായിരുന്നു. പൂര വെടിക്കെട്ടിനുള്ളത്ര ശബ്ദഗാംഭീര്യം അവിടെ അനുവദിക്കുന്നില്ല. ഒരു ഫീസും കൊടുക്കാതെ അമേരിക്കയിൽ കാണാൻ കഴിയുന്ന ഒരു പരിപാടിയായിരുന്നു ഇത്. അമേരിക്കയിൽ ഒന്നും സൗജന്യമല്ലെന്നത് പ്രശസ്തമാണല്ലോ. അമേരിക്കക്കാരുടെ ഭാഷയിൽ അമേരിക്കയിൽ ഒന്നും ഫ്രീയല്ല (No lunch is free in America). ഇവിടെ ഡിമാൻഡ് സൈഡ് മാർക്കറ്റ് ഫൈലുവർ (Demand side Market failure) എന്നാണ് സാമ്പത്തിക ശാസ്ത്ര ഭാഷ. ഉപഭോക്താവ് വില നല്കാൻ തയ്യാറാണെങ്കിലും ഉല്പാദകർ നിർമ്മിക്കാൻ തയ്യാറാവാത്ത സ്ഥിതി വിശേഷം. വെടിക്കെട്ടു കാണുന്നതിന് ഫീസ് നല്കാൻ ആളുകൾ തയ്യാറാണെങ്കിലും അത് തുറസ്സായ സ്ഥലത്തു നടത്തുന്നതിനാൽ വില ഈടാക്കാൻ വഴിയില്ല. അതിനാൽ കമ്പനികൾ ഇത്തരം പരിപാടികൾ നടത്താൻ തയ്യാറാവാത്ത അവസ്ഥ.

അമേരിക്കൻ പ്രസിഡന്റിന്റെ താമസസ്ഥലം

അമേരിക്കൻ ഐക്യനാടിന്റെ രൂപീകരണത്തിനുശേഷം ആദ്യ പ്രസിഡന്റായിരുന്ന ജോർജ് വാഷിങ്ടൺ എവിടെ താമസിക്കുമെന്നത് വലിയ ചർച്ചാ വിഷയമായിരുന്നു. നീണ്ട ചർച്ചകൾക്കൊടുവിൽ വാഷിങ്ടൺ തന്നെ തീരുമാനിച്ച സ്ഥലമാണ് ഇന്ന് നാം കാണുന്ന പോട്ടോമാക് നദിക്കരയിൽ (Potomac River) സ്ഥിതി ചെയ്യുന്ന വാഷങ്ടൺ ഡി സി. പുതിയ സ്ഥലം തീരുമാനിച്ചു കഴിഞ്ഞപ്പോൾ നഗരം ആസൂത്രണം ചെയ്യാൻ പ്രസിഡന്റ് വാഷിങ്ടൺ പ്രത്യേക സമിതി രൂപീകരിച്ചു. തലസ്ഥാന നിർമ്മിതിക്കാവശ്യമായ സ്ഥലം മേരിലാൻഡും വെർജീനിയായും നല്കി. പട്ടണം നിർമ്മിക്കുന്നതിന് മുൻപ് രൂപരേഖ പൂർണ്ണമായും തയ്യാറാക്കിയിട്ടുള്ള അപൂർവ്വം നഗരങ്ങളിൽ ഒന്നാണ് വാഷിങ്ടൺ ഡി സി. ബെഞ്ചമിൻ ബാനേക്കർ (Benjamin Banneker), ആൻഡ്രൂ എലിക്കോട്ട് (Andrew Ellicott) എന്നീ വിദഗ്ദ്ധർ ഭൂപടം തയ്യാറാക്കി. തുടർന്ന് പിയേഴ്സ് ചാൾസ് എൽ എൻഫാന്റ (Pierre Charles L'Enfant) റോഡുകളുടെ സ്ഥാനം നിശ്ചയിച്ചു. നഗരത്തിന്റെ ഒരറ്റത്തു കുന്നിൻ മുകളിൽ കാപ്പിറ്റോൾ ബിൽഡിങ് നിർമ്മിക്കാനും കുന്നിന്റെ മറു തലയ്ക്കൽ പ്രസിഡന്റിന്റെ ഭവനമായ വെള്ളക്കൊട്ടാരം (White House) നിർമ്മിക്കാനും പ്രസിഡന്റ് വാഷിങ്ടൺ നിർദ്ദേശിച്ചു.

വൈറ്റ് ഹൗസ്

പ്രസിഡന്റിന് ഏതുതരം വീട് വേണമെന്നതായിരുന്നു അടുത്ത ചിന്ത. രാജ്യത്താകെ പരസ്യം കൊടുത്തു കിട്ടുന്നതിൽനിന്നും ഏറ്റവും ഭംഗിയുള്ള പ്ലാനിൽ കെട്ടിടം പണിയാൻ തീരുമാനിക്കുകയും അതിനായി പത്രപ്പരസ്യം കൊടുക്കുകയും ചെയ്തു. കിട്ടിയ പ്ലാനിൽനിന്നും, ഐറിഷ് അമേരിക്കൻ വാസ്തുശില്പിയായ ജെയിംസ് ഹോബന്റെ ലളിതമായ ഒരു രൂപകല്പന അംഗീകരിക്കപ്പെട്ടു. 1792 ഒക്ടോബർ 13 ന് പണി ആരംഭിച്ചു. എട്ടു വർഷമെടുത്താണ് പണിതീർത്തത്. വാഷിങ്ടൺ ഡി സിയിൽ നിരവധി കാഴ്ചകൾ ഉണ്ടെങ്കിലും പ്രസിഡന്റിന്റെ ഔദ്യോഗിക വസതിയായ വെള്ളക്കൊട്ടാരമാണ് ഏറ്റവും മനോഹരമായ കാഴ്ചകളി ലൊന്ന്. വെള്ളക്കൊട്ടാരത്തിന് പലപ്പോഴും ആക്രമണങ്ങളെ നേരിടേണ്ടി വന്നിട്ടുണ്ട്.

ലോകത്തിലെ ഏറ്റവും വലിയ നാവികശക്തിയായിരുന്ന ബ്രിട്ടനോട് 1812 ലെ യുദ്ധത്തിൽ പിടിച്ചുനിന്നുകൊണ്ട് അമേരിക്കയ്ക്ക് ശക്തി തെളി യിക്കാൻ കഴിഞ്ഞു. എന്നാൽ ഈ യുദ്ധത്തിൽ പ്രസിഡന്റിന്റെ ഭവനം ഇരയായി. 1814 ൽ ബ്രിട്ടീഷുകാർ ഈ കെട്ടിടത്തിന് തീയിട്ടു. പക്ഷേ, പൂർണ്ണമായും അഗ്നിക്കിരയാകാതെ സാരമായ പരിക്കുകളോടെ കെട്ടിടം രക്ഷപ്പെട്ടു. യുദ്ധം അവസാനിച്ചപ്പോൾ, കെട്ടിടത്തിന്റെ പുകപുരണ്ട ചുവ രുകൾ വെള്ളയടിച്ചു ഭംഗിയാക്കി. അതിനു ശേഷമാണ് പ്രസിഡന്റിന്റെ ഭവനത്തെ വെള്ളക്കൊട്ടാരം എന്നു വിളിച്ചു തുടങ്ങിയത്. ഹെർബർട്ട് ഹൂവർ പ്രസിഡന്റായിരുന്ന കാലത്ത് 1929 ഡിസംബർ 24 ന് വൈറ്റ് ഹൗസ് മറ്റൊരഗ്നിബാധയ്ക്കിരയായി. എന്നാൽ ഈ അഗ്നിബാധയിൽനിന്നും വൈറ്റ് ഹൗസ് രക്ഷപ്പെട്ടു. ഹാരി എസ് ട്രൂമാൻ പ്രസിഡന്റായിരുന്ന കാലത്ത് വീടിനകം പൂർണ്ണമായും പുതുക്കിപ്പണിതു.

കാപ്പിറ്റോൾ ബിൽഡിങ്

അമേരിക്കൻ ഐക്യനാടുകളുടെ ഭരണ സിരാകേന്ദ്രമാണ് കാപ്പിറ്റോൾ ബിൽഡിങ്. ദേശീയ മാളത്തിന്റെ കിഴക്ക് വശത്തായി കാപ്പിറ്റോൾ കുന്നിലാണ് കാപ്പിറ്റോൾ സ്ഥിതി ചെയ്യുന്നത്. രാജ്യത്തെ ഏറ്റവും പ്രതീകാത്മകവും വാസ്തുവിദ്യയിൽ ആകർഷകവുമായ കെട്ടിടങ്ങളിൽ ഒന്നാണിത്. 175,170 ചാതുശ്രയടി വിസ്തൃതിയിൽ 16.5 ഏക്കർ സ്ഥലത്ത് വ്യാപിച്ചു കിടക്കുന്ന കാപ്പിറ്റോൾ അമേരിക്കൻ കലയുടെയും ചരിത്രത്തിന്റെയും ഒരു മ്യൂസിയം കൂടിയാണ്. നിയമനിർമ്മാണസഭയുടെ പ്രധാന കേന്ദ്രവും കാപ്പിറ്റോൾ ബിൽഡിങ്ങാണ്. പുതിയ പ്രവേശന കവാടം കിഴക്കുഭാഗം ഫസ്റ്റ് സ്ട്രീറ്റിലും ക്യാപ്പിറ്റോൾ സ്ട്രീറ്റിലും വടക്കു കിഴക്കു ഭാഗത്തുമായിട്ടാണ്. തിങ്കൾ മുതൽ ശനിവരെ ദിവസങ്ങളിൽ രാവിലെ 8.30 മുതൽ വൈകിട്ട് 4.30 വരെ കാപ്പിറ്റോൾ വിസിറ്റർ സെന്റർ തുറന്നിരിക്കും.

പിയറി ചാൾസ് എൽ'എൻഫന്റ് കാപ്പിറ്റോൾ രൂപകല്പന ചെയ്യുമെന്നാണ് പ്രതീക്ഷിച്ചിരുന്നത്. എന്നാൽ 1792 ൽ ഫെഡറൽ ബിൽഡിങ് കമ്മീഷണർമാരോടൊപ്പം സഹകരിക്കാതിരുന്നതിനാൽ അദ്ദേഹം പുറത്താക്കപ്പെട്ടു. തുടർന്ന് മത്സരാടിസ്ഥാനത്തിൽ പൊതുജനങ്ങളിൽനിന്നും ലഭിച്ച പ്ലാൻ അംഗീകരിക്കാൻ പ്രസിഡൻറ് ജോർജ് വാഷിങ്ടണും സ്റ്റേറ്റ് സെക്രട്ടറി തോമസ് ജെഫേഴ്സണും തീരുമാനിച്ചതിന്റെ അടിസ്ഥാനത്തിൽ ബ്രിട്ടീഷ് വെസ്റ്റ് ഇൻഡീസിൽ താമസിച്ചിരുന്ന സ്കോട്ടിഷ് ഡോക്ടറായ വില്യം തോൺടൺ (Dr.William Thornton) അയച്ച പ്ലാൻ

കാപ്പിറ്റോൾ ബിൽഡിങ്

അംഗീകരിക്കപ്പെട്ടു. കെട്ടിടത്തിന്റെ ശിലാസ്ഥാപനം 1793 സെപ്തംബർ 18 ന് പ്രസിഡന്റ് വാഷിങ്ടൺ നടത്തിയതോടെ കെട്ടിടം പണി ആരംഭിച്ചു. 1813 ആയപ്പോഴേക്കും പണികൾ ഏതാണ്ട് പൂർത്തിയായിക്കഴിഞ്ഞു. കഴിഞ്ഞ രണ്ടു നൂറ്റാണ്ടിലേറെക്കാലമായി ജനപ്രതിനിധിസഭയും സെനറ്റും ഇവിടെ കൂടി വരുന്നു.

1812 ൽ ബ്രിട്ടനുമായി ആരംഭിച്ച യുദ്ധത്തെത്തുടർന്ന് 1814 ആഗസ്ത് 24 ന് ബ്രിട്ടീഷ് സൈന്യം കാപ്പിറ്റോൾ ബിൽഡിങ്ങിന് തീയിട്ടു. പക്ഷേ, ശക്തമായ മഴ കെട്ടിടത്തെ പൂർണ്ണമായ നാശത്തിൽനിന്നും രക്ഷിച്ചു. 1815 ൽ ബെഞ്ചമിൻ ഹെൻട്രി ലാട്രോബ് (Benjamin Henry Ltarobe) എന്ന വാസ്തുശില്പി ക്യാപ്പിറ്റോൾ പുനർനിർമ്മിച്ചു. കെട്ടിടത്തിന്റെ ഇന്റീരിയർ ഡിസൈനിൽ മാറ്റങ്ങൾ വരുത്താനും മാർബിൾ പോലുള്ള വസ്തുക്കൾ ഉപയോഗിക്കാനും ലാട്രോബ് ഈ അവസരം ഉപയോഗിച്ചു. പണി നീണ്ടുപോയതും ചെലവുകൾ വർദ്ധിച്ചുവന്നതും കാരണം ലാട്രോബ് 1817 നവംബറിൽ രാജി വച്ചൊഴിയുകയും ബോസ്റ്റണിലെ വാസ്തുശില്പിയായ ചാൾസ് ബൽഫിൻ 1818 ജനുവരിയിൽ ലാട്രോബിന്റ പിൻഗാമിയായി നിയമിതനാകുകയും ചെയ്തു. 1819 ൽ കെട്ടിടം ഉപയോഗിക്കാൻ കഴിയുന്ന വിധം പണിതീർക്കാൻ അദ്ദേഹത്തിന് കഴിഞ്ഞു. കേന്ദ്ര ഭാഗത്തിന്റെ രൂപകല്പനയിൽ ബൽഫിൻ മാറ്റം വരുത്തി, താഴികക്കുടം ഈ ഭാഗത്തെ മറ്റു ഭാഗങ്ങളിൽനിന്നും ഉയർത്തി നിർത്തുന്നു. ഇവിടത്തെ പ്രകൃതിദൃശ്യം രൂപകല്പന ചെയ്യുന്നതിലും ബൽഫിൻ കാര്യമായ പങ്കാണ് വഹിച്ചത്.

പലപ്പോഴായി ക്യാപ്പിറ്റോൾ ബിൽഡിങ് പരിഷ്കരിക്കുകയും വിസ്തൃതമാക്കുകയും ചെയ്തിട്ടുണ്ട്. എല്ലാ പ്രതിനിധികളെയും സെനറ്റർമാരെയും ഉൾക്കൊള്ളാൻ ക്യാപിറ്റോളിന് കഴിയാതെ വരികയാൽ 1850 ആയപ്പോഴേക്കും കെട്ടിടം വിസ്തൃതമാക്കാൻ തീരുമാനിച്ചു. നിലവിലുള്ള ശൈലിക്ക് അനുയോജ്യമായ വിധം കെട്ടിടം നവീകരിച്ചു വിപുലമാക്കാൻ തോമസ് യു വാൾട്ടർ എന്ന വാസ്തു ശില്പിയെ ചുമതലപ്പെടുത്തി. എന്നാൽ ആഭ്യന്തര യുദ്ധംമൂലം 1861 ൽ പണി നിർത്തി വയ്ക്കുകയും പിന്നീട് 1862 ൽ, പണി പൂർത്തിയാക്കുകയും ചെയ്തു. 20-ാം നൂറ്റാണ്ടിൽ കാപിറ്റോളിൽ കൂടുതൽ മാറ്റങ്ങൾ വരുത്തി. കാപ്പിറ്റോൾ രൂപകല്പന ചെയ്ത ആർക്കിടെക്റ്ററായിരുന്ന ജെ ജോർജ്ജ് സ്റ്റുവർട്ടിന്റെ നിർദ്ദേശപ്രകാരം 1959-1960 കാലഘട്ടത്തിൽ 102 മുറികൾ കൂടി കൂട്ടിച്ചേർത്തു.

വാഷിങ്ടൺ സ്മാരകം (Washington Monument)

വാഷിങ്ടൺ സ്മാരകത്തിന്റെ (Washington Monument) ആസൂത്രണവും നിർമ്മാണവും ഏതാണ്ട് ഒരു നൂറ്റാണ്ടു കാലം നീണ്ടുനിന്നു. ജോർജ്ജ് വാഷിങ്ടണിന്റെ ഒരു വലിയ പ്രതിമയ്ക്ക് വേണ്ടിയുള്ള ആദ്യ പദ്ധതി ഉപേക്ഷിക്കപ്പെട്ടു. 1797 ൽ ജോർജ്ജ് വാഷിങ്ടണിന്റെ മരണം

വാഷിങ്ടൺ മോണോമെന്റ്

ശേഷം, വീണ്ടും സ്മാരകം പണിയുന്ന വിഷയം ചർച്ച ചെയ്തു. സ്മാരകം എവിടെ പണിയണമെന്ന് ഒരു ദശകത്തെ ആലോചനയ്ക്ക് ശേഷം1848 ജൂലായ് 4 ന് ശിലാസ്ഥാപനം നടന്നു. ആശയപരമായ സംഘട്ടനങ്ങൾ, ധനസഹായത്തിലെ പിഴവുകൾ, ആഭ്യന്തര യുദ്ധസമയത്തെ തടസ്സങ്ങൾ എന്നിവ കാരണം സ്മാരകത്തിന്റെ നിർമ്മാണം 1885 ഫെബ്രുവരി 21 വരെ നീണ്ടു. 1888 ൽ സ്മാരകം പൂർത്തിയാക്കി പൊതുജനങ്ങൾക്കായി തുറന്നു കൊടുത്തു. സ്മാരകസ്തംഭം കല്ലുകളിൽ പണിത് വെളുത്ത മാർബിൾ കൊണ്ട് കവർ ചെയ്തിരിക്കുന്നു. 555 അടി ഉയരത്തിലാണ് ഈ സ്മാരകം സ്ഥിതി ചെയ്യുന്നത്. രാജ്യത്തിനകത്തെ 50 സംസ്ഥാനങ്ങളിൽ നിന്നുള്ളത് കൂടാതെ രാജ്യത്തിന് പുറത്തുനിന്നും കൊണ്ടുവന്ന സ്മാരക ശിലകൾ അകത്തളങ്ങളിലെ ചുവരുകളിൽ പാകിയിരിക്കുന്നു. എലിവേറ്ററിലൂടെ മാത്രമേ ഈ സ്മാരകത്തിന്റെ മുകളിൽ എത്താൻ കഴിയൂ. ഇതിനു മുകളിൽ നിന്നാൽ നഗരത്തിന്റെ വിശാലമായ കാഴ്ച കാണാം.

വാഷിങ്ടൺ സ്മാരകവുമായി ബന്ധപ്പെട്ട് അത്രയൊന്നും പുറത്തറിയാത്ത നിരവധി വസ്തുതകളുണ്ട്. ഒരു സ്മാരകം വാഷിങ്ടണിൽ പണിയുന്നതിൽ അമേരിക്കക്കാർക്ക് ഏകാഭിപ്രായം ഉണ്ടായിരുന്നില്ലെന്നതാണ് അതിലൊരു വസ്തുത. 19-ാം നൂറ്റാണ്ടിൽ, വാഷിങ്ടണിന്റെ റേറ്റിങ് 100 ശതമാനത്തിനും വളരെ താഴെയായിരുന്നു. അതായിരുന്നു മുൻ പ്രസിഡന്റിനെ ബഹുമാനിക്കാൻ ഒരു സ്മാരകം നിർമ്മിക്കാനുള്ള

ആശയത്തിന് ജനങ്ങളിൽനിന്നും ഏക അഭിപ്രായം ഉണ്ടാകാതിരുന്നതും. ഇന്നാവട്ടെ, വാഷിങ്ടനെ ഒരു നായകനായും ദേശീയ അഭിമാനത്തിന്റെ പ്രതീകമായും കാട്ടുന്നതിൽ എതിരഭിപ്രായം ഉണ്ടാകാൻ വഴിയില്ല.

1855 ൽ മിൽസിന്റെ (Mills) മരണശേഷം സ്മാരകത്തിന്റെ പണി അമേരിക്കൻ ആർമി കോർപ്സ് എഞ്ചിനീയർമാരെ 1877 ൽ ഏല്പിച്ചു. തോമസ് ലിങ്കൺ കാസി, (Brigadier GeneralThomas Lincoln Casey) വാഷിങ്ടൺ സ്മാരകത്തിന്റെ പൂർത്തീകരണം ഏറ്റെടുത്തു. അദ്ദേഹത്തിന്റെ ഏറ്റവും ശ്രദ്ധേയമായ ഉത്തരവുകളുടെ കൂട്ടത്തിൽ, തന്റെ തൊഴിലാളികൾക്ക് 'മിതമായ അളവിലുള്ള ചൂടുള്ള കാപ്പി' നല്കണമെന്ന് യു എസ് ട്രഷറി ഡിപ്പാർട്ടുമെന്റിന് ഉത്തരവ് നല്കിയതും ഡിപ്പാർട്ടുമെന്റ് അതംഗീകരിച്ചതും ചരിത്രമാണ്. 1888 ഒക്ടോബർ 9 ന് ഔദ്യോഗികമായ ഉദ്ഘാടനം ചെയ്യപ്പെട്ട വാഷിങ്ടൺ മോണോമെന്റ് 555 അടി ഉയരമുള്ള മനുഷ്യനിർമ്മിത വിസ്മയമായി നിലകൊള്ളുന്നു.

നാഷണൽ എയർ ആൻഡ് സ്പേസ് മ്യൂസിയം (The National Air and Space Museum)

ലോകത്തിലെ ഏറ്റവും പ്രശസ്തമായ മ്യൂസിയങ്ങളിൽ ഒന്നാണ് നാഷണൽ എയർ ആൻഡ് സ്പേസ് മ്യൂസിയം. വാഷിങ്ടൺ ഡി സിയിലെ ഇൻഡിപെൻഡൻസ് അവന്യൂവിൽ നിന്ന് തെക്കോട്ടുള്ള ആറാമത് റോഡിലാണ്. ബഹിരാകാശ പര്യവേക്ഷണ രംഗത്തെ അത്ഭുതകരമായ സാങ്കേതിക നേട്ടങ്ങൾ പ്രദർശിപ്പിക്കുന്നതിലൂടെ മ്യൂസിയം സന്ദർശകരെ കഴിഞ്ഞ നൂറ്റാണ്ടിലേക്കു കൂട്ടിക്കൊണ്ടുപോകുന്നു. അമേരിക്കയിൽ പാർക്കുകൾ, മ്യൂസിയം, കടൽപ്പുറം എന്നിങ്ങനെ എവിടം സന്ദർശിച്ചാലും ടിക്കറ്റ് എടുക്കണമെന്ന പൊതുരീതിക്ക് അപവാദമാണ് നാഷണൽ എയർ ആൻഡ് സ്പേസ് മ്യൂസിയം. ഇവിടെ പ്രവേശനം സൗജന്യമാണ്. പ്രവേശന സമയം സാധാരണ രാവിലെ 10 മണി മുതൽ വൈകുന്നേരം 5:30 വരെയാണ്.

1903 ൽ റൈറ്റ് ബ്രദേഴ്സ് ആദ്യത്തെ വിജയകരമായ ഫ്ളൈറ്റ് പറത്തിയതിന്റെ ഓർമ്മയ്ക്കായി അന്നത്തെ വിമാനം മ്യൂസിയത്തിൽ പ്രദർശിപ്പിച്ചിരിക്കുന്നു. ന്യൂയോർക്കിൽനിന്നും പാരീസിലേക്ക് നിർത്താതെ പറന്ന ചാൾസ് ലിൻഡ്ബെർസിന്റെ സ്പിരിറ്റാണ് ഇവിടത്തെ മറ്റൊരു കാഴ്ച. മാറിക്കൊണ്ടിരിക്കുന്ന ഇവിടത്തെ പ്രദർശനങ്ങളിൽ ഏവിയേഷൻ, സ്പെയ്സ് ഫ്ലൈറ്റ് എന്നിവയുടെ ചരിത്രവും ശാസ്ത്രവും പ്രദർശിപ്പിക്കുന്നു. ലോകമഹായുദ്ധങ്ങളിൽ ശാസ്ത്രത്തെ എങ്ങനെ ഉപയോഗപ്പെടുത്തി എന്നതും ഇവിടത്തെ പ്രദർശനത്തിൽനിന്നും മനസ്സിലാക്കാം. ഒരു ഐമാക്സ് തീയറ്റർ, പ്ലാനറ്റോറിയം, സോളാർ ടെലസ്കോപ്പുള്ള പൊതു ഒബ്സർവേറ്ററി എന്നിവ മ്യൂസിയത്തിലുണ്ട്. കൊച്ചു കുട്ടികൾക്ക് വേണ്ടി ശാസ്ത്ര പ്രദർശനങ്ങൾ നടത്തുന്നതും കഥകൾ പറഞ്ഞു കൊടുക്കുന്നതും മ്യൂസിയത്തിന്റെ ഭാഗമായി നടന്നു വരുന്നു.

നാഷണൽ ആർട്ട് ഗ്യാലറി

നാഷണൽ ആർട്ട് ഗ്യാലറിയാണ് ഇവിടത്തെ മറ്റൊരു കാഴ്ച. ലോകത്തിലെ പ്രമുഖമായ ഗ്യാലറികളിൽ ഒന്നാണിത്. നാഷണൽ മാളിലാണ് ആർട്ട് ഗ്യാലറി സ്ഥിതി ചെയ്യുന്നത്. മദ്ധ്യകാലഘട്ടം മുതലുള്ള പാശ്ചാത്യകലയുടെ വളർച്ച എടുത്തു കാണിക്കുന്ന പെയിന്റിങ്ങുകൾ, ഡ്രോയിങ്ങുകൾ, പ്രിന്റുകൾ, ഫോട്ടോഗ്രാഫുകൾ, ശില്പങ്ങൾ, അലങ്കാര കലകൾ തുടങ്ങിയവ ശേഖരത്തിൽ ഉൾപ്പെടുന്നു. 141,000 പരം പ്രശസ്തമായ ആർട്ടുകൾ ഈ ഗ്യാലറിയിൽ ശേഖരിച്ചു പ്രദർശിപ്പിച്ചു വരുന്നു. തിങ്കൾ മുതൽ ശനി വരെ രാവിലെ 10 മണി മുതൽ വൈകുന്നേരം 5 മണി വരെയും ഞായറാഴ്ച 11 മണി മുതൽ വൈകുന്നേരം 6 മണിവരെയും ഗ്യാലറി തുറന്നു പ്രവർത്തിക്കുന്നു. ഈ ഗ്യാലറിയിലെ പ്രവേശനവും സൗജന്യമാണ്.

ജെഫേഴ്സൺ സ്മാരകം, ടൈഡൽ ബേസിൻ

അമേരിക്കൻ ഐക്യനാടിന്റെ മൂന്നാമത്തെ പ്രസിഡന്റായിരുന്ന തോമസ് ജെഫേഴ്സന്റെ സ്മാരകമാണ് ജെഫേഴ്സൺ മെമ്മോറിയൽ. വാഷിങ്ടൺ ഡി സിയിലെ ടൈഡൽ ബേസിൻ തെക്ക് തീരത്ത് കിഴക്ക് പൊട്ടോമാക് പാർക്കിലാണ് സ്മാരകം സ്ഥിതിചെയ്യുന്നത്. സ്മാരകം ഇവിടെ സ്ഥാപിക്കുന്നതിൽ പല എതിർപ്പുകളും ഉണ്ടായിരുന്നു. എന്നാൽ പ്രസിഡന്റ് റൂസ്വെൽറ്റ് നിർദ്ദേശിച്ച പ്രകാരം ഇവിടെ തന്നെ പണിയാൻ തീരുമാനിക്കുകയും, 1938 ൽ പണി തുടങ്ങി 1943 ഏപ്രിൽ 13 ന് സ്മാരകം പണി തീർത്ത് നാടിനു സമർപ്പിക്കുകയും ചെയ്തു.

അമേരിക്കൻ ചരിത്ര മ്യൂസിയം (The National Museum of American History)

അമേരിക്കൻ ദേശീയ ചരിത്ര മ്യൂസിയം (കെന്നത്ത് ബെറിങ് സെന്റർ) അമേരിക്കയുടെ സാമൂഹ്യ, രാഷ്ട്രീയ, സാംസ്കാരിക, ശാസ്ത്ര, സൈനിക ചരിത്രം ശേഖരിക്കയും പരിപാലിക്കയും പ്രദർശിപ്പിക്കുകയും ചെയ്യുന്നു. സ്മിതോണിയൻ ഇൻസ്റ്റിറ്റ്യൂഷന്റെ ഭാഗമായ മ്യൂസിയം നാഷണൽ മാളിലെ പതിനാലാം സ്ട്രീറ്റിൽ സ്ഥിതി ചെയ്യുന്നു. അമേരിക്കൻ ഐക്യനാടുകളിലെ ശാസ്ത്ര, സാംസ്കാരിക, സാമൂഹിക, സാങ്കേതിക, ചരിത്രത്തിലേക്ക് തിരിച്ചു വച്ചിരിക്കുന്ന ഒരു കണ്ണാടിയാണ് ഈ മ്യൂസിയം. മുപ്പതു ലക്ഷം ചരിത്ര രേഖകളാണ് ഇവിടെ പ്രദർശിപ്പിക്കപ്പെടുന്നത്.

അമേരിക്കൻ തലസ്ഥാനമായ വാഷിങ്ടൺ ഡി സിയിൽ സന്ദർശിക്കാൻ അവസരം കിട്ടുന്നവർക്ക് കാണാൻ കഴിയുന്ന പ്രധാന സ്ഥലങ്ങളെക്കുറിച്ചാണ് ഇവിടെ ചുരുക്കി പറഞ്ഞത്. അവിടം കാണാൻ പോകാത്തവർക്കും പൊതുവായ ചില വിവരങ്ങൾ ഇതിലൂടെ ലഭിക്കുമെന്ന് കരുതുന്നു. നിരവധി കാഴ്ചകൾ ഇനിയുമുണ്ടെങ്കിലും വിസ്താരഭയത്താൽ ഈ വിവരണം ഇവിടെ നിർത്തുന്നു.

ലാസ് വേഗാസ് വഴി ഗ്രാൻഡ് ക്യാനിയോണിൽ

അമേരിക്കക്കാരായാലും അവിടെ എത്തുന്ന കുടിയേറ്റക്കാരായാലും അമേരിക്കയിൽ കാർ യാത്രയാണ് ഇഷ്ടപ്പെടുക. രാജ്യത്തിന്റെ ഒരറ്റം മുതൽ മറുതലവരെ നീണ്ടുകിടക്കുന്ന വിശാലമായ ഹൈവേകളും അതിൽ വാഹനങ്ങൾ ഓടിക്കുന്നതിൽ പാലിക്കുന്ന ശക്തമായ നിയമങ്ങളുമാണ് കാർ യാത്രയ്ക്ക് ആളുകളെ പ്രേരിപ്പിക്കുന്നത്. കാർ യാത്രയിലുടനീളം പുതിയ സ്ഥലങ്ങൾ കാണാമെന്നതും മറ്റൊരു കാരണമാണ്. എന്നാൽ നീണ്ട ഡ്രൈവിങ്ങിൽ പൊതുവെ താല്പര്യം കുറവായിരുന്നതിനാൽ ന്യൂജേഴ്സിയിൽനിന്ന് വിമാനത്തിൽ ലാസ് വേഗാസ് വഴി ഗ്രാൻഡ് ക്യാനിയോണിൽ പോകാൻ ഞങ്ങൾ തീരുമാനിച്ചു. ഇന്ത്യയിലേക്കുള്ളതുപോലെ പതിനെട്ടും ഇരുപതും മണിക്കൂറുകൾ വിമാനത്തിൽ ചെലവിടേണ്ടതില്ലാതിരുന്നതിനാൽ ഇത്തവണത്തെ യാത്ര അത്ര വിരസമായിരുന്നില്ല. ന്യൂജേഴ്സിയിൽനിന്നും ചിക്കാഗോയിൽ ചെല്ലുമ്പോൾ വിമാനം മാറിക്കയറണം. ആഭ്യന്തര സർവ്വീസ് ആയതിനാൽ ഇതൊക്കെ ചെറു വിമാനങ്ങൾ ആയിരുന്നു. വിമാന യാത്രക്കാരിൽ പലരും സ്ഥിരം യാത്രക്കാരായിരുന്നു എന്നത് അവരുടെ സംഭാഷണത്തിൽനിന്നും മനസ്സിലായി. അവർ തമ്മിൽ നമ്മുടെ നാട്ടിലെ റെയിൽവേ സീസൺ ടിക്കറ്റു യാത്രക്കാരുടെ സൗഹൃദം കാണാൻ കഴിഞ്ഞു.

ന്യൂജേഴ്സിയിൽനിന്നും ഫ്ളൈറ്റിൽ ചിക്കാഗോ വഴി ഞങ്ങൾ ലാസ് വേഗാസിൽ എത്തി. ന്യൂജേഴ്സിയിലെ ന്യൂവാർക്ക് എയർപോർട്ടിൽ നിന്നും ലാസ് വേഗാസ് വരെ 7 മണിക്കൂർ 20 മിനിറ്റ് വിമാന യാത്രയുണ്ട്. ലാസ് വേഗാസിൽ എത്തിയ ഞങ്ങൾ സർക്കസ് സർക്കസ് (Circus Circus) ഹോട്ടലിലാണ് മുറി ബുക്ക് ചെയ്തിരുന്നത്. എയർ പോർട്ടിൽ നിന്നും ടാക്സി പിടിച്ച് നേരെ ഹോട്ടലിൽ എത്തി. ഹോട്ടലിന്റെ

പതിനാലാം നിലയിലായിരുന്നു ഞങ്ങളുടെ മുറി. അവിടെ നിന്ന് നോക്കിയാൽ ലാസ് വേഗാസ് പട്ടണം നന്നായി കാണാൻ കഴിയും. ഈ ഹോട്ടലിന്റെ പ്രധാന ആകർഷണം അവിടെ നടക്കുന്ന ചൂതാട്ടമാണ്. ലാസ് വേഗാസ് തന്നെ ചൂതാട്ടത്തിനു പേരുകേട്ട സ്ഥലമാണ്. പണം വച്ച് കളിക്കുന്നതിനുവേണ്ടി മാത്രം ആളുകൾ ഇവിടെ വരുന്നു. പണം വച്ചുള്ള കളി ഇവിടെ സർക്കാർ നിയമപരമായി അനുവദിച്ചിരിക്കുന്നതാണ്.

നെവാഡ സംസ്ഥാനത്തെ വലിയ നഗരമായ ലാസ് വേഗാസ് മരുഭൂമിയിലാണ് സ്ഥിതി ചെയ്യുന്നത്. ലാസ് വേഗാസ് അമേരിക്കൻ ഐക്യനാടുകളിലെ ഏറ്റവും ജനസംഖ്യയുള്ള ഇരുപത്തിയെട്ടാമത്തെ നഗരവും നവാഡ സംസ്ഥാനത്തെ ഏറ്റവും ജനസംഖ്യയുള്ള നഗരവുമാണ്. 2010 ലെ സെൻസസ് പ്രകാരം, നഗരത്തിലെ ജനസംഖ്യ 583, 756 ആയിരുന്നു. ഈ നഗരത്തിൽ 211,689 കുടുംബങ്ങൾ താമസിക്കുന്നു. ചതുരശ്ര മൈലിന് 4223 എന്നതായിരുന്നു ഇവിടത്തെ ജനസാന്ദ്രത. പട്ടണം കാണാനുള്ള ടിക്കറ്റ് മുൻകൂട്ടി ബുക്ക് ചെയ്തിരുന്നു. ലാസ് വേഗാസിലെ ലൈറ്റ് കാണുന്നതിനുള്ള ടൂർ (Las Vegas Bright Lights City Tour) എന്നാണ് ഇതറിയപ്പെടുന്നത്. ടൂറിസ്റ്റ് വാഹനം ഹോട്ടലിനു മുൻപിലെത്തി യാത്രക്കാരെ സിറ്റി കാണാൻ കൊണ്ടുപോകുന്നു.

പ്രശസ്തമായ വലിയ റിസോർട്ടുകൾ, ഹോട്ടലുകൾ, അവിടത്തെ പ്രകാശം നിറഞ്ഞ ലൈറ്റുകൾ, ഫൗണ്ടനുകൾ, ലോകമെമ്പാടുമുള്ള നഗരങ്ങളിൽ നിന്നുള്ള മനോഹരമായ സൈറ്റുകളുടെ പുനർ നിർമ്മിതി എന്നീ കാഴ്ചകൾ 'സ്ട്രിപ്പിന്റെ' മുഖം പ്രകാശമാനമാക്കുന്നു. ഈ കാഴ്ചകൾ മരുഭൂമിയിൽ പ്രകൃതിരമണീയമായ ഒരു ഉല്ലാസ യാത്രയാണ് ഒരുക്കുന്നത്. വർഷത്തിൽ ഏതു സമയത്തും സന്ദർശിക്കുന്നതിനുള്ള സാദ്ധ്യതകൾ ഉള്ള വലിയൊരു സ്ഥലമാണ് ലാസ് വേഗാസ്. വേനൽക്കാലത്ത് ചൂട് 104 ഡിഗ്രി ഫാരൻഹീറ്റിനു മുകളിൽ വരെ ഉയരുന്നു. ശൈത്യകാലത്ത് ഹോട്ടലിൽ നീന്തൽക്കുളങ്ങൾ പകൽ സമയങ്ങളിൽ ഒരു പ്രധാന വിനോദ ഘടകമായി മാറുന്നു. പട്ടണത്തിൽ നിരവധി കാഴ്ചകളാണ് നമുക്ക് കാണാൻ കഴിയുന്നത്.

ലാസ് വേഗാസ് സ്ട്രിപ്പ് (The Strip)

വടക്ക്-കിഴക്ക് മുതൽ തെക്ക്-പടിഞ്ഞാറ് വരെയുള്ള ലാസ് വേഗാസ് പാതയുടെ മദ്ധ്യത്തുള്ള 2.5 മൈൽ നീളം വരുന്ന ഭാഗമാണ് ലാസ് വേഗാസ് സ്ട്രിപ്പ് എന്നറിയപ്പെടുന്നത്. ഇതാവട്ടെ മണ്ടല ബേ ഹോട്ടൽ മുതൽ ട്രഷർ ഐലൻഡ് ഹോട്ടൽ വരെ പരന്നു കിടക്കുന്നു. ഈ പ്രദേശം വിനോദ സഞ്ചാര പ്രധാനമായ നിർമ്മിതികൾകൊണ്ട് പ്രശസ്തമാണ്. ഇവിടത്തെ ഓരോ നിർമ്മാണവും വിനോദ സഞ്ചാരികളെ ലക്ഷ്യം വച്ചുള്ളതാണ്. കലാപ്രകടനം നടത്താനുള്ള വേദികൾ, ആഡംബര ഹോട്ടൽ മുറികൾ, നല്ല ഡൈനിങ് സൗകര്യങ്ങൾ എന്നിവ

ലാസ് വെഗാസ് സ്ട്രിപ്പ്

ഇവിടത്തെ പ്രത്യേകതയാണ്. മിക്ക ഹോട്ടൽ കോംപ്ലെസ്കളും ഫ്രീയായി വഴിയോര വിനോദങ്ങൾ ഒരുക്കുന്നു. ഇതിൽ ഡാൻസും, ഫൗണ്ടനുകളും അഗ്നിപർവ്വത കാഴ്ചയും ഒക്കെ ഉൾപ്പെടും. രാത്രികാലങ്ങളിൽ മിന്നിത്തിളങ്ങുന്ന ലൈറ്റുകളുടെ പ്രകാശത്തിൽ സ്ട്രിപ്പിലെ യാത്ര നയനമനോഹരമാണ്.

മിറാജ് ഹോട്ടൽ (Mirage Hotel)

സ്ട്രിപ്പിൽ നടക്കുമ്പോൾ മിറാജ് ഹോട്ടൽ തിരിച്ചറിയാൻ എളുപ്പമാണ്. ഹോട്ടലിനു മുൻപിൽ ഒരു അഗ്നിപർവ്വതം ഒരുക്കിയിരിക്കുന്നു. അത് ക്രമമായ ഇടവേളകളിൽ പൊട്ടിപുറപ്പെടും. രാത്രിയിൽ, ചുവപ്പ് ലാവ പൊട്ടിപ്പുറപ്പെടുന്നത് കാണാം. ഏറ്റവും സവിശേഷമായ സൈറ്റുകളിൽ ഒന്നാണിത്. അഗ്നി പർവ്വതം പൊട്ടുന്ന ഡോക്യുമെന്ററി വളരെ വിജ്ഞാനകരമായ കാഴ്ചയായിരുന്നു. ഇത് ഫ്രീയായി നടത്തുന്ന ഷോ ആയിരുന്നു. എല്ലാ ദിവസവും ഇത് കാണിക്കാറില്ല. എന്നാൽ ഞങ്ങൾ ചെന്ന ദിവസം ഈ ഷോ ഉണ്ടായിരുന്നു. ഇത് കാണാൻ വൻ ജനത്തിരക്കായിരുന്നു. മിറേജിനുള്ളിൽ രഹസ്യ പൂന്തോട്ടവും ഡോൾഫിൻ ഹാബിറ്റാറ്റും ഒരുക്കിയിരിക്കുന്നു. വെളുത്ത സിംഹങ്ങൾ ഉൾപ്പെടെയുള്ള പ്രകൃതിദത്തമായ പരിതസ്ഥിതിയിൽ വൈവിദ്ധ്യമാർന്ന മൃഗങ്ങളെ ഇവിടെ കാണാം. 2.5 ദശലക്ഷം-ഗാലൻ വെള്ളം നിറച്ച കുളങ്ങളിൽ ധാരാളം പരിശീലനം ലഭിച്ച ഡോൾഫിനുകളുടെ ആവാസവ്യവസ്ഥയിൽ രൂപപ്പെടുത്തിയിരിക്കുന്നു എന്നത് ഇവിടത്തെ പ്രത്യേകതയാണ്.

ലാസ് വേഗാസിലെ കാഴ്ചകൾ ഒരു ദിവസം കൊണ്ടവസാനിപ്പിച്ചു. രാത്രി പത്തുമണിയോടെ കാഴ്ചകൾ കണ്ടു ഞങ്ങൾ മുറിയിലേക്ക് മടങ്ങി. രാവിലെ ഗ്രാന്റ് കാന്യോനിലേക്കുള്ള യാത്രയാണ്.

ലാസ് വേഗാസിൽനിന്നും ഗ്രാൻഡ് ക്യാനിയൻ സൗത്ത് റിം, ഹൂവർ ഡാം ടൂർ ആയിരുന്നു ഞങ്ങൾ ബുക്ക് ചെയ്തിരുന്നത്. ഇതൊരു ദിവ

സത്തെ ടൂർ പ്രോഗ്രാമാണ്. 2015 അവസാനം ഈ യാത്രയ്ക്ക് 55 ഡോളർ ആയിരുന്നു വാങ്ങിയിരുന്നത്. യാത്ര അതിരാവിലെ ആരംഭിച്ചു. നവാഡയിൽനിന്നും അരിസോണയിലേക്കു കടന്നുള്ള യാത്ര വളരെ വിചിത്രമെന്നു തന്നെ പറയാം. കുന്നുകളും മലകളും മാത്രം നിറഞ്ഞ മരുഭൂമി. ആൾത്താമസം എങ്ങുമേ കാണാനില്ലാത്ത പ്രദേശം. കിലോമീറ്റർ കണക്കിന് നീണ്ടുകിടക്കുന്ന മരുപ്രദേശത്തു പലവിധ അയിരുകൾകൊണ്ട് ഈ പ്രദേശം സമ്പുഷ്ടമാണ്. നീണ്ട മൂന്നു മണിക്കൂറുകൾക്കുശേഷം ഞങ്ങൾ ഗ്രാൻഡ് കാനിയോണിൽ എത്തി.

ഗ്രാൻഡ് കാനിയോൺ (Grand Canyon)

ലാസ് വേഗാസിൽനിന്നും ബസിൽ മൂന്ന് മണിക്കൂർകൊണ്ട് ഗ്രാൻഡ് കാനിയോൺ വരെ സന്ദർശകർക്കെത്താൻ കഴിയും. അരിസോണയിലെ കൊളറാഡോ നദിയിൽ കൊത്തിവെച്ചിരിക്കുന്ന കുത്തനെയുള്ള ഒരു മലയിടുക്കാണ് ഗ്രാന്റ് കാനിയോൺ. ലാസ് വേഗാസിൽ നിന്നുള്ള ഗ്രാന്റ് കാനിയോൺ സൗത്ത് റിം, ഹൂവർ ഡാം ഒരു ദിവസത്തെ ടൂറാണ് ഞങ്ങൾ ബുക്ക് ചെയ്തിരിക്കുന്നത്. ഗ്രാന്റ് കാനിയോണിൽ എത്തിയാൽ ഗ്രാൻഡ് കാന്യൻ നടന്നു കാണാൻ സമയം കിട്ടും. തിരിച്ചുവരുമ്പോൾ ഹൂവർ ഡാം കാണാൻ അവസരം ഒരുക്കിയിരിക്കുന്നു. കൊളറാഡോ നദിയിലെ കമാനാകൃതിയിലുള്ള ഒരു കോൺക്രീറ്റ് അണക്കെട്ടാണ് ഹൂവർ ഡാം. നെവാദ, അരിസോണ എന്നീ സംസ്ഥാനങ്ങൾ തമ്മിലുള്ള അതിർത്തിയിലാണ് ഈ ഡാം.

വടക്കൻ അരിസോണയിൽ സ്ഥിതി ചെയ്യുന്ന ഗ്രാൻഡ് കാനിയോൺ അതിന്റെ വലിപ്പവും വർണ്ണാഭമായ ദൃശ്യ ഭംഗികൊണ്ടും ലോകം മുഴുവൻ പ്രസിദ്ധമാണ്. ഇതിന് 270 മൈലു ദൈർഘ്യമുള്ള, 18 മൈലുകളോളം നീളവും ഒരു മൈൽ ആഴവുമുള്ളതായി കണക്കാക്കുന്നത്. ഇവിടെ കാണുന്ന പാറകളുടെ പാളികൾ പരിശോധിച്ച് ഭൂമിയുടെ ഓരോ കാലഘട്ടവും നിശ്ചയിക്കാറുണ്ട്. 1800 കളുടെ ആരംഭം മുതൽ യു എസ് ഗവൺമെന്റ് അയച്ച പരിവേഷകർ മലഞ്ചെരിവുകളിൽ പര്യവേക്ഷണം ചെയ്ത് ഭൂപടത്തിൽ അടയാളപ്പെടുത്താൻ തുടങ്ങി. 1893 ൽ ആദ്യമായി ഫോറസ്റ്റ് റിസർവ്വ് എന്ന പദവി നേടിയ ഗ്രാൻഡ് കാനിയോൺ പിന്നീട് ഒരു ദേശീയ സ്മാരകമായും 1919 ൽ ദേശീയ പാർക്കായും അംഗീകരിക്കപ്പെട്ടു.

ഗ്രാൻഡ് കാനിയോണിന് അതിമനോഹരവും നിഗൂഢവുമായ ചരിത്രമുണ്ട്. കൊളറാഡോ നദിക്ക് ഗ്രാൻഡ് കാനിയോണിന്റെ രൂപവല്ക്കരണവുമായി ബന്ധമുണ്ടെന്ന് ശാസ്ത്ര ലോകം അംഗീകരിച്ചു കഴിഞ്ഞിട്ടുണ്ട്. പടിഞ്ഞാറു ഭാഗം ഏതാണ്ട് 5 ദശലക്ഷം വർഷങ്ങൾക്ക് മുൻപ് രൂപംകൊണ്ടതാണെന്ന് വിശ്വസിക്കുന്നു. ഗ്രാൻഡ് കാനിയോണിന്റെ ചരിത്രം ഒരു നിഗൂഢതയായി തുടരുമ്പോഴും ഇതിലെ പാറക്കല്ലുകളുടെ

അടുക്കുകൾ ഭൂമിയുടെ ചരിത്രത്തിൽ ഏകദേശം പകുതിയോളം വെളിപ്പെടുത്തുന്നു,

ഓരോ വർഷവും അമ്പതുലക്ഷം സന്ദർശകരെ ആകർഷിക്കുന്ന ഗ്രാൻഡ് കാനിയോണിലെ തെക്കു ഭാഗം (South Rim) ആണ് സന്ദർശകർ കൂടുതൽ എത്തുന്ന സ്ഥലം. ഗ്രാൻഡ് കാന്യൺ സന്ദർശിക്കുന്ന 90% വിനോദ സഞ്ചാരികളും, ഗ്രാൻഡ് കാനിയോൺ റെയിൽവേ സ്റ്റേഷനിൽ നിന്നും അരിസോണയിലെ വില്യംസിൽനിന്ന് 60 കിലോമീറ്റർ മാത്രം അകലെയുള്ള സൗത്ത് റിമ്മിലേക്കാണ് പോകുക. ഗ്രാൻഡ് ക്യാനിയന് വടക്കേ ഭാഗം (North Rim) സാഹസികരായ സന്ദർശകർക്ക് ഏറെ ആകർഷണീയമാണ്. കാനിയോണിലെ നോർത്ത് റിം സൗത്ത് റിമ്മിയിൽ നിന്ന് കാണാമെങ്കിലും 10–15 കിലോമീറ്റർ ആകാശ ദൂരമുണ്ട്. കാറോടിച്ചു പോയാൽ 5 മണിക്കൂർ വേണം അവിടെ എത്താൻ. വടക്കു ഭാഗം തെക്കൻ യൂട്ടാ പ്രദേശത്തിന് വളരെ അടുത്താണ്. തെക്കു—വടക്കൻ ഭാഗങ്ങളിൽ നിന്നും വ്യത്യസ്തമായി പടിഞ്ഞാറു ഭാഗം നാഷണൽ പാർക്ക് സർവ്വീസിന്റെ നിയന്ത്രണത്തിലല്ല നടക്കുന്നത്. ഹുആലപ്പായി (Hualapai) എന്ന ഇന്ത്യൻ ഗോത്ര വർഗ്ഗക്കാരാണ് (ട്രൈബാണ്) ഇവിടം നിയന്ത്രിക്കുന്നത്. വിനോദ സഞ്ചാരികളെ കൂടുതലായി ഇങ്ങോട്ട് ആകർഷിക്കുന്നതിനായി ഇവർ വിനോദവും സേവനവും വിപുലപ്പെടുത്തുന്നു.

ഗ്രാൻഡ് കാനിയോണിനെക്കുറിച്ചു പറയുമ്പോൾ സുപായി ഗ്രാമത്തെക്കുറിച്ചു പറയാതിരിക്കാൻ കഴിയില്ല. ഗ്രാൻഡ് കാനിയോണിന്റെ

ഗ്രാന്റ് ക്യാനിയൻ വടക്കുഭാഗം

താഴ്വാരത്തിലാണ് സുപായി ഗ്രാമം സ്ഥിതി ചെയ്യുന്നത്. സുപായി എന്ന തദ്ദേശീയരായ അമേരിക്കക്കാർക്ക് വേണ്ടി നീക്കിവച്ചിരിക്കുന്ന സ്ഥലമാണിത്. ഇവിടത്തെ ജനസംഖ്യ വെറും 208 ആണെന്നുമാത്രമല്ല ഇവിടേക്ക് റോഡ് ഗതാഗതവുമില്ല. ഇവിടേക്ക് തപാൽ എത്തിക്കുന്നതാവട്ടെ കഴുതപ്പുറത്താണ്. ഇങ്ങനെ അതിസമ്പന്നമായ ഒരു രാജ്യത്ത് ഒരു പരിഷ്കാരവും കടന്നു വരാത്ത പ്രദേശവും ഇന്നും ഉണ്ടെന്നത് പലർക്കും ഒരു പുതിയ അറിവായിരിക്കും.

ഗ്രാൻഡ് കാനിയോണിന്റെ തെക്കു വശത്തുനിന്നുള്ള കാഴ്ചയായിരുന്നു ഞങ്ങൾ കണ്ടത്. അവിടത്തെ കാഴ്ചകൾ എല്ലാം ഉച്ചയോടെ അവസാനിപ്പിച്ച് കഴിഞ്ഞിരിക്കുന്നു. ഇനി തിരിച്ചുള്ള യാത്രയാണ്. വഴിയിൽ കാണാനുള്ളത് ഹൂവർ ഡാമാണ്. ഉച്ചയോടെ ഞങ്ങളുടെ മടക്കയാത്ര ആരംഭിച്ചു.

ഹൂവർ ഡാം

ഇരുപതാം നൂറ്റാണ്ടിന്റെ തുടക്കത്തിൽ അരിസോണ-നെവാഡ എന്നീ സംസ്ഥാനങ്ങളുടെ അതിർത്തിയിൽ കൊളറാഡോ നദിക്കു കുറുകെ വലിയ അണക്കെട്ടിന്റെ നിർമ്മാണത്തിനായി പദ്ധതി തയ്യാറാക്കി. തെക്കു പടിഞ്ഞാറൻ ഭാഗത്തിന്റെ വികസനത്തിനു ജലവും വൈദ്യുതിയും ലഭ്യമാക്കുകയായിരുന്നു ലക്ഷ്യം. സമയപരിധിക്കുള്ളിൽ നിർമ്മാണം തീർക്കുക എന്നത് വലിയ വെല്ലുവിളിയായിരുന്നു. പല പ്രതിബന്ധങ്ങളെയും തരണം ചെയ്ത് 1935 ൽ പണി പൂർത്തിയായ സമയത്ത് ലോകത്തിലെ ഏറ്റവും വലിയ അണക്കെട്ടായിരുന്നു ഹൂവർ. ഇടുക്കി അണക്കെട്ടും മറ്റും കണ്ട നമുക്കൊരു പക്ഷേ, ഇതത്ര വലിയ അണക്കെട്ടാണെന്ന് തോന്നണമെന്നില്ല.

ഹൂവർ ഡാം ലോസ് ആഞ്ചെലസ്, ലാസ് വേഗാസ്, ഫീനിക്സ് തുടങ്ങിയ പ്രധാന നഗരങ്ങളുടെ വികസനത്തിന് ഊർജ്ജം പകരുന്നു. 2 ദശലക്ഷം ഏക്കറോളം സ്ഥലത്ത് ജലസേചനം ചെയ്യാനുള്ള ശേഷി ഈ അണക്കെട്ടിനുണ്ട്. അണക്കെട്ടിൽ സ്ഥാപിച്ചിരിക്കുന്ന 17 ടർബൈനുകൾ 1.3 ദശലക്ഷം വീടുകളിൽ ഉപയോഗിക്കുന്നതിനുള്ള വൈദ്യുതി ഉല്പാദിപ്പിക്കുന്നു. ഓരോ വർഷവും ഏഴ് മില്യൺ സന്ദർശകർ ഇവിടെ എത്തുന്നു. അങ്ങനെ ഗ്രാൻഡ് കാനിയോണും ഡാമും കണ്ടുകൊണ്ട് അന്നത്തെ ഞങ്ങളുടെ പരിപാടികൾ അവസാനിച്ചു. തിരിച്ചു ഹോട്ടലിലേക്ക് മടങ്ങി.

ഫ്ളോറിഡയിലെ കാഴ്ചകൾ

അമേരിക്കൻ ഐക്യനാടുകളുടെ ഭാഗമായി ഇരുപത്തിയേഴാം സംസ്ഥാനമായി 1845 ൽ ചേർന്ന ഫ്ളോറിഡ, സൺഷൈൻ സ്റ്റേറ്റ് എന്നു കൂടി അറിയപ്പെടുന്നു. ഫ്ളോറിഡയിലെ കാലാവസ്ഥയും പ്രകൃതി സൗന്ദര്യവും ഈ സംസ്ഥാനത്തെ മറ്റ് അമേരിക്കൻ സംസ്ഥാന ങ്ങളിൽനിന്നും വേറിട്ടുനിർത്തുന്നു. പല സംസ്ഥാനങ്ങളിലും കഠിനമായ വേനലും അതിശൈത്യവും അനുഭവപ്പെടുമ്പോൾ ഫ്ളോറിഡയിലെ കാലാവസ്ഥ വളരെ ലഘുവാണ്. പത്തൊൻപതാം നൂറ്റാണ്ടിന്റെ അവസാനത്തോടെ കടുത്ത തണുപ്പുകാലത്ത് വടക്കൻ സംസ്ഥാനക്കാർ ഫ്ളോറിഡയിലേക്ക് കൂട്ടമായി കുടിയേറാൻ ഈ കാലാവസ്ഥ ഒരു കാരണമായി. ഇവിടെ ടൂറിസം വളരെ ശക്തമായി വളരാനും ഈ കാലാവസ്ഥ സഹായിച്ചു. ഇരുപതാം നൂറ്റാണ്ടിൽ ടൂറിസം ഫ്ളോറിഡ യിലെ മുൻനിര വ്യവസായമായി മാറിക്കഴിഞ്ഞു. വർഷം തോറും ലക്ഷക്കണക്കിന് സന്ദർശകരെ ആകർഷിക്കുന്ന ടൂറിസം ഇന്നും നിലനില്ക്കുന്നു. ലോകത്താകെയുള്ള വിനോദ സഞ്ചാരികളെ ആകർ ഷിക്കുന്നതിൽ ഫ്ളോറിഡയിലെ ഡിസ്നി വേൾഡ് പ്രശസ്തമാണ്. ഇതിന്റെ വിശദാംശങ്ങളിലേക്ക് വരും മുൻപ് ഫ്ളോറിഡയുടെ ചരിത്രം ചുരുക്കത്തിൽ പരിശോധിക്കാം.

തദ്ദേശീയരായ അമേരിക്കക്കാർ 14,000 വർഷങ്ങൾക്ക് മുൻപ് ഇവിടെ താമസം ആരംഭിച്ചിരുന്നെങ്കിലും യൂറോപ്യർ ഇങ്ങോട്ട് എത്തുന്നതോ ടെയാണ് ഫ്ളോറിഡയുടെ എഴുതപ്പെട്ട ചരിത്രം ആരംഭിക്കുന്നത്. പോൺ സേ ഡി ലിയോൺ എന്ന സ്പാനിഷുകാരനായ പരിവേഷകനായിരുന്നു 1513 ൽ ഫ്ളോറിഡയിൽ എത്തിയ ആദ്യത്തെ യൂറോപ്യൻ. യൂറോ പ്പിലേക്ക് പോയ പോൺസേ ഡി ലിയോൺ 1521 ൽ ഒരു കൂട്ടം കുടിയേറ്റ

ക്കാരോടൊപ്പം ഫ്ളോറിഡയിലേക്കു തിരിച്ചെത്തി. എന്നാൽ തദ്ദേശവാസികളിൽ നിന്നുള്ള എതിർപ്പുമൂലം കോളനി രൂപീകരിക്കാനുള്ള ശ്രമം ഈ ഘട്ടത്തിൽ ഉപേക്ഷിക്കപ്പെട്ടു. 1562 ലാണ് ആദ്യമായി ഫ്രഞ്ചുകാർ ഫ്ളോറിഡയിൽ എത്തുന്നത്. 1564 ൽ ഒരു കൂട്ടം ഫ്രഞ്ചുകാർ ഫോർട്ട് കാരോലിൻ എന്ന സ്ഥലത്ത് താമസമുറപ്പിച്ചു. മുൻപ് തന്നെ അവിടെ താമസമാക്കിയിരുന്ന സ്പാനിഷുകാർ ഇവരെ കൂട്ടക്കുരുതി നടത്തി. ഇതിന്റെ പ്രതികാരം എന്ന നിലയിൽ ഫ്രഞ്ചുകാർ പിന്നീട് സ്പാനിഷ് പട്ടാളക്കാരെ കൂട്ടത്തോടെ വധിച്ചു. 1565 ൽ പെഡ്രോ മെനൻഡെസ് ഡി അവിലെസ് എന്ന സ്പെയിൻകാരനും കൂട്ടരും സെന്റ് അഗസ്റ്റിനിൽ താമസമുറപ്പിച്ചു. ഈ വാസസ്ഥലം ഫ്രാൻസിസ് ഡ്രെയ്ക്ക് എന്ന ബ്രിട്ടീഷുകാരന്റെ നേതൃത്വത്തിൽ 1586 ൽ ആക്രമിക്കപ്പെട്ടു. ഇതിനോടകം തന്നെ തദ്ദേശവാസികൾ യൂറോപ്യൻ രോഗങ്ങളാൽ വംശനാശം സംഭവിച്ചുകഴിഞ്ഞിരുന്നു.

മറ്റ് സ്പാനിഷ് കോളനികളിലേതുപോലെ സ്വർണ്ണവും വെള്ളിയും ഫ്ളോറിഡയിൽ ഉണ്ടായിരുന്നില്ല. എന്നാൽ ഫ്ളോറിഡയ്ക്ക് തന്ത്രപരമായ സ്ഥാനമായിരുന്നു ഉണ്ടായിരുന്നത്. ബ്രിട്ടീഷുകാർ ഫ്ളോറിഡ 1740 ൽ ആക്രമിച്ചെങ്കിലും സെന്റ് അഗസ്റ്റിനിലെ കോട്ട പിടിച്ചെടുക്കാൻ അവർക്ക് കഴിഞ്ഞില്ല. ഫ്ളോറിഡ ബ്രിട്ടന് വിട്ടുകൊടുക്കുന്ന ഉടമ്പടിയോടെയാണ് 1763 ൽ സ്പെയിനുമായി ബ്രിട്ടൺ നടത്തിയിരുന്ന നീണ്ട യുദ്ധം അവസാനിച്ചത്. എന്നാൽ ഫ്ളോറിഡ, സ്പെയിന് തിരിച്ചു നല്കാൻ 1783 ൽ ബ്രിട്ടൻ സമ്മതിച്ചു. സെമീനോൾ ഇന്ത്യക്കാർക്കെതിരെയുള്ള ആദ്യ സെമിനോൾ യുദ്ധത്തിൽ (1817-1818) അമേരിക്കൻ സൈന്യം സ്പാനിഷ് പ്രദേശത്തേക്ക് കടന്നു കയറി. സെമിനോൾ യുദ്ധത്തിൽ അമേരിക്ക വിജയിച്ചെങ്കിലും 1821 ൽ മാത്രമാണ് ഫ്ളോറിഡ അമേരിക്കയ്ക്ക് കൈമാറാൻ സ്പെയിൻ സമ്മതിച്ചത്. ഇതിനു പകരമായി അവരുടെ കടങ്ങൾ റദ്ദാക്കാൻ അമേരിക്ക സമ്മതിക്കുകയും ചെയ്തു. 1824 ൽ ടാലഹാസീ (Tallahassee) നഗരം ഫ്ളോറിഡയുടെ പുതിയ തലസ്ഥാനമാക്കി.

ഫ്ളോറിഡയ്ക്ക് മാത്രം അവകാശപ്പെട്ട നിരവധി ചരിത്ര സംഭവങ്ങളുണ്ട്. ഇക്കൂട്ടത്തിൽ പെടുന്നു കീവിനിലെ സക്കറി ടെയ്ലർ കോട്ടയുടെ (Fort Zachary Taylor) ചരിത്രം. 1845 മുതൽ 1866 വരെയുള്ള 21 വർഷക്കാലംകൊണ്ട് നിർമ്മിച്ച കീവിനിലെ സക്കറി ടീലർ കോട്ട, സിവിൽ യുദ്ധത്തിൽ ഫെഡറൽ സൈന്യത്തിന്റെ നിയന്ത്രണത്തിലായി. ഗൾഫ് ഓഫ് മെക്സിക്കോയിലെ കോൺഫെഡറേറ്റ് തുറമുഖങ്ങളിൽ നിന്നുള്ള യുദ്ധ സംബന്ധമായ സാമഗ്രികളുടെ വിതരണം നടത്തുന്ന കപ്പലുകളെ തടയാൻ അത് ഉപയോഗിച്ചു. സ്പാനിഷ്-അമേരിക്കൻ യുദ്ധകാലത്തും ഈ കോട്ട ഉപയോഗിച്ചിരുന്നു. ശാസ്ത്ര കണ്ടുപിടുത്തങ്ങളുടെ കാര്യത്തിലും ഫ്ളോറിഡയ്ക്ക് ചെറുതല്ലാത്ത ചരിത്രമുണ്ട്. 1944 ൽ മിയാമിയിൽ നിന്നുള്ള എയർമാൻ, ഫാർമസിസ്റ്റ് ബെഞ്ചമിൻ ഗ്രീൻ, വികസിപ്പിച്ചെടുത്ത സൺ സ്ക്രീൻ (sunscreen) ഈ രംഗത്ത് ഒരു പുതിയ

ചരിത്രത്തിന്റെ തുടക്കമായിരുന്നു. ഫ്ളോറിഡയിലെ കേപ്പ് കാനവെലാരെറിൽ നിന്നായിരുന്നു ജോൺ ഗ്ലെൻ ആദ്യമായി, 1962, ഫെബ്രുവരി 20 ന്, ഭൂമിയെ ചുറ്റിക്കറങ്ങാൻ പുറപ്പെട്ടത്. ചന്ദ്രനിൽ ആദ്യമായി നടന്ന നീൽ ആംസ്ട്രോങ്ങിനെ വഹിച്ചുകൊണ്ടുള്ള അപ്പോളോ 11 വിക്ഷേപിച്ചത്, 1969 ജൂലൈ 16 ന് ഫ്ലോറിഡയിലെ കെന്നഡി സ്പേസ് സെന്ററിൽ നിന്നാണ് എന്നത് മറ്റൊരു ചരിത്രം.

ഫ്ളോറിഡ എന്നു കേട്ടാൽ വിനോദ സഞ്ചാരികളുടെ മനസ്സിൽ ഓടിയെത്തുന്നത് മേൽപ്പറഞ്ഞ ചരിത്ര സംഭവങ്ങളോ, ശാസ്ത്ര കണ്ടുപിടുത്തങ്ങളോ ഒന്നുമല്ല. മറിച്ച് വാൾട്ട് ഡിസ്നി വേൾഡ്(Walt Disney World) എന്ന അത്ഭുത ലോകമാണ്. 1971 ൽ തുറന്ന വാൾട്ട് ഡിസ്നി വേൾഡ് റിസോർട്ട്, ലോകത്തിലെ ഏറ്റവും വലിയ വിനോദ വിരുന്നൊരുക്കുന്ന റിസോർട്ടായിരുന്നു. ഏതാണ്ട് 30,500 ഏക്കർ വ്യാപിച്ചു കിടക്കുന്നു, ഡിസ്നി വേൾഡ് ഏകദേശം 46 മില്ല്യൺ സന്ദർശകരെ ഓരോ വർഷവും ആകർഷിക്കുന്നു. ഡിസ്നി വേൾഡ് കൂടാതെ നിരവധി കാഴ്ചകൾ ഫ്ളോറിഡയിലുണ്ട്. കെന്നഡി സ്പേസ് സെന്റർ (Kennedy Space Center), യൂണിവേഴ്സൽ സ്റ്റുഡിയോ (Universal Studios), മയാമി ബീച്ച് ആന്റ് ആർട്ട് ഡെക്കോ ഹിസ്റ്റോറിക് ഡിസ്ട്രിക്റ്റ് (Miami Beach and the Art Deco Historic District) എവെർഗ്ലാഡിസ് നാഷണൽ പാർക്ക് (Everglades National Park), ഡെയ്റ്റനോ 500 ഇന്റർനാഷണൽ സ്പീഡ് വേ (Daytona 500 International Speedway), സീ വേൾഡ് ഓർലാൻഡോ (SeaWorld Orlando), ടാമ്പയിലെ ബുഷ് ഗാർഡൻ (Busch Gardens Tampa) എന്നിവ ഇവയിൽ ചിലതുമാത്രം.

ഡിസ്നി ലാന്റിൽനിന്നും ഡിസ്നി വേൾഡിൽ എത്തിയ ചരിത്രം

1955 ജൂലൈ 17 ന് കാലിഫോർണിയയിലെ അനാഹൈമിൽ (Anaheim) എന്ന സ്ഥലത്ത് ഡിസ്നിലാന്റ് എന്ന പാർക്ക് വാൾട്ട് ഡിസ്നി ആദ്യമായി നിർമ്മിച്ചു. വാൾട്ട് ഡിസ്നിയുടെ നേരിട്ടുള്ള മേൽനോട്ടത്തിൽ രൂപകല്പന ചെയ്ത് നിർമ്മിച്ചതാണ് ഡിസ്നിലാന്റ് പാർക്ക്. ലോകത്തിലെ ഏറ്റവും നൂതനമായ പാർക്കുകളിൽ ഒന്നായിരുന്നു അത്. കുട്ടികൾക്കും മുതിർന്നവർക്കും ഒരേ സ്ഥലത്ത് വിനോദത്തിനായി പോകാൻ കഴിയുന്ന സ്ഥലം സൃഷ്ടിക്കുക എന്ന ഡിസ്നിയുടെ ആശയമാണ് ഇവിടെ നടപ്പിലാക്കിയത്. ഡിസ്നി ലാൻഡ് വൻ വിജയമായിരുന്നു. കാലിഫോർണിയയിലെ ഈ വിജയം വാൾട്ട് ഡിസ്നിക്ക് മറ്റൊരു സ്വപ്ന പദ്ധതിയായ ഡിസ്നിവേൾഡിന് ഫ്ലോറിഡയിൽ പ്രേരണയായി.

ഡിസ്നിയുടെ സ്വപ്നം 1971 ൽ യാഥാർത്ഥ്യമായി. ഫ്ളോറിഡയിലെ (ഒർലാൻഡോ) ലേക് ബ്യൂണ വിസ്തയിൽ (Lake Buena Vista) വാൾട്ട് ഡിസ്നി വേൾഡ് 1971 ൽ തുറന്നു. നിർഭാഗ്യവശാൽ ഇത് കാണാൻ വാൾട്ട് ഡിസ്നി ഉണ്ടായിരുന്നില്ല. അദ്ദേഹം 1966 ൽ അന്തരിച്ചു കഴിഞ്ഞിരുന്നു. ഒർലാൻഡോയിലെ ഡിസ്നി വേൾഡ് പോലുള്ള ഒരു

വേൾഡ് ഡിസ്നി വേൾഡ്

വിനോദകേന്ദ്രം ലോകത്ത് മറ്റൊന്നില്ലെന്നു പറയാം. ഓരോ വർഷവും ദശലക്ഷക്കണക്കിന് വിനോദ സഞ്ചാരികളാണ് ഇവിടെ എത്തുന്നത്. വിനോദ സഞ്ചാരികൾക്ക് കാണാനും പങ്കടുക്കാനും കഴിയുന്ന പുതിയ പുതിയ സംവിധാനങ്ങൾ വർഷം തോറും വർദ്ധിച്ചു വരുന്നു. പരമ്പരാഗത തീം പാർക്കുകളെ അപേക്ഷിച്ച് ഈ പട്ടിക ഇപ്പോൾത്തന്നെ വളരെ വിപുലമാണ്. ഇവിടെയുള്ള ബ്ലിസാഡ് ബീച്ച് (Blizzard Beach), അനിമൽ കിങ് പാർക്ക്, ഡിസ്നി ഹോളിവുഡ് സ്റ്റുഡിയോ എന്നിവ നിങ്ങളെ പുതിയ ലോകവും ആശയവുമായി പരിചയപ്പെടുത്തുന്നു.

ഡിസ്നി വേൾഡ് ലോകത്തിലെ വിനോദസഞ്ചാരികൾക്കിന്ന് ഏറ്റവും പ്രിയപ്പെട്ട ലക്ഷ്യസ്ഥാനമായി മാറിയിരിക്കുന്നു. വർഷത്തിൽ ഏകദേശം 17 മില്യൺ ആളുകൾ ഈ പാർക്ക് സന്ദർശിക്കാറുണ്ട്. കൂടാതെ, Epcot, അനിമൽ കിങ്ഡം, ഹോളിവുഡ് സ്റ്റുഡിയോ എന്നിവയും സന്ദർശകരുടെ ഏറ്റവും ഇഷ്ട കേന്ദ്രങ്ങളാണ്. മാജിക് കിങ്ഡം (Magic Kingdom), എപ്പോകോട്ട് (Epcot), അനിമൽ കിങ്ഡം (Animal Kingdom), ഡിസ്നി-എംജിഎം സ്റ്റുഡിയോസ് (Disney-MGM Studios) എന്നിവ ഡിസ്നിവേൾഡിന്റെ ആകർഷണങ്ങളാണ്. എങ്ങനെ ടൂറിസത്തെ ഫലപ്രദമായി ഒരു വ്യവസായമാക്കി മാറ്റാമെന്നറിയണമെങ്കിൽ നാം അമേരിക്കക്കാരെ തന്നെ കണ്ടുപഠിക്കണം. ഡിസ്നി വേൾഡിന്റെ കാര്യം മാത്രമല്ല. ന്യൂയോർക്കിലെ പാർക്കുകളായാലും, നയാഗ്ര വെള്ളച്ചാട്ടമായാലും അതിൽ ഒരു മാറ്റവുമില്ല. എല്ലായിടത്തും ടൂറിസത്തെ വളരെ ഫലപ്രദമായ വ്യവസായമാക്കി സാമ്പത്തിക രംഗത്തെ പരിപോഷിപ്പിക്കാൻ ഉപയോഗിക്കുന്നു. ഇവിടെ നിയമം തെറ്റിക്കുന്നതോ വിനോദസഞ്ചാരികൾക്ക് പ്രശ്നങ്ങൾ സൃഷ്ടിക്കുന്നതോ കേട്ടുകേൾവി പോലുമില്ല. ഇവിടത്തെ ഭരണ സംവിധാനം അക്കാര്യത്തിൽ വളരെ കർക്കശമാണ്.

മാജിക് കിങ്ഡം

1971 ഒക്ടോബർ 1 ന് വാൾട്ട് ഡിസ്നി വേൾഡ് റിസോർട്ടിന്റെ ആദ്യത്തെ ഭാഗമായി മാജിക് കിങ്ഡം തുറന്നു. ഡിസ്നീസ് സമകാലിക റിസോർട്ട്, ഡിസ്നി പോളിനീസിയൻ വില്ലേജ് റിസോർട്ട് എന്നിവയോ ടൊപ്പമാണ് മാജിക് കിങ്ഡം ആരംഭിച്ചത്. തുടക്കത്തിൽ ഇരുപതോളം ആകർഷകങ്ങളായ പരിപാടികൾ മാജിക് കിങ്ഡത്തിന്റെ ഭാഗമായു ണ്ടായിരുന്നു. മാന്ത്രിക രാജ്യത്തിലെ മികച്ച വിഷ്വൽ ഇഫക്ടുകളിൽ ഒന്നാണ് പിശാചുക്കളുടെ കൊട്ടാരം (The Haunted Mansion). ഒരു കൺ വെയർ ബെൽറ്റിൽ ചെറിയ വാഹനം (Doom Buggies) നിങ്ങളെ വീടു മുഴുവനും കൊണ്ടുപോകുന്നു. ഇഫക്ടുകൾ മാറ്റാൻ ചില ക്രമീകരണം ഇതിൽ ചെയ്തിരിക്കുന്നു. വീട്ടിൽ കണ്ടെത്തിയവർ സാധാരണയായി ഭൂതത്തെപ്പോലെ (spooky) ഭയമുണ്ടാക്കുന്നവരാണ്.

കെന്നഡി സ്പേസ് സെന്റർ

കെന്നഡി സ്പേസ് സെന്റർ ഫ്ളോറിഡയിലെ ഏറ്റവും ആവേശക രവും, ആകർഷണീയവുമായ, വിദ്യാഭ്യാസ കേന്ദ്രങ്ങളിൽ ഒന്നാണ്. ഫ്ളോറിഡയിലെ സ്പേസ് കോസ്റ്റിൽ സ്ഥിതിചെയ്യുന്ന ഈ വലിയ സമു ച്ചയം ബഹിരാകാശ പര്യവേഷണരംഗത്ത് ചരിത്രം സൃഷ്ടിച്ച സ്ഥലമാണ്. റോക്കറ്റുകളും സ്പെയ്സ് ഷട്ടിലുകളും ഇവിടെ കാണാം. കെന്നഡി സ്പേസ് സെന്റർ സന്ദർശക കോംപ്ലക്സ് മിഷൻ, സോണുകളായി വിഭ ജിക്കപ്പെട്ടിട്ടുണ്ട്, ഇതിൽ ഓരോന്നിനും പ്രത്യേക വിഷയങ്ങളിൽ രസ കരമായ പ്രദർശനങ്ങളും സംവേദനാത്മക പ്രദർശനങ്ങളും നടക്കുന്നു. ഡിസ്പ്ലേകൾ എല്ലാ പ്രായത്തിലുമുള്ളവർക്കുമായി രൂപകല്പന ചെയ്തിരിക്കുന്നു. സന്ദർശകർക്ക് പ്രവേശനം നിയന്ത്രിത മേഖലകളിൽ മാത്രമായി പരിമിതിപ്പെടുത്തിയിരിക്കുന്നു.

യൂണിവേഴ്സൽ സ്റ്റുഡിയോ

ഇവിടെ നിങ്ങളുടെ കഥാപാത്രങ്ങൾ സ്ക്രീനിൽ ചുറ്റിത്തിരിയു കയും കഥയിൽ നിങ്ങളെ ഉണർത്തുകയും ചെയ്യുന്നു. നിങ്ങളാണിവിടെ താരം. നിങ്ങൾ ഒന്നിൽനിന്നും മറ്റൊന്നിലേക്ക് മാറിമറിയുന്നു. നിങ്ങൾക്ക് ആനിമേഷൻ ലോകങ്ങളിലേക്ക് സഞ്ചരിക്കാം. സ്ക്രീനിനപ്പുറത്തേക്ക് കടന്ന്, നിങ്ങളുടെ പ്രിയപ്പെട്ട സിനിമകളുടെ ലോകത്തിലെ പ്രീമിയർ മൂവിയിലും ടി വി ആസ്ഥാനമായ തീം പാർക്കിലും പോകാം.

മയാമി ബീച്ച്

അറ്റ്ലാന്റിക് ലൈനിലെ അതിമനോഹരവും വിസ്തൃതവുമായ ബീച്ചാണ് മയാമി ബീച്ച്. ആർട്ട് ഡെക്കോ ഹിസ്റ്റോറിക് ഡിസ്ട്രിക്റ്റാണ്

(Art Deco Historic District) ഫ്ളോറിഡയിലെ മറ്റു ബീച്ചുകളിൽ നിന്നും മയാമി ബീച്ചിനെ വേറിട്ടുനിർത്തുന്നത്. 1930 കളിലും 1940 കളുടെ തുടക്കത്തിലും മനോഹരമായി പുന:സ്ഥാപിച്ച കെട്ടിടങ്ങൾ നഗരത്തിന്റെ ചരിത്രത്തെ പ്രതിഫലിപ്പിക്കുകയും മറ്റ് നഗരങ്ങളിൽ ഒന്നും കാണാത്തതു പോലെയുള്ള ഒരു അന്തരീക്ഷം സൃഷ്ടിക്കുകയും ചെയ്യുന്നു. ഇതിൽ പല കെട്ടിടങ്ങളും ഇന്ന് വൻ ഹോട്ടലുകളും റസ്റ്റോറന്റുകളും മറ്റുമാണ്. കലാപരമായി സൃഷ്ടിച്ചിരിക്കുന്ന നിരവധി കെട്ടിടങ്ങൾ നിങ്ങൾക്കിവിടെ കാണാൻ കഴിയും.

ഓർലാൻഡോയിലെ സീവേൾഡ്

വാൾട്ട് ഡിസ്നി വേൾഡ് പോലെ ഒരു വിനോദ കേന്ദ്രമാണ് ഓർ ലാൻഡോ സീ വേൾഡ്. ഡോൾഫിനും തിമിംഗലങ്ങളും അവയുടെ സങ്കീർണ്ണമായ പ്രകടനങ്ങളുമാണ് ഇവിടത്തെ സവിശേഷത. പൂച്ചകളും താറാവുകളും കടൽ സിംഹങ്ങളും വരെയുള്ള കഥാപാത്രങ്ങളുടെ പ്രക ടനങ്ങൾ ഇവിടെ അവതരിപ്പിക്കുന്നു. കൂടാതെ മറ്റ് സമുദ്രജല ജീവികളെ കാണാനുള്ള അവസരങ്ങളും ഇവിടെയുണ്ട്.

ടാമ്പയിലെ ബുഷ് ഗാർഡൻ

ടാമ്പാ പ്രദേശത്ത് വിനോദ സഞ്ചാരികളെ ആകർഷിക്കുന്ന ഏറ്റവും പ്രധാന കേന്ദ്രമാണ് ബുഷ് ഗാർഡൻ. വടക്കേ അമേരിക്കയിലെ ഏറ്റവും വലിയ മൃഗശാലകളിൽ ഒന്നാണിത്. എല്ലാ തരത്തിലുള്ള മൃഗ ങ്ങളുടെയും ആവാസകേന്ദ്രമാണ് ഈ പാർക്ക്. സിംഹങ്ങളും കടു വകളും ആനകളും ജിറാഫുകളും ഗറില്ലകളും എല്ലാം ഇവിടെ കാണാം. ഓപ്പൺ എയർവാഹനങ്ങളിൽ സഫാരി സ്റ്റൈൽ ടൂറുകൾ നടത്താനുള്ള സൗകര്യത്തോടൊപ്പം സീബ്രകൾ, കാട്ടുപോത്തുകൾ, ഒട്ടകപ്പക്ഷികൾ എന്നിവ സ്വതന്ത്രമായി വിഹരിക്കുന്നതും കാണാൻ കഴിയും. കടു വകളെയും ആനകളെയും പോലുള്ള വന്യ മൃഗങ്ങളെ വളരെ അടുത്തു കാണാനുള്ള അവസരം ഇവിടെ ലഭിക്കുന്നു.

സാൽവഡോർ ഡാലി മ്യൂസിയം

സെന്റ് പീറ്റേഴ്സ്ബർഗിലെ സാൽവഡോർ ഡാലി മ്യൂസിയം വാസ് തുശില്പിയുടെ കരവിരുത് മുഴുവൻ വിളിച്ചോതുന്ന ആധുനിക കെട്ടിട ത്തിലാണ് ഒരുക്കിയിരിക്കുന്നത്. ബോക്സ് രൂപത്തിലുള്ള കെട്ടിടത്തിന് വളഞ്ഞ ഗ്ലാസ് കൊണ്ട് ആവരണം ഒരുക്കിയിരിക്കുന്നു. കലാകാരൻ എന്ന നിലയിലുള്ള ഡാലിയുടെ വളർച്ചയുടെ പടവുകൾ അകത്തെ ഷോ ക്കേസിൽ പ്രദർശിപ്പിച്ചിരിക്കുന്നു. കലയെക്കുറിച്ച് വലിയ ധാരണയില്ലാ ത്തവരെപ്പോലും ആകർഷിക്കാൻ പോന്നതാണ് ഈ മ്യൂസിയം.

ചുരുക്കിപ്പറഞ്ഞാൽ, ബീച്ചുകൾ, അമ്യൂസ്മെന്റ് പാർക്കുകൾ,

ദേശീയ ഉദ്യാനങ്ങൾ, എന്നിവകൊണ്ട് സമ്പന്നമായ ഫ്ളോറിഡ അമേരിക്കയിലെ ഏറ്റവും കൂടുതൽ ആളുകൾ സന്ദർശിക്കുന്ന സംസ്ഥാനങ്ങളിൽ ഒന്നാണ്. ഫ്ളോറിഡയിലെ കാലാവസ്ഥയാണ് ഇത്രയേറെ വിനോദ സഞ്ചാരികൾ ഇവിടെ വരാനുള്ള ഒരു പ്രധാന കാരണം. ഫ്ളോറിഡയിൽ കണ്ടതും കാണാൻ കഴിയുന്നതുമായ ചില കാഴ്ചകളെക്കുറിച്ചാണിവിടെ പറഞ്ഞത്. ഇനിയും കാണാൻ നിരവധി സ്ഥലങ്ങളും കാഴ്ചകളും ഇവിടെയുണ്ട്.

അമേരിക്കൻ രീതി

അമേരിക്കയിൽ ആദ്യം വന്ന ബ്രിട്ടീഷ് കുടിയേറ്റക്കാരായിരുന്നു ആധുനിക അമേരിക്കയുടെ വികസനത്തിന് അടിത്തറ പാകിയതെന്നു പറയാം. ഇവരിൽ മിക്കവരും ബ്രിട്ടനിൽനിന്നും നാടുകടത്തപ്പെട്ടവരോ ബ്രിട്ടനിൽ അത്ര മെച്ചപ്പെട്ട ജീവിത സാഹചര്യം ഇല്ലാത്തവരോ ആയിരുന്നുവെന്ന് മുൻപ് പറഞ്ഞിരുന്നല്ലോ. കുടിയേറ്റക്കാരുടെ ഈ പൂർവ്വകാല ചരിത്രം അവർക്ക് ബ്രിട്ടനോട് അടിസ്ഥാനപരമായ വൈരുദ്ധ്യം രൂപപ്പെടുന്നതിനു കാരണമായിരുന്നു. എന്നാൽ കോളനികളുടെ മോചനത്തിനായി ബ്രിട്ടനുമായി നടന്ന യുദ്ധത്തോടെ ഈ വൈരുദ്ധ്യം കൂടുതൽ മൂർച്ഛിക്കാൻ കാരണമായി. ഇതിന്റെയൊക്കെ പരിണത ഫലമായി രൂപപ്പെട്ടതാണ് അമേരിക്കൻ രീതി എന്ന് കരുതാം. ബ്രിട്ടീഷുകാരും ബ്രിട്ടീഷ് കോമൺവെൽത്ത് രാജ്യങ്ങളും അനുവർത്തിച്ചു വരുന്ന രീതിയിൽനിന്നും വേറിട്ട് ഓരോന്നിനെയും സമീപിക്കാൻ അമേരിക്കക്കാർ പ്രത്യേകം ശ്രദ്ധ ചെലുത്താറുണ്ട്. അമേരിക്കക്കാരുടെ ഈ സ്വഭാവത്തെയാണ് അമേരിക്കൻ രീതി എന്നതുകൊണ്ട് വിവക്ഷിക്കുന്നത്. ഇത്തരം ചില രീതികൾ ഈ അദ്ധ്യായത്തിൽ നമുക്ക് കാണാം

ഭാഷയിൽ തുടങ്ങുന്നു ഈ അന്തരം കാണാം. അമേരിക്കക്കാരും ബ്രിട്ടീഷുകാരും സംസാരിക്കുന്നത് ഇംഗ്ലീഷ് ഭാഷയാണെങ്കിലും രണ്ടും തമ്മിൽ സാരമായ അന്തരമുണ്ട്. അമേരിക്കൻ ഇംഗ്ലീഷ്, ബ്രിട്ടീഷ് ഇംഗ്ലീഷിൽനിന്നു വേറിട്ടു നില്ക്കുന്നു. ബ്രിട്ടീഷ് ഇംഗ്ലീഷ് സംസാരിക്കുന്നവർക്ക് തുടക്കത്തിൽ അമേരിക്കൻ ഇംഗ്ലീഷ് മനസ്സിലാക്കാൻ ബുദ്ധിമുട്ടായിരിക്കും. അമേരിക്കക്കാർക്കും ഈ ബുദ്ധിമുട്ടുണ്ടാകാറുണ്ട്. മറ്റു രാജ്യങ്ങളിൽ നിന്ന് വരുന്നവരുടെ ഇംഗ്ലീഷും അമേരിക്കൻ ഇംഗ്ലീഷും തമ്മിലും സാരമായ അന്തരമുണ്ടെന്നത് വസ്തുതയാണ്. ഇന്ത്യക്കാരുടെ ഇംഗ്ലീ

ഷിനാവട്ടെ സ്വരബലം (accent) കൂടുതലാണെന്നാണ് അമേരിക്കക്കാരുടെ പരാതി. എന്നാൽ അമേരിക്കയിൽ എത്തുന്ന ഓരോ രാജ്യക്കാരും അവരുടെ ഇംഗ്ലീഷുമായി എത്തുകയും അമേരിക്കൻ ഇംഗ്ലീഷിനോട് ഒത്തു ചേരുകയും ചെയ്യുന്നതാണ് ചരിത്രം. അമേരിക്കയിൽ പഠിക്കുന്ന കാലത്തും പഠിപ്പിക്കുന്ന കാലത്തും ഭാഷാപരമായ ഈ അന്തരം നേരിട്ടറിയാൻ എനിക്ക് കഴിഞ്ഞിട്ടുണ്ട്.

അമേരിക്കൻ യൂണിവേഴ്സിറ്റിയിൽ പഠിക്കുന്ന കാലം, എം ബി എ ചെയ്യുന്ന കുട്ടികൾ പല രാജ്യക്കാരായിരുന്നു. ഇന്ത്യയിലെ പല സംസ്ഥാനത്തുകാരും ആ കൂട്ടത്തിൽ ഉണ്ടായിരുന്നു. ഇന്ത്യക്കാരുടെ ഇംഗ്ലീഷും അമേരിക്കൻ ഇംഗ്ലീഷിൽനിന്നും വേറിട്ട് നിന്നിരുന്നു. പക്ഷേ, ഏതു സംസ്ഥാനക്കാരുടെ ഇംഗ്ലീഷാണ് മെച്ചപ്പെട്ടതെന്ന ചർച്ചയ്ക്കിവിടെ പ്രസക്തിയില്ല. അദ്ധ്യാപകരിൽ മിക്കവരും വിഷ്വൽ മീഡിയ ഉപയോഗിക്കുന്നതിനാൽ ആശയ വിനിമയത്തിനോ, പഠനത്തിനോ ഇംഗ്ലീഷ് ഭാഷയുടെ ഈ അന്തരം ഒരു പ്രശ്നമായിരുന്നില്ല. 'സുപ്ലൈ' (supply) എന്ന് പറയുന്ന ഒരു പ്രൊഫസർ ഞങ്ങളെ പഠിപ്പിച്ചിരുന്നു.

ദൂരം, ഭാരം എന്നിവ അളക്കാൻ മിക്ക രാജ്യങ്ങളും മെട്രിക് സിസ്റ്റം (മീറ്റർ, ലിറ്റർ, കിലോ) ഉപയോഗിക്കുമ്പോൾ, അമേരിക്ക ഉപയോഗിക്കുന്നത് ഇമ്പിരിയൽ സിസ്റ്റമാണ് (അടി, പൗണ്ട്, മൈൽ). ഇത് പ്രകാരം അമേരിക്കയിൽ വേഗത മൈലിലാണ് പറയുന്നത്, കിലോമീറ്ററിലല്ല. ബ്രിട്ടീഷ് രീതിയിൽ ഇടതുവശം ചേർന്ന് വാഹനം ഓടിക്കുമ്പോൾ അമേരിക്കയിൽ വലതുവശം ചേർന്നാണ് വാഹനം ഓടിക്കുന്നത്.

താക്കോൽ ഉപയോഗിച്ച് കതകു തുറക്കുന്നതിനുമുണ്ട് ഒരു അമേരിക്കൻ രീതി. ബ്രിട്ടീഷ് രീതിയിൽ കതകിന്റെ താക്കോൽ ഇടുന്നതിനു നേർവിപരീത ദിശയിൽ താക്കോലിട്ടാണ് അമേരിക്കയിൽ കതകുകൾ തുറക്കുന്നത്. താക്കോൽ തല തിരിച്ചിടുന്നത് ആദ്യമൊക്കെ നമുക്ക് അത്ഭുതമായി തോന്നുമെങ്കിലും ക്രമേണ അതൊരു ശീലമാകും. ഇനി വീട് തുറന്നകത്തുകയറിയാൽ ലൈറ്റുകൾ ഓണാക്കുന്നതിനുമുണ്ട് അമേരിക്കൻ രീതി. ലൈറ്റ് ഓൺ ആക്കുന്നതിന് സ്വിച്ച് മുകളിലേക്കിടുക എന്നതാണ് രീതി.

അമേരിക്കയിൽ, മുൻകൂട്ടി സമയം നിശ്ചയിക്കാതെ ഒരു വീട്ടിലും ആരെയും കാണാൻ പോകാറില്ല. ഈ കാര്യത്തിൽ അമേരിക്കയിൽ താമസിക്കുന്ന ഇന്ത്യക്കാരും മറിച്ചല്ല. ഇനി ഔദ്യോഗിക കാര്യത്തിനായാലും അല്ലെങ്കിലും മുൻകൂട്ടി സമയം നിശ്ചയിച്ചാൽ കൃത്യസമയത്തിനു മുൻപ് തന്നെ എത്തുക എന്നത് അമേരിക്കൻ രീതിയാണ്. സമയം നിശ്ചയിച്ചിട്ടു കൃത്യമായി എത്താതിരുന്നാൽ അത് അധിക്ഷേപിക്കുന്നതിനു തുല്യമായാണ് കണക്കാക്കുന്നത്. അതുപോലെ വി ഐ പികളെ കാണാൻ പോകുന്നതിന് പ്രത്യേക ഡ്രസ്സ് കോഡുണ്ട്. ഇതും അമേരിക്കൻ രീതിയാണെന്നു പറയാം

പൊതു വിദ്യാലയങ്ങളിൽ കുട്ടികളെ പഠിപ്പിക്കാനാണ് അമേരിക്ക

യിൽ രക്ഷകർത്താക്കൾക്ക് താല്പര്യം. അമേരിക്കയിലെ പൊതുവിദ്യാലയങ്ങൾ ഉയർന്ന നിലവാരം പുലർത്തുന്നതോടൊപ്പം അവിടെ ഫീസ് കുറവാണെന്നതും ഇതിനു കാരണമായി പറയാം. ഇവിടത്തെ ഓരോ കൗണ്ടിയിലെയും (നമ്മുടെ പഞ്ചായത്ത്, മുനിസിപ്പാലിറ്റി എന്നു കണക്കാക്കാം) വീട്ടുകരം കണക്കാക്കുമ്പോൾ വിദ്യാഭ്യാസ നികുതിയും അതിൽപ്പെടും. കുട്ടികൾ പഠിക്കാനില്ലെങ്കിലും ആ നികുതി കൊടുക്കേണ്ടതുണ്ട്. എന്നാൽ കുട്ടികൾ പഠിക്കാനുള്ളവർക്ക് ഇത് നേട്ടവും ഇല്ലാത്തവർക്ക് നഷ്ടവുമാണ്. അതിനാൽ കുട്ടികൾ പഠിക്കാനുണ്ടെങ്കിൽ പൊതുവേ നിലവാരമുള്ള പൊതു വിദ്യാലയമുള്ള കൗണ്ടികളിൽ താമസമാക്കുന്ന രീതിയാണ് കണ്ടുവരുന്നത്. ഓരോ കൗണ്ടിയിലെ താമസിക്കുന്നവർക്കാണ് ആ പ്രദേശത്തെ സ്കൂളിൽ പ്രവേശനം കിട്ടുക. അവിടെ പ്രൈമറി സ്കൂൾ അഡ്മിഷൻ നറുക്കിട്ടെടുക്കുന്നു എന്നത് നാം അനുകരിക്കേണ്ട രീതിയാണ്.

പരിസ്ഥിതി സംരക്ഷിക്കുന്നതിൽ അമേരിക്കക്കാർ പ്രത്യേക താല്പര്യമാണ് കാണിക്കുന്നത്. ഈ കാര്യത്തിൽ സർക്കാരിന്റെ ഇടപെടലും വളരെ ശക്തമാണ്. പട്ടണങ്ങളിൽ പോലും നിർമ്മാണം നടത്തുമ്പോൾ പ്രകൃതിക്ക് ഇണങ്ങുന്നവിധം അത് ചെയ്യാൻ അവർ ശ്രദ്ധിക്കുന്നു. പട്ടണങ്ങളുടെ നടുവിൽ കാണുന്ന ഉദ്യാനങ്ങൾ ഇതിന്റെ തെളിവായി നില്ക്കുന്നു. പുതിയ അപ്പാർട്ട്മെന്റ് കോംപ്ലെക്സും കമ്മ്യൂണിറ്റിയും മറ്റും ഡെവലപ്പ് ചെയ്യുമ്പോൾ മരങ്ങൾ വച്ച് പിടിപ്പിക്കുന്നത് അതിന്റ ഭാഗമായി തന്നെ നടത്തുന്നു.

അമേരിക്കക്കാരുടെ വേസ്റ്റ് മാനേജ്മെന്റ് കണ്ടു പഠിക്കാവുന്നതാണ്. വേസ്റ്റ് മാനേജ്മെന്റ് പ്ലാന്റുകൾ പലപ്പോഴും പട്ടണത്തിനു നടുവിലാണ് പ്രവർത്തിക്കുന്നത്. ആഴ്ചയിൽ രണ്ടുദിവസം ശേഖരിക്കുന്ന വേസ്റ്റ് ഇത്തരം പ്ലാന്റുകളിൽ ഒരു പരാതിക്കും ഇടമില്ലാതെ പ്രോസസ്സ് ചെയ്യുന്നു. പ്ലാസ്റ്റിക് പോലുള്ള റീസൈക്ലിക് വേസ്റ്റ് രണ്ടാഴ്ചയിൽ ഒരിക്കൽ ശേഖരിക്കുന്നു. ഇതൊക്കെ അവിടെ വളരെ ഭംഗിയായി നടക്കുന്നു.

അമേരിക്കൻ രീതി വ്യക്തിഗത വൃത്തിയുടെ കാര്യത്തിലും കാണാം. ദിവസം രണ്ടും മൂന്നും നേരം കുളിക്കുന്ന മലയാളിയെ വൃത്തിയുടെ കാര്യത്തിൽ ആരും പിന്നിലാക്കില്ലെന്നാണ് നമ്മുടെ ധാരണ. എന്നാൽ അമേരിക്കക്കാരുടെ രീതി മലയാളികളുടേതിൽനിന്നും വ്യത്യസ്തമാണ്. കുളിക്കുന്നതിൽ കാണിക്കുന്ന നിഷ്കർഷ സുഗന്ധ വസ്തുക്കൾ ഉപയോഗിക്കുന്നതിൽ മലയാളികൾ പലപ്പോഴും കാണിക്കാറില്ല. അമേരിക്കയിൽ ചെല്ലുന്ന ആദ്യ നാളുകളിലെങ്കിലും ഇത് കുറച്ചൊക്കെ ശരിയാണെന്ന് പറയേണ്ടിവരും. അമേരിക്കക്കാർക്ക് അടുപ്പമുള്ള ഇന്ത്യക്കാരോട് സ്വകാര്യ സംഭാഷണത്തിൽ അവരിത് സൂചിപ്പിക്കാറുണ്ട്. ഈ ആക്ഷേപത്തിന് മറ്റ് ഇന്ത്യൻ സംസ്ഥാനക്കാർ മാത്രമല്ല മറ്റു പല രാജ്യക്കാരും വിധേയരാണ്.

ചുരുക്കത്തിൽ അമേരിക്കൻ രീതി എന്നത് ബ്രിട്ടീഷ് രീതിക്ക് വിരു

ദ്ധമായി അമേരിക്കക്കാർ കാണിക്കുന്ന രീതികളാണെന്ന് പറയാം. ഇതിന് ചരിത്രപരമായി എന്തൊക്കെ ന്യായം പറഞ്ഞാലും അപ്പോഴും മറ്റുള്ളതിൽ നിന്നും, മറ്റുള്ളവരിൽനിന്നും, വേറിട്ടു നില്ക്കാനുള്ള അമേരിക്കക്കാരന്റെ പൊതു സ്വഭാവത്തിന്റെ പ്രതിഫലനമാണ്. ഈ അമേരിക്കൻ രീതിയിൽ അമേരിക്കക്കാർ അഭിമാനം കൊള്ളുന്നവരാണ്.

അമേരിക്കൻ ഭരണസംവിധാനം

ബ്രിട്ടനിൽനിന്നും കുടിയേറിവന്നവർക്ക് മാതൃരാജ്യത്തോട് അത്ര വലിയ പ്രതിപത്തിയൊന്നുമുണ്ടായിരുന്നില്ല. അതുകൊണ്ടുതന്നെ ബ്രിട്ടീഷ് സംവിധാനത്തിൽനിന്നും വേറിട്ട ഒരു ഭരണക്രമം വികസിപ്പിച്ചെടുക്കുന്നതിൽ അമേരിക്കക്കാർ പ്രത്യേകം ജാഗ്രത പുലർത്തിയിരുന്നതായി കാണാം. മാനുഷിക മുഖത്തോടെ ജനകീയ പ്രശ്നങ്ങളെ സമീപിക്കുന്നതാണ് അമേരിക്കൻ രീതി (ഏതൊരു സർക്കാർ ഓഫീസുകളിൽ പോയാലും ഈ പ്രത്യേകത നമുക്ക് മനസ്സിലാകും). ഈ അമേരിക്കൻ ഭരണരീതിയും ഭരണകർത്താക്കളുടെ ദിശാബോധവും ഒത്തു ചേർന്നപ്പോഴാണ് അമേരിക്കയ്ക്ക് ഇന്നുകാണുന്ന നേട്ടങ്ങൾ കൈവരിക്കാൻ കഴിഞ്ഞത്. ഒരു ഭരണസംവിധാനം എങ്ങനെ ജനത്തിനു ഗുണകരമായി മാറ്റി തീർക്കാമെന്ന് അമേരിക്കൻ ഭരണകർത്താക്കൾ തെളിയിച്ചിരിക്കുന്നു. ബ്രിട്ടീഷ്മാതൃക കണ്ടുവളർന്ന, ഇന്ത്യയിൽനിന്നും ചെല്ലുന്ന നമുക്ക് അമേരിക്കൻ സർക്കാർ സംവിധാനത്തിന്റെ ശുഷ്കാന്തി കാണുമ്പോൾ അത്ഭുതം തോന്നാം.

സോഷ്യൽ സെക്യൂരിറ്റി ഓഫീസ്

എല്ലാ അമേരിക്കക്കാരും, അമേരിക്കയിൽ ചെല്ലുന്നവരും ബന്ധപ്പെടേണ്ടിവരുന്ന ഒരു സർക്കാർ ഓഫീസാണ് സോഷ്യൽ സെക്യൂരിറ്റി ഓഫീസ്. അമേരിക്കൻ പൗരന്മാർ, അവിടെയെത്തി ജോലി ചെയ്യുന്നവർ, അവിടത്തെ സ്ഥിര താമസക്കാർ എന്നിവർക്കൊക്കെ സോഷ്യൽ സെക്യൂരിറ്റി നമ്പർ നിർബ്ബന്ധമാണ്. നമ്മുടെ വില്ലേജ് ഓഫീസിലും താലൂക്ക് ഓഫീസിലുമൊക്കെ കാര്യം നടത്തിക്കാൻ പോകുന്നവർക്ക് അമേരിക്കൻ ഭരണക്രമം എങ്ങനെ വേറിട്ടു നില്ക്കുന്നു എന്നറിയാൻ ഈ ഒറ്റ

ഓഫീസിൽ മാത്രം പോയാൽ മതി. അവിടെ ചെന്ന് ടോക്കൺ എടുത്താൽ മുൻഗണനാക്രമത്തിൽ നിങ്ങളെ വിളിക്കും. രേഖകൾ എല്ലാം ശരിയാണെങ്കിൽ സോഷ്യൽ സെക്യൂരിറ്റി നമ്പർ ഉടൻ റെഡിയാകുന്നു. അമേരിക്കൻ പ്രവാസ ജീവിതത്തിനിടയിൽ പലപ്പോഴും ഈ ഓഫീസിൽ പോകേണ്ടി വന്നിട്ടുണ്ട്. ഒരിക്കൽ പോലും സീറ്റിൽ ആളില്ലാത്തതു കൊണ്ട് കാര്യം നടക്കാതെ വന്നിട്ടില്ല. മറ്റൊരുവിധത്തിൽ പറഞ്ഞാൽ, ഓഫീസ് സമയത്ത് ഓഫീസിൽ ജീവനക്കാരെ കാത്തു നില്ക്കേണ്ടിവരുന്ന അവസ്ഥ അമേരിക്കയിൽ പൊതുജനത്തിന് ഉണ്ടാവാറില്ലെന്നാണ് മനസ്സിലാക്കിയത്.

ഇമിഗ്രേഷൻ ഓഫീസ്

പുറത്തുനിന്നും ചെല്ലുന്നവർ പോകേണ്ടിവരുന്ന മറ്റൊരാഫീസാണ് ഇമിഗ്രേഷൻ ഓഫീസ്. ഇവിടേയും കാര്യങ്ങൾ മുൻപ് പറഞ്ഞതുപോലെ. മുൻകൂർ സമയം നിശ്ചയിച്ചു പോകണം. മുൻകൂട്ടി സമയം നിശ്ചയിച്ചു ചെന്നാൽ നിശ്ചിത സമയത്തിനുള്ളിൽ കാര്യം കഴിഞ്ഞു തിരിച്ചു പോരാം. ഇത് പറയുമ്പോൾ ഇന്ത്യൻ കോൺസിലേറ്റിനെക്കുറിച്ചു പറയാതെ പോകുന്നത് ഒട്ടും ശരിയല്ല. പതിനഞ്ചുവർഷത്തെ പ്രവാസ ജീവിത കാലത്ത് പലപ്പോഴും ഇന്ത്യൻ കോൺസുലേറ്റിൽ പോകേണ്ടി വന്നിട്ടുണ്ട്. 2001 കാലത്ത് പാസ്പോർട്ട് പുതുക്കാൻ കോൺസുലേറ്റിൽ ചെല്ലുന്നവർക്ക് രാവിലെ ചെന്നാൽ വൈകുന്നേരം പുതുക്കി കിട്ടുമായിരുന്നു. ഏതാനും വർഷങ്ങൾ കഴിഞ്ഞപ്പോൾ മൂന്ന് ദിവസത്തിന് ശേഷം പുതുക്കി കിട്ടുന്ന രീതിയായി. 2005-2006 കാലത്ത് പാസ്പോർട്ട് പുതുക്കി കിട്ടാൻ മൂന്നാഴ്ച സമയം വേണ്ടിവന്നു. ചുരുക്കി പറഞ്ഞാൽ വിദേശ ഇന്ത്യക്കാരന് കോൺസുലേറ്റിൽനിന്നും കിട്ടുന്ന സേവനത്തിന്റെ നിലവാരം ഇടിയുന്നു. ഇന്ത്യൻ കോൺസുലേറ്റിൽ ചെല്ലുന്നവരോട് കോൺസുലേറ്റ് ഉദ്യോഗസ്ഥർ കാണിക്കുന്ന പരുഷമായ സമീപനം ഇന്ത്യൻ ഭരണാധികാരികൾ അറിയാതിരിക്കാൻ ഇടയില്ല. നിർഭാഗ്യവശാൽ ഇതൊന്നും പരിശോധിച്ച് നേരെ ആക്കുന്നതിൽ ആർക്കും വലിയ താല്പര്യം ഉള്ളതായി തോന്നിയിട്ടില്ല. ഒരിക്കലും ഇന്ത്യൻ കോൺസിലേറ്റിന്റെ പ്രവർത്തനവുമായി അമേരിക്കൻ കോൺസുലേറ്റിലെ സേവനത്തെ താരതമ്യം ചെയാൻ കഴിയില്ല.

മറ്റു രാജ്യങ്ങളിൽ ജോലി സംബന്ധമായും മറ്റാവശ്യമായും താമസിക്കുന്ന അമേരിക്കൻ പൗരന്മാരോട് ആ സർക്കാർ എങ്ങനെ സമീപിക്കുന്നു എന്നതുകൂടി അറിയുന്നത് കൊള്ളാം. റിപ്പബ്ലിക്ക് ദിനവും ആസിയാൻ ഉച്ചകോടിയും നടക്കുന്ന ഡൽഹിയിൽ ഉണ്ടാകാവുന്ന പ്രശ്നങ്ങൾ സംബന്ധിച്ച് സുരക്ഷാ അവബോധവും ഗതാഗത മാർഗ്ഗനിർദ്ദേശവും ഇന്ത്യയിലുള്ള അമേരിക്കൻ പൗരന്മാർക്ക് അവർ കൊടുക്കുന്നു. ഡൽഹിയിലും മറ്റു നഗരത്തിലും വ്യോമസേന, ആഭ്യന്തര വിമാനം റദ്ദാക്കൽ, അന്തർദ്ദേശീയ ഫ്ളൈറ്റ് കാലതാമസങ്ങൾ എന്നിവയെത്തുടർന്ന് വർ

ദ്ധിപ്പിച്ച പൊലീസ് സാന്നിദ്ധ്യം, റാൻഡം ട്രാഫിക്ക് പരിശോധനകൾ, റോഡ് അടച്ചുപൂട്ടൽ, വായുസേന അടച്ചുപൂട്ടൽ തുടങ്ങിയ കാര്യങ്ങൾ സംബന്ധിച്ച് മുന്നറിയിപ്പ് നല്കുന്നു. അതോടൊപ്പം അടിയന്തരഘട്ടത്തിൽ ആരെ ബന്ധപ്പെടണം എന്നുകൂടി അറിയിക്കുന്നു. ഈ പശ്ചാത്തലത്തിൽ നിന്ന് വേണം നാം ഇന്ത്യൻ കോൺസുലേറ്റുകളുടെ പ്രവർത്തനം കാണേണ്ടത്. എത്ര ഇന്ത്യക്കാർ അമേരിക്കയിൽ ഉണ്ടെന്നു ചോദിച്ചാൽ പറയാൻ പോലും കോൺസുലേറ്റിനും, എംബസിക്കും കഴിയുന്നില്ലെന്ന വസ്തുതകൂടി ഇന്ത്യൻ ഭരണാധികാരികൾ അറിയുന്നത് കൊള്ളാം.

കൗണ്ടി ഓഫീസ്

അമേരിക്കയിൽ ജനിക്കുന്ന കുട്ടികളുടെ ജനനസർട്ടിഫിക്കറ്റ് നല്കുന്നത് കൗണ്ടി ഓഫീസിൽനിന്നാണ്. കുട്ടികൾ ജനിച്ച ഹോസ്പിറ്റലിൽ നിന്ന് തന്നെ രേഖകൾ എല്ലാം കൗണ്ടി ഓഫീസിലേക്ക് പോകും. കൗണ്ടിയിൽ ബന്ധപ്പെടുന്ന അപേക്ഷകനോട് പത്തു പ്രവൃത്തി ദിവസം കഴിഞ്ഞുചെന്നാൽ സർട്ടിഫിക്കറ്റ് റെഡിയായിരിക്കുമെന്നറിയിക്കും. എന്നാൽ പത്തു ദിവസത്തിന് മുൻപ് തന്നെ സർട്ടിഫിക്കറ്റ് റെഡിയായിരിക്കും. ഇതാണ് അമേരിക്കൻ ഭരണസംവിധാനത്തിന്റെ രീതി. ഇതുപോലുള്ള കൃത്യത മറ്റ് ഓഫീസുകളിലും നിലനില്ക്കുന്നു. കേരളത്തിലെ വില്ലേജ് ഓഫീസിൽ പണം അടയ്ക്കാൻ പോകുന്ന നമ്മുടെ അനുഭവം ഈ അവസരത്തിൽ വായനക്കാരുടെ ഇഷ്ടത്തിന് വിടുന്നു.

മോട്ടോർ വെഹിക്കിൾ ഓഫീസ്

അമേരിക്കക്കാരും അവിടെ ചെല്ലുന്നവരും പോകേണ്ടി വരുന്ന മറ്റൊരാഫീസാണ് മോട്ടോർ വെഹിക്കിൾ ഓഫീസ് (എം വി എസ്). നമ്മുടെ ആർ ടി ഒ ഓഫീസിനു സമാനമായ ഓഫീസാണിത്. ഡ്രൈവിങ് ലൈസൻസ് കിട്ടാനും വാഹനത്തിന്റെ രജിസ്ട്രേഷനും ഈ ഓഫീസിൽ പോകേണ്ടി വരും. ഡ്രൈവിങ് ലൈസൻസ് കിട്ടണമെങ്കിൽ എഴുത്തു പരീക്ഷയും റോഡ് ടെസ്റ്റും പാസാകണം. ഇന്ത്യയിൽനിന്ന് ചെല്ലുന്നവർക്ക് അന്തർദ്ദേശീയ ഡ്രൈവിങ് ലൈസൻസ് (ഐ ഡി പി) ഉണ്ടെങ്കിൽ അവിടെ എഴുത്തു പരീക്ഷ മാത്രം പാസായാൽ മതി. ഇതാവട്ടെ ഓൺലൈൻ പരീക്ഷയാണ്. എൺപതു ശതമാനം മാർക്കു കിട്ടിയാൽ ടെസ്റ്റ് പാസായതായി സന്ദേശം കമ്പ്യൂട്ടർ സ്ക്രീനിൽ കാണും. ഇതോടെ ലൈസൻസിനുള്ള നടപടിക്രമം തീരുന്നു. ഡ്രൈവിങ് ലൈസൻസിന് തിയറി ടെസ്റ്റും കൂടാതെ റോഡ് ടെസ്റ്റുമുണ്ട്.

പുതിയ വാഹനങ്ങൾ നിശ്ചിതവർഷം കഴിഞ്ഞാൽ ഓരോ വർഷവും രജിസ്ട്രേഷൻ പുതുക്കേണ്ടതുണ്ട്. പുതുക്കാൻ അടയ്ക്കേണ്ട തുകയും നിലവിൽ രജിസ്ട്രേഷൻ അവസാനിക്കുന്ന തീയതിയും കാണിച്ചു സുമാർ മൂന്നു മാസങ്ങൾക്കു മുൻപ് നോട്ടീസ് വീട്ടിൽ വരും. ചെക്ക്

സഹിതം അയച്ചുകൊടുത്താൽ രജിസ്ട്രേഷൻ പുതുക്കി പേപ്പർ വീട്ടി ലെത്തും ഇതിനൊന്നും നാം മിനക്കെട്ട് ഓഫീസിൽ കയറി ഇറങ്ങേ ണ്ടതില്ല. അതുപോലെ നിശ്ചിത വർഷം കഴിഞ്ഞാൽ വാഹനങ്ങൾ ഓരോ രണ്ടു വർഷം കൂടുമ്പോഴും ഇൻസ്പെക്ഷൻ നടത്തി ഫിറ്റാണെ ന്നുറപ്പാക്കണം. ഇൻസെപ്ക്ഷൻ നടത്തുന്ന ഓഫീസിന്റെ പ്രവർത്തനം കമ്പ്യൂട്ടർ സിസ്റ്റം വഴി നിയന്ത്രിക്കുന്നു. ഓഫീസിനു പുറത്തുനിന്ന് തന്നെ ടോക്കൺ എടുക്കാം. എത്ര സമയം കാത്തു നില്ക്കണമെന്ന വിവരം അവിടെ കാണിച്ചിരിക്കും. കാറുമായി നമ്മൾ ലൈനിൽ കാത്തു നില് ക്കണം. നമ്മുടെ അവസരം എത്തുമ്പോൾ രജിസ്ട്രേഷൻ ഡ്രൈവിങ് ലൈസൻസ്, ഇൻഷുറൻസ് എന്നീ പേപ്പറുകൾ ചോദിക്കും. അതിനു ശേഷം വാഹനം ടെസ്റ്റ് ചെയ്യുന്നു. ടെസ്റ്റ് പാസായാൽ പാസ്ഡ് എന്നും അല്ലെങ്കിൽ ഫെയെൽഡ് എന്നും അടിച്ചു തരും. ടെസ്റ്റിങ് കഴിഞ്ഞ വാഹനം ഉടമസ്ഥൻ കാത്തു നില്ക്കുന്നിടത്ത് എത്തിക്കും. വാഹനം നല്ല കണ്ടിഷനാണെങ്കിൽ എത്ര വർഷം വേണമെങ്കിലും ഇവിടെ ഓടിക്കാം.

മോട്ടോർ വെഹിക്കിൾ വകുപ്പിനെക്കുറിച്ചു പറയുമ്പോൾ റോഡു നിയമങ്ങളെക്കുറിച്ചും ചിലതുകൂടി പറഞ്ഞു പോകുന്നത് അനിവാര്യ മാണ്. വാഹന നിയമം എങ്ങനെ കൃത്യമായി നടപ്പാക്കാം എന്നറിയാൻ അമേരിക്കൻ റോഡിലൂടെ വാഹനം ഓടിച്ചാൽ മതി. നിയമം കൃത്യമായി പാലിച്ച് വാഹനം ഓടിച്ചാൽ യാത്രയ്ക്കിടയിൽ ഒരു പൊലീസ് വാഹ നവും നിങ്ങൾ കണ്ടെന്നു വരില്ല. എന്നാൽ എപ്പോഴെങ്കിലും നിങ്ങളുടെ വാഹനം നിയമം ലംഘിച്ചാൽ, സ്പീഡിന്റെ പരിധി തെറ്റിച്ചാൽ, നിങ്ങൾ പ്രതീക്ഷിക്കും മുൻപ് പൊലീസ് വാഹനം നിങ്ങളുടെ കാറിനു പിന്നിൽ വന്നു സിഗ്നൽ ലൈറ്റ് കാണിച്ചിരിക്കും. പല ഹൈവേയിലേയും പരമാവധി സ്പീഡ് 55 മൈലും 65 മൈലുമാണ്. ഈ സ്പീഡിൽനിന്നും 5 മുതൽ 10 മൈൽ വരെ കൂടിയാലും ചിലപ്പോൾ പൊലീസ് കണ്ടില്ലെന്നു വച്ച് വിടും. അതിൽ കൂടുതലായാൽ ഓവർ സ്പീഡിന് പിടി വീഴും.

വാഹനം ഓടിച്ചുപോകുമ്പോൾ പൊലീസ് വാഹനം നിങ്ങളുടെ കാറിനുപിന്നിൽ ലൈറ്റ് ഫ്ളാഷ് ചെയ്യാം. ഇങ്ങനെ ചെയ്താൽ കാർ നിർത്തണമെന്നാണ് നിയമം. സൈഡ് നോക്കി കാർ നിർത്തി രണ്ടു കൈയും സ്റ്റീയറിങ്ങിൽ പിടിച്ചു സീറ്റിൽ ഇരിക്കുമ്പോൾ, ഡ്രൈവർ സീറ്റി നടുത്തുവന്നു രജിസ്ട്രേഷൻ, ലൈസൻസ് തുടങ്ങിയ രേഖകൾ പൊലീസ് ആവശ്യപ്പെടും. (അവിടത്തെ നിയമം അനുസരിച്ച്, ഡ്രൈവർ രണ്ടു കൈയും സ്റ്റീയറിങ്ങിൽ പിടിച്ചു സീറ്റിൽ ഇരിക്കുമ്പോൾ പൊലീസ് അടുത്തും വരും). രേഖകൾ നല്കിയാൽ കുറ്റത്തിനനുസരിച്ചുള്ള ടിക്കറ്റ് തരും. കൂടുതൽ ഗൗരവമുള്ള കുറ്റമാണെങ്കിൽ കോടതിയിൽ പോകേണ്ടി വരും. ഓവർ സ്പീഡിനാണ് കാർ പിടിച്ചതെങ്കിൽ പിഴ കൂടാതെ പോയിന്റും കിട്ടും.

സ്കൂൾബസുകൾ നിർത്തിയിരിക്കുമ്പോൾ നിശ്ചിത അകലത്തിൽ

വണ്ടി നിർത്താതിരിക്കുക, ആംബുലൻസിനു സൈഡ് കൊടുക്കാതിരിക്കുക എന്നതൊക്കെ വലിയ കുറ്റവും, നാല് പോയിന്റുവരെ ഇതിനു പിഴ കിട്ടാവുന്നതുമാണ്. പന്ത്രണ്ട് പോയിന്റ് കിട്ടിയാൽ ലൈസൻസ് റദ്ദാക്കപ്പെടും. പതിനേഴു വയസ്സാകുമ്പോൾ ലൈസൻസ് കിട്ടുന്ന അമേരിക്കൻ വിദ്യാർത്ഥി സ്വാതന്ത്ര്യം കിട്ടിയ ഭാവത്തിലാണ്. അതുപോലെ. പലപ്പോഴും ഒറ്റപ്പെട്ട ജീവിതം നയിക്കുന്ന എൺപതും തൊണ്ണൂറും വയസ്സു കഴിഞ്ഞവരും ഡ്രൈവ് ചെയ്യാത്ത അവസ്ഥയിൽ വളരെ ഉൽക്കണ്ഠാകുലരാണ്. അതുകൊണ്ടുതന്നെ ഡ്രൈവിങ് ലൈസൻസ് പോകുന്ന ഒരു നടപടിയും അമേരിക്കക്കാരൻ ചെയ്യില്ല. ട്രാഫിക് നിയമം പാലിക്കുന്നതിൽ ഒട്ടും താല്പര്യമില്ലാത്ത ഇന്ത്യക്കാരനും ഇവിടെ വന്നാൽ നിയമമൊക്കെ അക്ഷരംപ്രതി അനുസരിക്കുന്നതിൽ ഒരു ബുദ്ധിമുട്ടുമില്ല. എന്നാൽ ഇന്ത്യക്കാർ തിങ്ങി പാർക്കുന്ന ന്യൂജേഴ്സിയിലെ എഡിസൺ പോലുള്ള സ്ഥലത്തുകൂടി വാഹനവും ഓടിക്കുമ്പോൾ ഇന്ത്യക്കാരുടെ ഈ പ്രവണത കാണാൻ കഴിയും.

വൈദ്യുതി, പാചകവാതകം

വൈദ്യുതി, പാചകവാതകം എന്നിവയുടെ വിതരണം ഇവിടെ എത്ര കാര്യക്ഷമമായി നടക്കുന്നു എന്നത് അനുഭവത്തിലൂടെ, അറിയേണ്ടതാണ്. ഒന്നിൽ കൂടുതൽ ഏജൻസികൾ ഈ രംഗത്തിവിടെ പ്രവർത്തിക്കുന്നു. ഏത് ഏജൻസിയുടെ സേവനം വേണമെങ്കിലും നമുക്ക് സ്വീകരിക്കാം. സർവ്വീസിന്റെ കാര്യത്തിൽ ഓരോ കമ്പനിയും ഒന്നിനൊന്നു മികച്ചതാണ്. പതിനഞ്ചു വർഷക്കാലത്തെ അമേരിക്കൻ ജീവിതത്തിനിടയിൽ സാൻഡി ചുഴലിക്കാറ്റു വന്നപ്പോൾ മാത്രമാണ് വൈദ്യുതി മുടക്കം അമേരിക്കയിൽ എത്രമാത്രം ദുഃസ്സഹമായിരിക്കുമെന്ന് മനസ്സിലായത്. 2012 ഒക്ടോബർ മാസം 22 ന് അമേരിക്കയിലടിച്ച ചുഴലിക്കാറ്റ് ഭീകരാവസ്ഥയാണ് സൃഷ്ടിച്ചത്. പൊതുവെ ചുഴലിക്കാറ്റിന്റെ തീവ്രത കുറവുള്ള സ്ഥലമാണ് ന്യൂജെഴ്സി. എന്നാൽ സാൻഡി, ന്യൂജേഴ്സിൽ തകർത്താടി. പതിനായിരക്കണക്കിന് ആളുകൾക്ക് വൈദ്യുതി ഇല്ലാതായി. ഒക്ടോബർ ന്യൂജേഴ്സിയിൽ തണുപ്പ് ഒട്ടും മോശമല്ലാത്ത കാലമാണ്. ഈ സമയത്ത് വീടിനകം ചൂടാക്കാതെ വീട്ടിൽ കഴിയാൻ ബുദ്ധിമുട്ടാണ്. വൈദ്യുതി ബന്ധം താറുമാറായതോടെ ഒന്നും ചെയാൻ കഴിയാതെ ജനം നട്ടം തിരിഞ്ഞു. ഞങ്ങൾക്ക് ഗ്യാസിന് തടസ്സമുണ്ടായില്ല അതിനാൽ ചൂടുവെള്ളം തടസ്സം കൂടാതെ കിട്ടിക്കൊണ്ടിരുന്നു. വളരെ കൂടുതൽ തണുപ്പ് അനുഭവപ്പെട്ടപ്പോൾ ചൂടു വെള്ളത്തിൽ കുളിക്കാൻ അതുമൂലം കഴിഞ്ഞു. പക്ഷേ, പലേടത്തും ഇതും ഉണ്ടായിരുന്നില്ല

മുൻപൊരിക്കലും വൈദ്യുതി സപ്ലൈ അഞ്ചു മിനിറ്റ് പോലും തടസ്സപ്പെട്ടിരുന്നില്ലാത്തിടത്ത് ഇപ്പോൾ ദിവസങ്ങളോളം സപ്ലൈ തടസ്സപ്പെട്ടിരിക്കുന്നു. എന്നാൽ ഇത് പുനഃസ്ഥാപിക്കാൻ സർക്കാർ കാട്ടിയ ജാഗ്രത എടുത്തുപറയേണ്ടതാണ്. മറ്റു സംസ്ഥാനങ്ങളിലെ തൊഴിലാളികളെ

ന്യൂജേഴ്സി പോലുള്ള സംസ്ഥാനത്തേക്കു കൊണ്ടുവന്ന് അവരുടെ സേവനവും ഇതിലേക്കായി ഉപയോഗിച്ചു. ഇതെല്ലം ഇത്ര ചടുലമായി നടത്തിയത് അത്ഭുതകരമായി തോന്നാം. പ്രളയ ദുരന്തം കൈകാര്യം ചെയ്ത മലയാളികൾക്ക് ഇപ്പോൾ ഇതൊരു അത്ഭുതമായി തോന്നില്ല. സർക്കാർ സംവിധാനം വേണമെങ്കിൽ ചടുലമായും പ്രവർത്തിക്കും എന്ന് കേരളീയർ കാണിച്ചു കൊടുത്തിരിക്കുന്നു.

സർക്കാർ ഓഫീസുകളുടെ ജനകീയ മുഖം

അമേരിക്കൻ നയവും, അമേരിക്കൻ താല്പര്യവും എന്ത് തന്നെയായാലും, നല്ല ശതമാനം അമേരിക്കക്കാരും അവരുടെ ഔദ്യോഗിക പദവി മറ്റുള്ളവരെ പരമാവധി സഹായിക്കാനായി ഉപയോഗിക്കുന്നവരാണ്. ഞാൻ എം ബി എ ചെയ്യുമ്പോൾ ഉണ്ടായ ഒരനുഭവം ഇവിടെ പറയുന്നത് അല്പം വ്യക്തിപരമാണെങ്കിലും പറയാതെ തരമില്ല. യൂണിവേഴ്സിറ്റിയിൽ അഡ്മിഷൻ നോക്കുന്ന ആളായിരുന്നു ഡീൻ ബർമ്മൻ. അഡ്മിഷന് മുൻപ് തന്നെ ഡീൻ ബർമ്മനെ ഞാൻ കണ്ടിരുന്നു. എന്റെ വിസ സ്റ്റാറ്റസ് വച്ച് വിദേശ വിദ്യാർത്ഥിയുടെ ഫീസ് ഞാൻ കൊടുക്കണം. ഞാൻ ന്യൂജേഴ്സിയിലെ സ്ഥിരതാമസക്കാരനായാൽ ഫീസ് കുറയും. ഇത് സംബന്ധിച്ച നടപടികൾ അതിന്റെ അവസാന ഘട്ടമായാൽ മാത്രമേ ന്യൂജേഴ്സിയിലെ സ്ഥിര താമസക്കാരന്റെ ഫീസിന് എനിക്ക് അർഹത ഉണ്ടാവൂ. രണ്ടു ഫീസും തമ്മിൽ വളരെ അന്തരമുണ്ട്. ഞാൻ എം ബി എക്ക് ചേർന്നു. രണ്ടാം സെമസ്റ്റർ ഫീസ് അടയ്ക്കണം. ഇതിനിടയിൽ പലപ്പോഴും ഡീൻ ബർമ്മനെ കാണാനിടയായി. അദ്ദേഹമായിരുന്നു സ്റ്റുഡന്റ്സ് വെൽഫെയർ ഡയറക്ടറും. തമ്മിൽ കണ്ടപ്പോൾ പലപ്പോഴും ഫീസ് സംബന്ധിച്ച കാര്യം അദ്ദേഹത്തോട് ചോദിച്ചിരുന്നു. പലപ്പോഴും കാര്യമായ മറുപടി ഒന്നും കിട്ടിയിരുന്നില്ല. എന്നാൽ ബിസിനസ് സ്കൂളിന്റെ എഴുപത്തഞ്ചാം വാർഷികം പ്രമാണിച്ചു കുറച്ചു കുട്ടികൾക്ക് ഒരു ഫെല്ലോഷിപ്പ് കൊടുക്കുന്ന വിവരം അദ്ദേഹം ഇങ്ങോട്ടുവന്നു പറയുകയായിരുന്നു. അതിൽ ഒരാൾ ഞാനായിരുന്നു. അങ്ങനെ ആ സെമസ്റ്ററിൽ കൊടുക്കേണ്ടിയിരുന്ന ഫീസിൽ പകുതിയോളം എനിക്ക് ഫെല്ലോഷിപ്പായി ലഭിച്ചു. നമ്മുടെ നാട്ടിലെ ഏതെങ്കിലും സർവ്വകലാശാലയിലെ ഏതെങ്കിലും ഒരു ഉദ്യോഗസ്ഥൻ കുട്ടികളെ സഹായിക്കാൻ ഇങ്ങനെ തയ്യാറാകുമോ എന്ന കാര്യത്തിൽ സംശയമുണ്ട്.

അമേരിക്കൻ വികസനക്കുതിപ്പിന്റെ ചാലകശക്തികൾ

ആധുനിക അമേരിക്കയുടെ ചരിത്രം ആരംഭിക്കുന്നത് 13 കോളനികൾ ബ്രിട്ടനിൽനിന്നും സ്വാതന്ത്ര്യം പ്രഖ്യാപിക്കുന്നതോടെ ആണെന്നു നാം കണ്ടു കഴിഞ്ഞു. തുടർന്ന് കഴിഞ്ഞ രണ്ടര നൂറ്റാണ്ടിനകം അമേരിക്ക സമാനതകൾ ഇല്ലാത്ത വികസനമാണ് ഉണ്ടാക്കിയത്. ഒരു രാജ്യത്തിന്റെ വളർച്ചയിൽ രണ്ടര നൂറ്റാണ്ട് അത്ര വലിയ സമയമാണെന്ന് പറയാൻ കഴിയില്ല. ഇത്രയും ചുരുങ്ങിയ സമയംകൊണ്ട് ഒരു രാജ്യം എങ്ങനെ ലോകത്തിലെ ഏറ്റവും വികസിത രാജ്യമായി വളർന്നുവെന്നത് അത്ഭുതകരമായി തോന്നാം. ലോകത്തെ മഹാഭൂരിപക്ഷത്തിനും പ്രതീക്ഷ നല്കുന്ന ഒരു രാജ്യമായി അമേരിക്കയെ വളർത്തിയെടുക്കുന്നതിൽ അമേരിക്കൻ ഭരണാധികാരികൾക്കുണ്ടായിരുന്ന കഴിവും. ഉൾകാഴ്ചയും പ്രശംസനീയമാണ്. പ്രകൃതി വിഭവങ്ങൾകൊണ്ട് ലോകത്തെ ഏറ്റവും സമ്പന്നമായ രാജ്യമാണ് അമേരിക്ക. ഈ വിഭവങ്ങളെ ഏറ്റവും ഗുണകരമായി ഉപയോഗിക്കാൻ കഴിയുന്ന മനുഷ്യമൂലധനം (Human capital) എവിടെ ഉണ്ടായിരുന്നാലും അവ ആർജ്ജിക്കാനും അമേരിക്കയുടെ വികസനത്തിന് അത് മുതൽക്കൂട്ടാക്കാനും അമേരിക്കൻ ഭരണാധികാരികൾക്കുണ്ടായിരുന്ന കഴിവാണ് അമേരിക്കൻ വികസനത്തിന്റെ പ്രധാന ഘടകം. അമേരിക്കയ്ക്ക് ആവശ്യമുള്ള മനുഷ്യശക്തി ഉൾപ്പെടെയുള്ള വിഭവങ്ങൾ ലോകത്തെവിടെ ഉണ്ടെങ്കിലും അത് അമേരിക്കയിൽ ലഭ്യമാക്കുന്നതിൽ കാലാകാലങ്ങളിൽ അമേരിക്കൻ ഭരണം നിയന്ത്രിച്ചിരുന്നവർ പ്രത്യേകം ശ്രദ്ധിച്ചിരുന്നു. കുറഞ്ഞ ചെലവിൽ കൃഷി നടത്താൻ ആഫ്രിക്കൻ അടിമകളെ അമേരിക്കയിലേക്ക് കൊണ്ട് വന്നുകൊണ്ട് ബ്രിട്ടീഷ് കുടിയേറ്റക്കാരായിരുന്നു ഇതിനു തുടക്കംകുറിച്ചത്. കാലം കഴിഞ്ഞപ്പോൾ, ആഫ്രിക്കൻ അടിമകളുടെ

സ്ഥാനത്ത്, വിജ്ഞാനത്തിൽ ഒന്നാം നിരയിൽ നില്ക്കുന്നവരെ കണ്ടെത്തിക്കൊണ്ട് വരാനും അവരെ അമേരിക്കൻ വികസനത്തിൽ ഉപയോഗിക്കാനും അവർക്ക് കഴിയുന്നു. ഇതിന്റെ ചില വിശദാംശങ്ങളാണ് ഈ അദ്ധ്യായം പരിശോധിക്കുന്നത്.

ബ്രിട്ടീഷ് കുടിയേറ്റക്കാരും അമേരിക്കൻ വികസനവും

തദ്ദേശീയരായ അമേരിക്കക്കാർ അവരുടെ സംസ്കാരവും ജീവിതരീതിയുമായി കഴിഞ്ഞിരുന്ന ഇടങ്ങളിലേക്കാണ് കൊളംബസ് എത്തുന്നത്. കൊളംബസ് വരുന്നതിനും വളരെ മുൻപും അമേരിക്കയിലേക്ക് കുടിയേറ്റം നടന്നിരുന്നെങ്കിലും അതൊന്നുമത്ര വ്യാപകമായിരുന്നില്ല. കൊളംബസ് വന്നതിനുശേഷം ബ്രിട്ടീഷ് കുടിയേറ്റക്കാർ അമേരിക്കയിലേക്ക് വരാൻ തുടങ്ങി. കുടിയേറ്റം വ്യാപകമായതോടെ ബ്രിട്ടീഷ് കൊളോണികൾ സ്ഥാപിക്കപ്പെടുകയായിരുന്നു. 1600 കളുടെ തുടക്കത്തിൽ മതസ്വാതന്ത്ര്യം തേടി തീർത്ഥാടകരായി മറ്റൊരു കൂട്ടർ അമേരിക്കയിൽ എത്തുകയുണ്ടായി. പത്തൊൻപതാം നൂറ്റാണ്ടിന്റെ അവസാനത്തോടെ ആയിരുന്നു കുടിയേറ്റം വളരെ വ്യാപകമായത്. വ്യാപകമായ കുടിയേറ്റം ഇരുപതാം നൂറ്റാണ്ടിന്റെ തുടക്കംവരെ തുടർന്നതായി കാണാം (1880 കൾ മുതൽ 1920 വരെ). ഈ കാലഘട്ടത്തിൽ അമേരിക്കയിലേക്ക് കുടിയേറിയവരെ രണ്ടു വിഭാഗമായി കാണാം. ഒരു വിഭാഗം കൂടുതൽ സാമ്പത്തിക അവസരം തേടി അമേരിക്കയിൽ എത്തിയവരായിരുന്നുവെങ്കിൽ മറ്റൊരു കൂട്ടർ സ്വന്തം ഇഷ്ടപ്രകാരമല്ലാതെ അമേരിക്കയിൽ കൊണ്ടുവരപ്പെട്ട അടിമകളായിരുന്നു

മെച്ചപ്പെട്ട അവസരങ്ങൾ തേടി യൂറോപ്പിൽനിന്നുംവന്ന കുടിയേറ്റക്കാരിൽ വലിയൊരു വിഭാഗത്തിന് യാത്രാചെലവ് താങ്ങാവുന്നതിലും അധികമായിരുന്നു. അതിനാൽ അവരിൽ ബഹുഭൂരിപക്ഷവും നിർദ്ദിഷ്ട സേവകർ (indentured servants) എന്ന നിലയിലാണ് അമേരിക്കയിൽ എത്തിച്ചേർന്നത്. ഇങ്ങനെ വരുന്ന ഇൻഡിന്റേറ്റഡ് സേവകർ അമേരിക്കയിൽ വരുന്നതിന് അവരുടെ യാത്രാച്ചെലവ് വഹിക്കുന്നവരുമായി ഒരു കരാറിലേർപ്പെടണമായിരുന്നു. ഈ കരാർ പ്രകാരം ഇത്ര ഏതാനും വർഷം അവർ കൊണ്ടുവന്നവർക്കായി ജോലി ചെയ്യണം. ഈ സമയം അവർക്ക് ആഹാരം, വസ്ത്രം, താമസസൗകര്യം എന്നിവ മാത്രമായിരിക്കും നല്കുക. ഇതിൽ ഒരു കൂട്ടരെ യൂറോപ്പിലെ പട്ടണങ്ങളിലേക്ക് തട്ടിക്കൊണ്ടുപോയി അവിടെ നിന്നും അമേരിക്കയിലേക്ക് അടിമകളായി പോകാൻ നിർബ്ബന്ധിതരായവരായിരുന്നു. മറ്റൊരു വിഭാഗം ഉടമ്പടി പ്രകാരം വേലക്കാരായി. പതിനേഴാം നൂറ്റാണ്ടിൽ ഇംഗ്ലണ്ടിൽനിന്നും മേരിലാൻഡിലും വെർജീനിയയിലും എത്തിയ വെള്ളക്കാരായ കുടിയേറ്റക്കാർ ഈ വിഭാഗത്തിൽ പെട്ടവരായിരുന്നു.

ബ്രിട്ടീഷുകാർ കൂടുതലായി അമേരിക്കയിൽ എത്തുകയും വ്യാപകമായി കാർഷിക വൃത്തിയിൽ ഏർപ്പെടുകയും ചെയ്തതോടെ വൻ

തോതിൽ തോട്ടത്തിൽ പണിക്ക് തൊഴിലാളികളെ വേണ്ടി വന്നു. ഇതായിരുന്നു ആഫ്രിക്കയിൽനിന്നും കറുത്തവർഗ്ഗക്കാരായ അടിമകളെ അമേരിക്കയിലേക്ക് കൊണ്ട് വരുന്നതിനു ഇടയാക്കിയത്. 1619 ൽ വെർജീനിയയിലെ ജേംസ്ടൗണിൽ ആഫ്രിക്കയിൽനിന്നും കൊണ്ടുവന്ന 20 ആഫ്രിക്കൻ കരാർ അടിമകളോടെ ഇതിനു തുടക്കംകുറിച്ചു. പതിനേഴാം നൂറ്റാണ്ടു മുതൽ പത്തൊൻപതാം നൂറ്റാണ്ടു വരെയുള്ള കാലഘട്ടത്തിൽ നൂറുകണക്കിന് ആഫ്രിക്കൻ അടിമകളെ അമേരിക്കയിലേക്ക് കൊണ്ടുവന്നു. പതിനേഴാം നൂറ്റാണ്ടിൽ തുടക്കത്തിൽ ആരംഭിച്ച അടിമ വ്യാപാരം പത്തൊൻപതാം നൂറ്റാണ്ടിന്റെ തുടക്കംവരെ അനസ്യൂതം തുടർന്നു. 1680 ആയപ്പോഴേക്കും ഏതാണ്ട് 7,000 ആഫ്രിക്കൻ അടിമകൾ അമേരിക്കയിൽ എത്തി. 1790 ആകുമ്പോൾ ഇത് 700,000 ആയി ഉയർന്നു. തോട്ടങ്ങളിൽ തൊഴിൽ അവസരം വർദ്ധിച്ചതുമൂലം അമേരിക്കയിലെ അടിമവ്യാപാരം ഈ കാലഘട്ടത്തിൽ വ്യാപകമായി.

ഇങ്ങനെ കൊണ്ടുവന്ന അടിമത്തൊഴിലാളികളായിരുന്നു വെള്ളക്കാരായ ബ്രിട്ടീഷ് കുടിയേറ്റക്കാരുടെ കൃഷിയിടങ്ങളിൽ പണിയെടുക്കുന്നതിൽ ഏറെയും. ഇവരെ വെള്ളക്കാരായ ബ്രിട്ടീഷ് കുടിയേറ്റക്കാർ കൃഷിയിടങ്ങളിൽ വേണ്ടവിധം ഉപയോഗിച്ചു. തൽഫലമായി കാർഷിക രംഗം വളരെ ശക്തമായി. ക്രമേണ ഈ തൊഴിലാളികൾ അമേരിക്കൻ കാർഷിക രംഗത്തിന്റെ അവിഭാജ്യഘടകമായി മാറി. ചുരുക്കത്തിൽ, അമേരിക്കൻ കൃഷിയിടങ്ങളിൽ പണിയെടുത്ത ഈ കറുത്ത വർഗ്ഗക്കാരായിരുന്നു അമേരിക്കൻ സമ്പദ്ഘടനയുടെ അടിത്തറ പാകിയതെന്നു പറയാം. ഈ അടിമത്തൊഴിലാളികൾ ഇല്ലാതെ അമേരിക്കൻ കാർഷിക രംഗം നിലനില്ക്കില്ല എന്ന സ്ഥിതി ഉണ്ടായി. അതായിരുന്നു അമേരിക്കൻ യൂണിയൻ രൂപീകരണ സമയത്ത് അടിമവ്യാപാരം നിലനിർത്തണമെന്ന് പല സംസ്ഥാനങ്ങളും ശഠിക്കാൻ കാരണം. ഇങ്ങനെ പല സംസ്ഥാനത്തും തുടർന്ന അടിമ വ്യാപാരം 1808 മുതൽ നിയമവിരുദ്ധമായി പ്രഖ്യാപിച്ചു. പക്ഷേ, അടിമ വ്യാപാരം പൂർണ്ണമായും അവസാനിക്കാൻ പിന്നേയും കാലം ഏറെ കഴിയേണ്ടി വന്നു.

അടിമകളും അല്ലാത്തവരുമായ കുടിയേറ്റക്കാരാണ് അമേരിക്കൻ വികസനത്തിന്റെ അടിത്തറ പാകിയതെന്നു നാം കണ്ടു. എന്നാൽ, കുടിയേറ്റം പലപ്പോഴും അമേരിക്ക നിയന്ത്രിച്ചിരുന്നതായും കാണാം. ചൈനീസ് കുടിയേറ്റക്കാരെ നിയന്ത്രിക്കാൻ കൊണ്ടുവന്ന നിയമമാണ് ഇതിൽ പ്രധാനം. ഇതിനായി ആദ്യത്തെ കുടിയേറ്റ നിയന്ത്രണ ഫെഡറൽ നിയമം 1882 ൽ കൊണ്ടുവന്നു. ചൈനീസ് കുടിയേറ്റക്കാരെ ഒഴിവാക്കൽ നിയമമായിരുന്നു ഇത്. കുടിയേറ്റവുമായി ബന്ധപ്പെട്ട മറ്റൊരു പ്രധാന തീരുമാനം എല്ലിസ് ഐലന്റ് രാജ്യത്തെ ആദ്യത്തെ ഫെഡറൽ ഇമിഗ്രേഷൻ സ്റ്റേഷനായി 1890 ൽ പ്രഖ്യാപിച്ച നടപടിയായിരുന്നു. ഈ നടപടിക്ക് ശേഷം എല്ലിസ് ഐലന്റ് വഴി 1892–1954 വരെ 1.2 കോടി കുടിയേറ്റക്കാർ എത്തിയതായാണ് കണക്കുകൾ സൂചിപ്പിക്കുന്നത്.

യൂറോപ്യൻ കുടിയേറ്റക്കാരെ പ്രോത്സാഹിപ്പിക്കുന്ന ക്വാട്ട സമ്പ്രദായം അവസാനിപ്പിച്ചുകൊണ്ടുള്ള 1965 ലെ നിയമമായിരുന്നു ഈ വഴിക്കുള്ള മറ്റൊരു നടപടി. 16 വയസ്സിനു മുകളിലുള്ള കുടിയേറ്റക്കാർ ഒരു സാക്ഷരതാ പരീക്ഷയിൽ ജയിച്ചിരിക്കണമെന്ന നിയമനിർമ്മാണം 1917 ൽ, കോൺഗ്രസ് നടപ്പാക്കി. ഇത്തരം നിയന്ത്രണങ്ങൾകൊണ്ട് വരുമ്പോഴും അമേരിക്ക കുടിയേറ്റത്തിന് എതിരായിരുന്നില്ല. കാരണം അമേരിക്കൻ സാമ്പത്തിക അടിത്തറ എന്നും കുടിയേറ്റ കേന്ദ്രീകൃതമായിരുന്നു എന്നത് തന്നെ. കാലം മാറിയപ്പോൾ അടിമത്തൊഴിലാളികളിൽനിന്നും വിദഗ്ദ്ധ തൊഴിലാളികളിലേക്ക് കുടിയേറ്റക്കാരുടെ രീതി മാറിയെന്നു മാത്രം.

കുടിയേറ്റത്തിന്റെ ഒരു തരംഗം തന്നെയായിരുന്നു, 1815 നും 1865 നും ഇടയിൽ ഉണ്ടായത്. ഈ കാലത്ത് വന്ന കുടിയേറ്റക്കാർ കാർഷിക തൊഴിലാളികൾ ആയിരുന്നില്ല, മറിച്ച്, വിദഗ്ദ്ധ തൊഴിലാളികളും ഉന്നത വിദ്യാഭ്യാസമുള്ളവരുമായിരുന്നു. ഇവരിൽ ഭൂരിഭാഗവും വടക്കൻ, പടിഞ്ഞാറൻ യൂറോപ്പിൽനിന്നും ഉള്ളവരായിരുന്നു. പത്തൊൻപതാം നൂറ്റാണ്ടിന്റെ മദ്ധ്യത്തിൽ അയർലൻഡിൽ ഉണ്ടായ വലിയ ക്ഷാമത്തെത്തുടർന്ന് കുടിയേറിയവരായിരുന്നു ഇതിൽ മൂന്നിലൊന്നോളം വരുന്നവർ. 1840 കളിൽ അമേരിക്കയിലേക്ക് കുടിയേറിയവരിൽ പകുതിയും അയർലൻഡിൽ നിന്നു മാത്രമായിരുന്നു. ദരിദ്രരായ ഈ ഐറിഷ് കുടിയേറ്റക്കാർ, അവർ എത്തിച്ചേർന്ന കിഴക്കൻ തീരത്തിനടുത്തുള്ള നഗരങ്ങളിൽ താമസം ഉറപ്പിച്ചു.

1880 നും 1920 നും ഇടയിൽ ദ്രുതഗതിയിലുള്ള വ്യവസായവല്ക്കരണവും നഗരവല്ക്കരണവും അമേരിക്കയിൽ നടന്നപ്പോൾ അടിമകളായ കുടിയേറ്റക്കാരുടെ സ്ഥാനത്ത് മറ്റു നൈപുണ്യമുള്ള കുടിയേറ്റക്കാർ വരാൻ ഇടയായി. 1890 കളുടെ ആരംഭത്തിൽ നടന്ന കുടിയേറ്റത്തിൽ ഭൂരിഭാഗവും മദ്ധ്യയൂറോപ്പ്, കിഴക്കൻ യൂറോപ്പ്, തെക്കൻ യൂറോപ്പ് എന്നിവിടങ്ങളിൽ നിന്നുള്ളവരായിരുന്നു. ആ ദശകത്തിൽ മാത്രം 6 ലക്ഷം ഇറ്റലിക്കാർ അമേരിക്കയിലേക്ക് കുടിയേറി. 1920 ആയതോടെ ഇവരുടെ സംഖ്യ 40 ലക്ഷമായി. വംശീയ കാരണങ്ങളാൽ കിഴക്കൻ യൂറോപ്പിൽ നിന്നുള്ള ജൂതവംശജരും ഈ കാലഘട്ടത്തിൽ അമേരിക്കയിലേക്ക് കുടിയേറുകയുണ്ടായി. ഈ വിഭാഗത്തിൽ പെട്ട 20 ലക്ഷത്തിലധികം പേരാണ് 1880 നും 1920 നും ഇടയിൽ കുടിയേറിയത്. 1907 ൽ മാത്രം 13 ലക്ഷം കുടിയേറ്റക്കാർ നിയമപരമായി രാജ്യത്ത് പ്രവേശിച്ചു. ചുരുക്കത്തിൽ, 1880 നും 1920 നും ഇടയ്ക്ക് രണ്ടുകോടി കുടിയേറ്റക്കാരാണ് അമേരിക്കയിൽ എത്തിയത്.

1920 ൽ എമിഗ്രേഷന് ക്വാട്ട സമ്പ്രദായം കൊണ്ടുവന്നു. ഏഷ്യയിൽ നിന്നുള്ള കുടിയേറ്റക്കാരെ നിയന്ത്രിക്കുന്നതിനും, പടിഞ്ഞാറൻ യൂറോപ്പിൽ നിന്നുള്ള കുടിയേറ്റക്കാരെ പ്രോത്സാഹിപ്പിക്കുന്നതിനും വേണ്ടി 1924 ൽ ഇമിഗ്രേഷൻ ആക്റ്റ് കൊണ്ടു വന്നു. ഇതു പ്രകാരം ഓരോ

രാജ്യത്തുനിന്നും അമേരിക്കയിലേക്കുള്ള കുടിയേറ്റക്കാരുടെ എണ്ണം, 1890 ലെ ദേശീയ സെൻസസ് പ്രകാരമുള്ള ജനസംഖ്യയുടെ 2 ശതമാനമായി പരിമിതപ്പെടുത്തി. 1920 ലെ ക്വാട്ട സമ്പ്രദായത്തിൽ മാറ്റം വരുത്തിക്കൊണ്ടുള്ള ആക്ട് 1965 ൽ കോൺഗ്രസ് പാസാക്കി. പുതിയ ആക്ട് അമേരിക്കയിൽ താമസിക്കുന്നവരുടെ ബന്ധുക്കളെ അമേരിക്കയിലേക്ക് കൊണ്ടുവരാൻ കഴിയുമായിരുന്നു. ഈ നിയമവും തുടർന്നുണ്ടായ നിയമങ്ങളുംമൂലം, കുടിയേറ്റ ഘടനയിൽത്തന്നെ മാറ്റം വരികയും യൂറോപ്പിൽ നിന്നുള്ളതിൽ കൂടുതൽ കുടിയേറ്റക്കാർ ഏഷ്യയിൽനിന്നും ലാറ്റിൻ അമേരിക്കയിൽ നിന്നും വരികയും ചെയ്തു.

അമേരിക്കയിൽ എത്തിയിരുന്ന കുടിയേറ്റക്കാരുടെ ഏകദേശരൂപം ചിത്രം 14.1 ൽ നിന്നും വ്യക്തമാകും. 1850 ൽ ആകെ ജനസംഖ്യയുടെ 9.7 ശതമാനമായിരുന്ന 22 ലക്ഷം കുടിയേറ്റക്കാരാണ് അമേരിക്കയിൽ എത്തിയതെങ്കിൽ, 2010 ൽ ഇത് ആകെ ജനസംഖ്യയുടെ 12.9 ശതമാനമായി ഉയർന്നു. മുൻപ് പറഞ്ഞതിൽനിന്നും 4 ശതമാനത്തിന്റെ വർദ്ധന കുടിയേറ്റത്തിൽ വന്നുവെന്നാണ് ഇത് സൂചിപ്പിക്കുന്നത്.ആദ്യ കുടിയേറ്റക്കാർ അടിമകളായ തൊഴിലാളികളായിരുന്നെങ്കിൽ വ്യവസായവല്ക്കരണത്തിനു ശേഷം അമേരിക്കയുടെ വികസനത്തിന് കുതിപ്പേകാൻ കഴിയുന്നവരെയാണ് അമേരിക്ക കുടിയേറ്റക്കാരായി സ്വീകരിച്ചത്. ഇത് സംബന്ധിച്ച വിശദാംശം പട്ടിക 14.1 ൽ കൊടുത്തിരിക്കുന്നത് കാണുക.

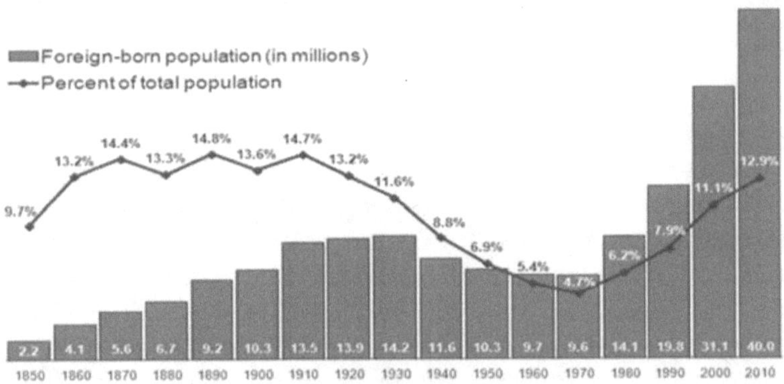

പട്ടിക 14.1 കുടിയേറ്റ തൊഴിലാളികളുടെ തരം തിരിച്ചുള്ള കണക്ക്

വർഷം	*താഴ്ന്ന വിദഗ്ദ്ധ തൊഴിലാളികൾ*	*മദ്ധ്യവിദഗ്ദ്ധ തൊഴിലാളികൾ*	*ഉയർന്ന വിദഗ്ദ്ധ തൊഴിലാളികൾ*
1980	39.5	41.5	19.0
1990	36.8	40.7	22.5
2000	30.4	42.7	26.9
2010	27.8	42.6	29.6

കുടിയേറ്റക്കാരുടെ ഘടനയിലുണ്ടായ മാറ്റം ഈ പട്ടികയിൽനിന്നും വ്യക്തമാണ്. വികസനത്തിന്റെ കാലഘട്ടത്തിൽ കൂടുതൽ കൂടുതൽ വൈദഗ്ദ്ധ്യമുള്ള തൊഴിലാളികളുടെ കുടിയേറ്റമാണ് അമേരിക്ക പ്രോത്സാഹിപ്പിച്ചത്. ക്രമേണ ഹൈസ്കൂൾ വിദ്യാഭ്യാസം എങ്കിലും ഇല്ലാത്തവരുടെ വരവ് കുറയുകയും കോളേജ് ഡിഗ്രിയുള്ള കുടിയേറ്റക്കാരുടെ എണ്ണം വർദ്ധിക്കയും ചെയ്തു. 1980 ൽ നിന്നും 2010 ൽ എത്തുമ്പോൾ വൈദഗ്ദ്ധ്യമുള്ള കുടിയേറ്റക്കാരുടെ വരവ് ശ്രദ്ധേയമാണ്. ഈ കാലഘട്ടത്തിൽ താഴ്ന്ന വിദഗ്ദ്ധ തൊഴിലാളികളുടെ എണ്ണത്തിൽ പത്ത് ശതമാനത്തിലധികം കുറവ് സംഭവിച്ചു. അതേ സമയം, ഉയർന്ന വൈദഗ്ദ്ധ്യമുള്ള തൊഴിലാളികളുടെ എണ്ണത്തിൽ 10.6 ശതമാനം വാർദ്ധനവുമുണ്ടായി. മദ്ധ്യ വിദഗ്ദ്ധ തൊഴിലാളികൾ (ഹൈസ്കൂൾ ഡിപ്ലോമ, ചില കോളേജ്, അല്ലെങ്കിൽ അസോസിയേറ്റ്സ് ബിരുദം) ഉള്ളവരുടെ എന്നതിൽ 1.1 ശതമാനം വർദ്ധനവുണ്ടായി.

2007 ലെ കണക്കനുസരിച്ച്, എല്ലാ രാജ്യത്തു നിന്നുള്ളവരും അമേരിക്കയിൽ തൊഴിൽ തേടിയെത്തിയവരിൽ പെട്ടിരുന്നു. ഇതിൽ 26 ശതമാനം ഏഷ്യയിൽ ജനിച്ചവർ ആയിരുന്നു. ഇവരിൽ 55 ശതമാനവും ഡോക്ടറേറ്റ് ഡിഗ്രി ഉള്ളവരായിരുന്നു. ഈ കാലത്ത്, യൂറോപ്പിൽ ജനിച്ച് അമേരിക്കയിൽ തൊഴിൽ തേടിയെത്തിയത് 11% തൊഴിലാളികൾ ആയിരുന്നു. ഇവരിൽ 24 ശതമാനം ഡോക്ടറേറ്റ് ഡിഗ്രി ഉള്ളവരായിരുന്നു. അതുപോലെ ലാറ്റിനമേരിക്കയിൽ നിന്നുള്ള കുടിയേറ്റ തൊഴിലാളികളിൽ 9.3 ശതമാനവും ഡോക്ടറേറ്റ് ഉള്ളവർ ആയിരുന്നു.

കോളനി വാഴ്ചയുടെ കാലഘട്ടത്തിൽ അമേരിക്കൻ തോട്ടങ്ങൾ ലാഭകരമാക്കി മാറ്റിയതിൽ അടിമകളാണ് പ്രധാന പങ്ക് വഹിച്ചത്. വ്യവസായ വിപ്ലവ കാലഘട്ടത്തിൽ കൂടുതൽ വിദഗ്ദ്ധ തൊഴിലാളികളെ അമേരിക്കയിലേക്ക് കൊണ്ടുവന്നതായിരുന്നു അമേരിക്കൻ വികസനം സാദ്ധ്യമാക്കിയത്. മാറുന്ന കാലത്തിനനുസരിച്ച് നയം മാറ്റുന്നതിൽ അമേരിക്ക എന്നും ഒരു കാതം മുന്നിലായിരുന്നു. ഇപ്പോൾ അവർ ഊന്നൽ കൊടുക്കുന്നത് വിജ്ഞാന മേഖലയ്ക്കാണ്. വിജ്ഞാനം മൂലധനം എന്ന നിലയിൽ വിദേശത്തുനിന്നും കുറഞ്ഞ വിലയ്ക്ക് കൊണ്ടുവരാൻ അവർ തയ്യാർ ആവുന്നു. ഉയർന്ന വിദ്യാഭ്യസം ഉള്ള കുടിയേറ്റക്കാരാണ് ഇപ്പോൾ അവർ പ്രോത്സാഹിപ്പിക്കുന്നത്. അങ്ങനെ ലോകത്തിലെ മൊത്തം മിടുക്കരെ അമേരിക്കയിൽ എത്തിക്കാനും അവരുടെ കഴിവ് അമേരിക്കൻ വികസനത്തിന് മുതൽക്കൂട്ടാക്കാനും അവർക്ക് കഴിയുന്നു. ഇത് കൂടുതൽ ഗുണകരമാക്കാനായിരുന്നു ആഗോളീകരണം എന്ന പുതിയ മുദ്രാവാക്യം അവർ ഉയർത്തിയത്. അതിന്റെ വിശദാംശം ഇനി കാണാം.

ആഗോളീകരണത്തിലെ അമേരിക്കൻ വികസനം

ആധുനിക അമേരിക്കയുടെ വികസനത്തിന് ആഫ്രിക്കൻ അടിമകൾ പ്രധാന പങ്കാണ് വഹിച്ചതെന്നു നാം കണ്ടു കഴിഞ്ഞു. ഓരോ കാലത്തും

നിലവിലിരിക്കുന്ന സാഹചര്യം അമേരിക്കയുടെ വികസനത്തിന് ഗുണകരമാക്കി മാറ്റുന്നതിൽ അമേരിക്കൻ ഭരണാധികാരികൾ മാതൃകാപരമായ പ്രവർത്തനമാണ് നടത്തിയിട്ടുള്ളതെന്ന് ചരിത്രം സാക്ഷ്യപ്പെടുത്തുന്നു. അടിമകളായ കുടിയേറ്റക്കാരെ കൊണ്ടുവന്ന് അമേരിക്കൻ കാർഷിക രംഗത്തിന് അടിത്തറ പാകിയ അതേ ജാഗ്രതയോടെ വ്യാവസായിക വിപ്ലവത്തെ തുടർന്ന് രൂപപ്പെട്ട സാഹചര്യത്തിൽ തീരുമാനം എടുക്കാനും അവർ തയ്യാറായി. കുടിയേറ്റക്കാരായ അടിമകളെ കേന്ദ്രീകരിച്ചുള്ള വികസനം വ്യാവസായിക വിപ്ലവത്തെതുടർന്ന് മാറ്റം വരുത്തുകയും വിദഗ്ദ്ധ തൊഴിലാളികളുടെയും ഉന്നത വിദ്യാഭ്യാസമുള്ളവരുടെയും കുടിയേറ്റം പ്രോത്സാഹിപ്പിക്കയും ചെയ്തു. മാറിവന്ന ലോക സാഹചര്യം അമേരിക്കയുടെ വികസനത്തിന് അനുകൂലമാക്കി മാറ്റുന്നതിൽ മാത്രമല്ല ഒന്നാം ലോക മഹായുദ്ധത്തിൽ തകർന്നടിഞ്ഞ യൂറോപ്യൻ സാമ്രാജ്യത്തിന് ഒരു ബദലായി സ്വയം ഉയരുന്നതിലും അവർ പ്രത്യേകം താല്പര്യം കാട്ടിയിരുന്നു.

ഒന്നാം ലോകമഹായുദ്ധത്തോടെ തകർന്നടിഞ്ഞ യൂറോപ്യൻ സാമ്രാജ്യത്തിന് ഒരു ബദലായി ഉയർന്നുവരാൻ രണ്ടാം ലോക മഹായുദ്ധത്തോടെ അമേരിക്കയ്ക്ക് കഴിഞ്ഞു. യുദ്ധത്തിന്റെ അവസാന കാലഘട്ടത്തിൽ രൂപീകരിക്കപ്പെട്ട 'ബ്രെട്ടൻ വുഡ് സ്ഥാപനങ്ങൾ' തുടർന്നുള്ള അവരുടെ മേല്ക്കോയ്മ നിലനിർത്താനും സഹായിച്ചു. 'ബ്രെട്ടൻ വുഡ് സ്ഥാപനങ്ങളായ', വേൾഡ് ബാങ്കും, ഐ എം എഫും, അമേരിക്കയുടെ മുൻകൈയോടെ ന്യൂ ഹാംഷൈർ സിറ്റിയിൽ 1944 ലാണ് സ്ഥാപിതമായത്. യുദ്ധകാലത്തും അതിനുശേഷവും വികസിപ്പിച്ചെടുത്ത നിരവധി അന്താരാഷ്ട്ര സ്ഥാപനങ്ങൾക്കും ആഗോള ഏജൻസികൾക്കും സാമ്രാജ്യത്വ ശക്തികളുടെ ശാക്തീകരണത്തിന് ഉപയോഗിക്കപ്പെട്ടു. മാത്രമല്ല, വികസനത്തിലധിഷ്ഠിതമായി ലോകമെമ്പാടുമുള്ള കമ്യൂണിസ്റ്റ് വിരുദ്ധ അജണ്ട പ്രോത്സാഹിപ്പിക്കുന്നതിലും ആഗോളവല്ക്കരണ ആശയങ്ങൾ പ്രചരിപ്പിക്കുന്നതിലും ഈ സ്ഥാപനങ്ങൾ നിർണ്ണായകമായിരുന്നു (Blum 2003, Xing and Hersh 2006, Levi-Faur 2005).

സോവിയറ്റ് യൂണിയന്റെ തകർച്ചയോടെ ഏക ധ്രുവ ശക്തിയായി ലോകം മാറിയപ്പോഴും ബ്രെട്ടൺ വുഡ് സ്ഥാപനങ്ങൾ ഒരു പ്രമുഖ സ്ഥാനം വഹിച്ചുനിന്നു. തുടർന്ന് രൂപപ്പെട്ട ആഗോളീകരണത്തിൽ ബ്രെട്ടൺ വുഡ് സ്ഥാപനങ്ങളും ഡിജിറ്റൽ ശൃംഖലയും പ്രധാന പങ്കാണ് വഹിച്ചത്. ബ്രിട്ടീഷ് കൊളോണിയൽ കാലത്തുനിന്നും വ്യത്യസ്തമായി ലോകത്തെ ഒരു കേന്ദ്രത്തിൽനിന്നുകൊണ്ട് നിയന്ത്രിക്കുന്നതിൽ ഡിജിറ്റൽ ശൃംഖല വലിയ പങ്കാണ് വഹിച്ചത്. പ്രാദേശിക ഗവൺമെന്റുകളിൽ നേരിട്ട് ഇടപെടാതെ ഉല്പാദനം, വിതരണം, വിപണനം എന്നിവയിൽ ഇടപെടാൻ ഡിജിറ്റൽ ശൃംഖലയെ ഫലപ്രദമായി ഉപയോഗിക്കാൻ ആഗോളീകരണം മുതലാളിത്ത ചേരിക്ക് കരുത്തു പകർന്നു. മറ്റൊരു വിധത്തിൽ പറഞ്ഞാൽ പഴയ യൂറോപ്യൻ ആധിപത്യത്തിൽനിന്നും ആധുനിക ആഗോളീകരണം അടിസ്ഥാനപരമായി വേറിട്ടു നില്ക്കുന്നത് നേരിട്ടുള്ള ഇടപെടൽ

കൂടാതെ ലോക രാജ്യങ്ങളെ നിയന്ത്രിക്കാൻ മുതലാളിത്ത ചേരി ആർജ്ജിച്ച കരുത്തിലൂടെയാണ്.

ആഗോളവല്ക്കരണം മുതലാളിത്ത ലോകത്തിന് അഭൂതപൂർവ്വമായ അനുകൂല സാഹചര്യം സൃഷ്ടിച്ചു. ഇൻഫർമേഷൻ ടെക്നോളജി ഉപയോഗിച്ചു ലോകത്തെ നിയന്ത്രിക്കാനുള്ള കരുത്ത് നേടിയിരുന്ന അമേരിക്കയ്ക്ക് ഇത് വൻ മേൽക്കൈയാണ് നേടിക്കൊടുത്തത്. ശീതയുദ്ധത്തെ ഫലപ്രദമായി നേരിടാൻ സാമ്രാജ്യ ശക്തികളെ പ്രാപ്തമാക്കിയതും ഈ മേൽക്കൈയായിരുന്നു. ശീതയുദ്ധത്തിന്റെ വിജയം ലോകത്തിന്റെ ഓരോ മുക്കിലും മൂലയിലും അമേരിക്കൻ സംസ്കാരവും സാങ്കേതികവിദ്യയും പ്രചരിപ്പിക്കുന്നതിനും സാമ്രാജ്യ ശക്തികളെ പ്രാപ്തമാക്കി. ഇത് ആഗോളവല്ക്കരണ പ്രക്രിയയെ ത്വരിതപ്പെടുത്തി (കാമറോൺ 2005: 3). തൊണ്ണൂറുകളിൽ ആരംഭിച്ച രണ്ടാം ഘട്ടം ആഗോളവല്ക്കരണം ബ്രിട്ടീഷ് കേന്ദ്രീകൃത ആഗോളവല്ക്കരണവുമായി പലതുകൊണ്ടും സമാനതകളുള്ളതാണ്. പക്ഷേ, തൊണ്ണൂറുകളിലെ ആഗോളീകരണം അമേരിക്കൻ താല്പര്യത്തിന് അനുഗുണമായിരുന്നു എന്നതായിരുന്നു എന്ന് മാത്രം.

ചുരുക്കത്തിൽ, സാഹചര്യങ്ങളെ തങ്ങളുടെ നേട്ടത്തിനും വികസനത്തിനും ഉപയോഗിക്കുന്നതിൽ എന്നും ഒരു കാതം മുന്നിൽ നിന്നിരുന്ന അമേരിക്കൻ ഭരണാധികാരികൾ പുതിയതായി രൂപപ്പെട്ട സാഹചര്യത്തെ ഫലപ്രദമായി ഉപയോഗിക്കുന്നതിൽ അമേരിക്ക ബ്രിട്ടീഷുകാരെ തോല്പിക്കുക തന്നെ ചെയ്തു. ബ്രിട്ടീഷ് കോളനി വാഴ്ചക്കാലത്ത് ആഫ്രിക്കയിൽനിന്നും കൊണ്ടുവന്നിരുന്ന അടിമകളായിരുന്നു അമേരിക്കൻ കാർഷിക സമ്പദ്ഘടന കെട്ടിപ്പടുക്കുന്നതിൽ പ്രധാന പങ്കുവഹിച്ചിരുന്നതെങ്കിൽ, തുടർന്ന് അമേരിക്കൻ കുടിയേറ്റക്കാർ ഉന്നത വിദ്യാഭ്യാസമുള്ളവരും സാങ്കേതിക വിദഗ്ദ്ധരുമുണ്ടായിരുന്നു. ആധുനിക അമേരിക്കയുടെ സമ്പദ്ഘടന രൂപപ്പെടുത്തുന്നതിൽ ഇവരുടെ പങ്ക് വളരെ വലുതായിരുന്നു. എന്നാൽ, ആഗോളീകരണത്തിന്റെ കാലത്തിൽ ലോകത്തെ എല്ലാ മൂലയിലുമുള്ള സാഹചര്യങ്ങൾ അമേരിക്കൻ വികസനത്തിന് ഗുണകരമാക്കാൻ അമേരിക്കയ്ക്ക് കഴിയുന്നു.

References

Blum, W (2003) *Killing Hope: U S Military and CIA Interventions Since World War II. London*: Zed Books.

Xing, L and Hersh, J (2006) *Understanding Global Capitalism: Passive Revolution and Double Movement In the Era of Globalization, American Review of Political Economy*, 4(1/2): 36-55.

Levi-Faur, D. (2005) *The Global Diffusion of Regulatory Capitalism, Annals of the American Academy of Political and Social Science*, Vol. 598, pp. 12-32.

വർഗ്ഗവിവേചനം അമേരിക്കയിൽ

ഒരു ഭാഗത്ത് ആർഷഭാരത സംസ്കാരം പറയുകയും മറുഭാഗത്ത് ഓരോരുത്തരേയും ജാതിയുടെ ഒറ്റപ്പെട്ട കള്ളികളിലേക്ക് ഒതുക്കുകയും ചെയ്യുന്ന ഇന്ത്യൻരീതി അമേരിക്കയിലുണ്ടോയെന്നറിയാൻ വായനക്കാർക്ക് താല്പര്യം ഉണ്ടായേക്കാം. അമേരിക്കയിൽ വർഗ്ഗവിവേചനം (racism) ശക്തമായി നിലനിന്നിരുന്ന കാലം ഉണ്ടായിരുന്നെന്നതും, അക്കാലത്ത് കറുത്ത വർഗ്ഗക്കാർക്ക് വെള്ളക്കാരിൽനിന്നും കൊടിയ വിവേചനം നേരിടേണ്ടി വന്നിട്ടുണ്ടെന്നതും ചരിത്രമാണ്. എന്നാൽ വർഗ്ഗപരമായ ഒരു വിവേചനവും അമേരിക്ക അനുവദിക്കുന്നില്ല. അമേരിക്കക്കാർക്ക് എന്നതുപോലെ അമേരിക്കയിൽ എത്തുന്നവരുടെ കാര്യത്തിലും ഇതാണ് നിയമം. ഇതൊക്കെയാണ് നിയമമെങ്കിലും വർഗ്ഗവിവേചനത്തിന്റെ പഴയ അവശിഷ്ടങ്ങൾ ഇപ്പോഴും പലേടത്തും കാണാൻ കഴിയും. കറുത്തവരോട് വെള്ളക്കാർക്കുള്ള വിവേചനം പലപ്പോഴും കാണാവുന്നതാണ്. മാത്രമല്ല, മറ്റു രാജ്യക്കാരോടും ഈ വിവേചനം വെച്ചു പുലർത്തുന്നവരും ഇല്ലാതില്ല. വർഗ്ഗ വിവേചനവും, വംശീയതയും അമേരിക്കയിൽ എത്ര തീക്ഷ്ണമാണെന്നാണ് ഈ അദ്ധ്യായം പരിശോധിക്കുന്നത്.

വംശവും വർഗ്ഗവും തമ്മിലുള്ള അന്തരം

വംശവും വർഗ്ഗവും പലപ്പോഴും ഒരേ അർത്ഥത്തിൽ ഉപയോഗിക്കാറുണ്ടെങ്കിലും ഇവ രണ്ടും രണ്ട് ആശയത്തെയാണ് പ്രതിഫലിപ്പിക്കുന്നത്. വംശീയതയുടെ അടിസ്ഥാനം ദേശീയത, ഭാഷ, സംസ്കാരം, പൂർവ്വീകത എന്നീ ഘടകങ്ങളാണെങ്കിൽ വർഗ്ഗം ചർമ്മം, മുടി, കണ്ണ് എന്നിവയുടെ നിറത്തിന്റെ അടിസ്ഥാനത്തിലാണ് നിശ്ചയിക്കുന്നത്. മറ്റൊരു വിധത്തിൽ പറഞ്ഞാൽ വംശത്തിന്റെ അടിസ്ഥാനം സംസ്കാര

മാണെങ്കിൽ വർഗ്ഗത്തിന്റെ അടിസ്ഥാനം വ്യക്തിയുടെ ശാരീരികമായ പ്രത്യേകതയാണ്.

വർഗ്ഗവിവേചനത്തിന്റെ സൂചനകൾ

വർഗ്ഗവിവേചനത്തെ സംഘടിതമായി നേരിട്ട് പരാജയപ്പെടുത്തുന്നതിൽ ഒരു പരിധിവരെ വിജയിച്ചവരാണ് അമേരിക്കയിലെ കറുത്ത വർഗ്ഗക്കാർ. എന്നാൽ ഇപ്പോഴും, പല വിവേചനവും പൊതു ഇടങ്ങളിൽ ഇവർക്ക് നേരിടേണ്ടിവരുന്നുണ്ട്. ഉദാഹരണത്തിന്, കറുത്ത വർഗ്ഗക്കാർ വാഹനം ഓടിച്ചു പോകുമ്പോൾ അവരെ നിയമ ലംഘനത്തിന്റെ പേരിൽ തടഞ്ഞു നിർത്താനുള്ള പ്രവണത വെള്ളക്കാരായ ഉദ്യോഗസ്ഥർക്ക് കൂടുതലാണെന്ന് പറയാറുണ്ട്. കറുത്തവരായ ഡ്രൈവർമാർ പിടിക്കപ്പെട്ടാൽ പൊലീസ് അവരോട് കാണിക്കുന്നത്ര കാർക്കശ്യം വെള്ളക്കാരോട് കാണിക്കാറില്ലെന്നും പറയപ്പെടുന്നു. വെള്ളക്കാരല്ലാത്ത മറ്റു രാജ്യക്കാരെ കണ്ടാൽ അത്ര സന്തോഷം തോന്നാത്ത പൊലീസ് ഉദ്യോഗസ്ഥരും ഇല്ലാതില്ല. ഇക്കാര്യത്തിൽ മറിച്ചുള്ള വിമർശനവും ഉണ്ട്.

ഇങ്ങനെ ചെയ്യാൻ കാരണമായി പറയുന്നത് കറുത്തവർക്ക് ഇടയിൽ കുറ്റനിരക്ക് കൂടുതലാണെന്നതാണ്. കറുത്തവർ കൂടുതലായി വസിക്കുന്നിടത്ത് കുറ്റകൃത്യം കൂടുതലാണെന്നാണ് കണക്കുകൾ സൂചിപ്പിക്കുന്നത്. ഇങ്ങനെ കറുത്തവർക്ക് ഇടയിൽ കുറ്റകൃത്യം കൂടുതലായതിനാൽ അവർ കൂട്ടമായി താമസിക്കുന്നിടത്ത് വീട് വാങ്ങാൻ മറ്റുള്ളവർക്ക് താല്പര്യം കുറവാണ്. ഇതുപോലെതന്നെ അമേരിക്കക്കാരല്ലാത്തവർ കൂട്ടമായി താമസിക്കുന്നിടത്ത് വെള്ളക്കാർക്കും വീട് വാങ്ങാൻ താല്പര്യം കാണിക്കാറില്ല. ഉദാഹരണത്തിന് ഇന്ത്യക്കാർ കൂട്ടമായി താമസിക്കുന്നിടത്ത് ഒരു വെള്ളക്കാരൻ വീട് വാങ്ങുക എന്നത് അത്ര സാധാരണമല്ല. ഇന്ത്യക്കാരനല്ലെങ്കിൽ, ചൈനക്കാരനായിരിക്കും ആ വീട് വാങ്ങാൻ വരിക. ഇത്തരം സാഹചര്യം നിലനില്ക്കുമ്പോഴും വംശവും, വർഗ്ഗവും തിരിച്ചുള്ള കണക്ക് സർക്കാർ കൃത്യമായി ശേഖരിക്കുന്നു.

വംശീയതയുടെ കാനേഷുമാരി

അമേരിക്കൻ സെൻസസ് ബ്യൂറോ സ്പാനിഷ് (hispanic) അല്ലെങ്കിൽ ലാറ്റിൻ (Latino) വംശീയർ, യൂറോപ്യൻസ്, മറ്റ് രാജ്യക്കാർ എന്നിങ്ങനെ വിവിധ വേഷത്തിൽ പെട്ടവരുടെ കണക്ക് പ്രസിദ്ധീകരിക്കുന്നു. സ്പാനിഷ് (hispanic) അല്ലെങ്കിൽ ലാറ്റിൻ (Latino) അമേരിക്കൻ വംശീയർ, ക്യൂബ, മെക്സിക്കോ, പോർട്ടോ റിക്കോ, സൗത്ത്, സെൻട്രൽ അമേരിക്ക തുടങ്ങിയ സ്പാനിഷ് സംസ്കാരമുള്ള രാജ്യങ്ങളിൽനിന്നും വന്നവരാണ്. ഇതിൽ പെടാത്തവരാണ് യൂറോപ്യൻസ്. പല കാലത്തായി അമേരിക്കയിലെത്തിയവരാണ് മറ്റുള്ളവർ. അമേരിക്കൻ സെൻസസ് ബ്യൂറോ വംശം തിരിച്ച് കൊടുത്തിരിക്കുന്ന കണക്ക് പട്ടിക 1 ൽ കൊടുത്തിരിക്കുന്നു.

പട്ടിക 1 അമേരിക്കക്കാരുടെ വംശം തിരിച്ചുള്ള 2015 ലെ കണക്ക്

റാങ്ക്	*പൂർവ്വികവംശം*	*ജനസംഖ്യ*	*%*
1	ജർമ്മൻ	46,403,053	14.7
2	ബ്ലാക്ക്/ ആഫ്രിക്കൻ അമേരിക്കൻ	38,785,726	12.3
3	മെക്സിക്കൻ (ഏതെങ്കിലും വംശത്തിൽ)	34,640,287	10.9
4	ഐറിഷ്	33,526,444	10.6
5	ഇംഗ്ലീഷ്	24,787,018	7.8
6	അമേരിക്കൻ	22746991	7.2
7	ഇറ്റാലിയൻ	17285619	5.5
8	പോളിഷ്	9385766	3.0
9	ഫ്രഞ്ച്	8272538	2.6
10	സ്കോട്ടിഷ്	5409343	1.7
11	പോർട്ടോ റിക്കൻ (ഏതെങ്കിലും വംശത്തിൽ)	5174554	1.6
12	നോർവീജിയൻ	4445030	1.4
13	ഡച്ച്	4289116	1.4
14	സ്വീഡിഷ്	3933024	1.2
15	ചൈനീസ്	3852099	1.2
16	ഏഷ്യൻ ഇന്ത്യൻ	3303512	1.0
17	സ്കോച്ച്-ഐറിഷ്	3046005	1.0
18	റഷ്യൻ	2843400	0.9
19	വെസ്റ്റ് ഇന്ത്യൻ (ഇതര-ഹിസ്പാനിക്)	2824722	0.9
20	ഫിലിപ്പിനോ	2717844	0.9

അവലംബം: അമേരിക്കൻ കമ്യൂണിറ്റി സർവ്വേ

അമേരിക്കയിൽ കൂടുതൽ പ്രാതിനിദ്ധ്യം ജർമ്മൻ വംശജർക്കാണ് (14.7%). രണ്ടാമത് ആഫ്രിക്കൻ അമേരിക്കൻ വംശജരാണ് (12.3%). മെക്സിക്കൻ വംശജർ 10.9%, ഐറിഷ് വംശജർ 10.6%, ഇംഗ്ലീഷ് വംശജർ 7.8%, അമേരിക്കൻ വംശജർ 7.2%, ഇറ്റാലിയൻ വംശജർ 5.5%, പോളിഷ് വംശജർ 3.0%, ഫ്രഞ്ച് വംശജർ 2.6% എന്നിങ്ങനെയാണ് മറ്റുള്ളവരുടെ പ്രാതിനിദ്ധ്യം. ഇതിൽ ഒന്നിലും പെടാത്തവരായി രണ്ടു ശതമാനത്തിൽ താഴെ മാത്രമാണുള്ളത്. ഏഷ്യൻ ഇന്ത്യക്കാർ ഒരു ശതമാനമാണുള്ളത്. വംശീയമായ (ethnonym) കണക്കിനൊപ്പം വർഗ്ഗപരമായ (race) കണക്കും അമേരിക്കൻ സെൻസസ് ബ്യൂറോ ശേഖരിച്ചു പ്രസിദ്ധീകരിക്കുന്നു.

ജർമ്മൻകാരാണ് അമേരിക്കയിലെ ഏറ്റവും വലിയ വംശീയ ഗ്രൂപ്പ്. പത്തൊൻപതാം നൂറ്റാണ്ടിൽ, ഇവർ കൂട്ടത്തോടെ അമേരിക്കയിലേക്ക് കുടിയേറുകയായിരുന്നു. ജർമ്മൻകാർക്ക് ശേഷം ഇറ്റാലിയൻ, പോളിഷ്, ഫ്രഞ്ച്, സ്കോട്ടിഷ്, ഡച്ച്, നോർവീജിയൻ, സ്വീഡിഷ്, റഷ്യൻ, വെൽഷ്, ചെക്ക്, ഹംഗേറിയൻ, സ്പാനിഷ്, പോർച്ചുഗീസ്, ഡാനിഷ്, ഗ്രീക്ക് എന്നിവരും അമേരിക്കയിലേക്ക് കുടിയേറി. അമേരിക്കയുടെ തെക്കൻ സംസ്ഥാനങ്ങളിലെ ഒരു വലിയ വിഭാഗം, വംശീയമായി അവർ വെള്ളക്കാരാണെന്നാണ് കരുതുന്നത്. ജനസംഖ്യയുടെ ഏതാണ്ട് 16% ശതമാനത്തോളം വരുന്നവർ സ്പാനിഷ്/ലാറ്റിനോ വിഭാഗത്തിൽ പെടുന്നു. ഇവരിൽ മൂന്നിൽ രണ്ടുഭാഗവും മെക്സിക്കൻസാണ്. പോട്ടോറിക്കൻസ്, ക്യൂബൻസ്, ഡൊമിനിക്വൻസ്, കോസ്റ്റാ റിക്കൻസ്, ഗ്വാട്ടിമാലൻസ്, ഹോണ്ടുറാൻസ്, നിക്കരാഗ്വന്മാർ, പനാമക്കാർ, സാൽവദോരിയൻസ്, അർജന്റീനക്കാർ, ബൊളീവിയക്കാർ, ഇക്വഡോറിയക്കാർ, വെനസ്വേലക്കാർ തുടങ്ങിയവരും ഇക്കൂട്ടത്തിൽ പെടും.

വർഗ്ഗം തിരിച്ചുള്ള കണക്ക്

ആഫ്രിക്ക, ഏഷ്യ, ദക്ഷിണ അമേരിക്ക എന്നിവിടങ്ങളിൽ നിന്നുള്ള വ്യത്യസ്ത വർഗ്ഗങ്ങളിൽപെട്ടവർ അമേരിക്കയിലുണ്ടെങ്കിലും സെൻസസ് ബ്യൂറോ അംഗീകരിച്ച ആറു വർഗ്ഗങ്ങൾ മാത്രമാണുള്ളത്. അമേരിക്കൻ വെള്ളക്കാർ (White Americans), കറുത്ത വർഗ്ഗക്കാർ അല്ലെങ്കിൽ ആഫ്രിക്കൻ അമേരിക്കൻ (Black or African American), ഏഷ്യക്കാർ (Asian Amcrican), തദ്ദേശീയരും അലാസ്കക്കാരും (Native Americans and Alaska Natives), ഹവായിക്കാരും മറ്റു പസഫിക് ദ്വീപുകാരും (Native Hawaiians and Other Pacific Islanders), രണ്ടോ അതിലധികമോ വർഗ്ഗത്തിൽപെട്ടവർ (Two or more races), ഇതിൽ ഒന്നിലും പെടാത്തവർ (Some other race) എന്നിവരാണീ ആറു വർഗ്ഗങ്ങൾ. ഇതിൽ ഓരോ വർഗ്ഗത്തിലും പെട്ടവർ 2010 ലെ സെൻസസ് പ്രകാരം, ജനസംഖ്യയുടെ എത്ര ശതമാനം ഉണ്ടെന്ന് പട്ടിക 2 ൽനിന്നും മനസ്സിലാക്കാം.

അമേരിക്കൻ ജനസംഖ്യയുടെ 72.4 ശതമാനം വെള്ളക്കാരാണ്. ഇംഗ്ലീഷ് സംസാരിക്കുന്ന യൂറോപ്യൻ വംശരെ അവരുടെ പൂർവ്വികരുടെ വംശം നോക്കാതെ തന്നെ വെള്ളക്കാരായാണ് സെൻസസിൽ രേഖപ്പെടുത്തുന്നത്. ഇവർ യൂറോപ്പ്, മിഡിൽ ഈസ്റ്റ്, നോർത്ത് ആഫ്രിക്ക എന്നിവിടങ്ങളിൽനിന്നും വന്നവരാണ്. കറുത്തവർ അല്ലെങ്കിൽ ആഫ്രിക്കൻ അമേരിക്കക്കാർ എന്നറിയപ്പെടുന്നവർ ആഫ്രിക്കയിൽനിന്നും ആദ്യകാലത്ത് അടിമകളായി എത്തിയവരുടെ പിന്മുറക്കാരാണ്. ഇവർ ജനസംഖ്യയുടെ 12.6 ശതമാനം വരും. ആഫ്രിക്കയിൽനിന്നും നേരിട്ട് കൊണ്ടുവന്ന കറുത്ത വർഗ്ഗക്കാരുടേയോ കരിബീയ വഴി അമേരിക്കയിൽ എത്തിയ അടിമകളുടെയോ വംശീയ പരമ്പരയിൽ പെട്ടവരാണിവർ. അടിമത്തം നിർത്തലാക്കിയതിനു ശേഷം, 1865 മുതൽ 2013 വരെ,

എത്യോപ്യ, ഘാന, നൈജീരിയ, സൊമാലിയ എന്നിവിടങ്ങളിൽനിന്നും അമേരിക്കയിൽ എത്തിയ മുപ്പത് ലക്ഷത്തോളം കറുത്തവർഗ്ഗക്കാരും ഇതിൽപെടും. ഏഷ്യൻ-അമേരിക്കക്കാർ, കിഴക്കൻ ഏഷ്യ, വടക്കേ ഏഷ്യ, തെക്കുകിഴക്കൻ ഏഷ്യ, ഇന്ത്യൻ ഉപഭൂഖണ്ഡം എന്നിവിടങ്ങളിൽ നിന്നും വന്നവരാണ്. ഇവർ ജനസംഖ്യയുടെ 4.8 ശതമാനമാണ്. അമേരിക്കയിലെ തദ്ദേശീയരായ ജനതയെയാണ് ദേശീയ അമേരിക്കക്കാർ അല്ലെങ്കിൽ അലാസ്കൻ സ്വദേശികൾ എന്ന് വിളിക്കുന്നത്. ഇവർ ആകെ ജനസംഖ്യയുടെ 0.2 ശതമാനമേയുള്ളൂ. ഒന്നോ അതിലധികമോ വർഗ്ഗത്തിൽപെട്ടവരെ, മൾട്ടി റേസ് എന്നാണ് അറിയപ്പെടുന്നത്. ഇവർ ജനസംഖ്യയുടെ 2.9 ശതമാനവും ഇതിലൊന്നും പെടാത്തവർ 6.2 ശതമാനവും വരും.

പട്ടിക 2 വിവിധ വർഗ്ഗങ്ങളുടെ കണക്ക്, 2015

നമ്പർ	വർഗ്ഗം	%
1	വെള്ളക്കാർ (White alone)	72.4
2	കറുത്ത അല്ലെങ്കിൽ ആഫ്രിക്കൻ അമേരിക്കൻ (Black or African American)	12.6
3	ഏഷ്യൻ (Asian)	4.8
4	അമേരിക്കൻ ഇന്ത്യൻ അഥവാ അലാസ്കക്കാർ (Native Americans and Alaska Natives)	0.9
5	ഹവായിക്കാർ അഥവാ മറ്റു പസഫിക് ദ്വീപുകാർ (Native Hawaiians and Other Pacific Islanders)	0.2
6	രണ്ടോ അതിലധികമോ വർഗ്ഗത്തിൽ പെട്ടവർ (Two or more races)	2.9
7	ഇതിൽ ഒന്നിലും പെടാത്ത (Some other race)	6.2
	ആകെ	100

അവലംബം: https://www.census.gov/quickfacts/fact/table/US/

അമേരിക്കയിലെ വംശീയതയെക്കുറിച്ചും വർഗ്ഗവിവേചനത്തെയും കുറിച്ചാണ് ഇവിടെ പരിശോധിക്കാൻ ശ്രമിച്ചത്. അമേരിക്കയിൽ ഏതു തരത്തിലുള്ള വിവേചനവും നിയമവിരുദ്ധമാണ്. എന്നാൽ പൂർവ്വകാല വർഗ്ഗവിവേചനത്തിന്റെ അവശിഷ്ടങ്ങൾ ഇപ്പോഴും ഏറിയും കുറഞ്ഞും നിലനില്ക്കുന്നു. ഒരുകാലത്തെ ഇത്തരം വിവേചനങ്ങൾക്ക് വിധേയമായിരുന്ന ആഫ്രിക്കൻ കുടിയേറ്റക്കാരുടേയും, തദ്ദേശീയ അമേരിക്കക്കാരുടേയും പിന്മുറക്കാർ ഇപ്പോഴും വിദ്യാഭ്യാസപരമായും സാംസ്കാരികമായും മുഖ്യധാരയിൽനിന്നും ഏറെ പിന്നിലാണ്. പ്രത്യേക പരിഗണനയും സഹായവും നല്കി ഇവരെ മുഖ്യധാരയിലെത്തിക്കാൻ സർക്കാർ ശ്രമിക്കുന്നുണ്ട്. എന്നാൽ ഇപ്പോഴും ഇവരുടെ ഇടയിൽ കുറ്റനിരക്ക്

ഉയർന്നു നില്ക്കുന്നു. അവരെ മുഖ്യധാരയിൽ നിന്നും അകത്തി നിർത്താൻ ഇതും ഒരു കാരണമായി ചൂണ്ടിക്കാണിക്കുന്നു. ഒരുഭാഗത്ത് ഇത്തരം സംഭവങ്ങൾ നടക്കുമ്പോൾ, മറുഭാഗത്ത് ലോകത്തിന്റെ എല്ലാ ഭാഗത്തുനിന്നും ജനം അമേരിക്കയിലേക്ക് എത്തുകയും അവരുടേതായ വംശം നിലനിർത്തുകയും ചെയ്യുന്നതായും കാണാം. ചുരുക്കത്തിൽ, കറുത്തവരും വെള്ളക്കാരും എന്ന വർഗ്ഗവിവേചനത്തിന്റെ അതിരുകൾ ഇല്ലാതാവുകയും ഓരോ രാജ്യത്തുനിന്നും വന്നവരുടെ വംശം രൂപപ്പെടുകയും ചെയ്തിരിക്കുന്നു.

സാംസ്കാരിക പൈതൃകങ്ങളുടെ താവളം

അമേരിക്ക ഒരു കുടിയേറ്റക്കാരുടെ നാടാണ്. ഒരു ചെറു ന്യൂന പക്ഷം ഒഴിച്ചുള്ളവർ പല കാലങ്ങളിലായി അവിടേക്ക് കുടിയേറിയ വരാണ്. മറ്റൊരുവിധത്തിൽ പറഞ്ഞാൽ അമേരിക്ക എന്നും കുടിയേറ്റ ക്കാരുടെ സ്വപ്നഭൂമിയായിരുന്നു. ഇക്കാര്യത്തിൽ കൊളംബസിനു ശേഷം അമേരിക്കയിലെത്തിയ യൂറോപ്യൻ കുടിയേറ്റക്കാർ മുതൽ ഇരുപ ത്തൊന്നാം നൂറ്റാണ്ടിൽ അവിടെ എത്തിയവർ വരെ ഒരുപോലെയാ ണെന്ന് പറയാം. സ്വപ്ന ഭൂമിയിലേക്ക് ഓരോ കാലത്തും എത്തിയവർ അവരുടെ സാംസ്കാരിക പൈതൃകം സംരക്ഷിച്ചു നിർത്തുന്നതിൽ തല്പ രരായിരുന്നു. ഇങ്ങനെ കുടിയേറ്റക്കാർ അവരോടൊപ്പം അവരുടെ പൈതൃകവുംകൊണ്ട് വന്നതിനാൽ ഇന്നത്തെ അമേരിക്കൻ സംസ്കാരം തദ്ദേശീയരായ അമേരിക്കക്കാരുടെ സാംസ്കാരിക പൈതൃകത്തിന്റെ ശേഷിപ്പല്ല, മറിച്ച് തദ്ദേശീയ സംസ്കാരത്തിന്റെയും കുടിയേറ്റ സംസ ്കാരത്തിന്റെയും ആകത്തുകയാണ്. ഓരോ രാജ്യക്കാരും അവരുടെ സാംസ്കാരിക പൈതൃകം വിളിച്ചോതുന്ന ആഘോഷങ്ങളും അവിടെ നടത്തി വരുന്നു. ഹംഗറിക്കാരുടെ ഹങ്കേറിയൻ ഫെസ്റ്റും മെക ്സിക്കക്കാരുടെ മെക്സിക്കൻ ഫെസ്റ്റും മാത്രമല്ല ഇന്ത്യക്കാരുടെ സംസ്ഥാനം തിരിച്ചുള്ള ആഘോഷങ്ങളും അവിടെ നടക്കുന്നു. മലയാളികളും ഇക്കാര്യത്തിൽ ഒട്ടും പിന്നിലല്ല. അവിടെ നടക്കുന്ന ചില ആഘോഷങ്ങളെക്കുറിച്ചാണ് ഇവിടെ പറയുന്നത്.

കുടിയേറ്റക്കാരുടെ ആഘോഷങ്ങൾ

ഞങ്ങൾ താമസിച്ചിരുന്ന ന്യൂജേഴ്സിയിലെ ഒരു തെരുവ് ഹംഗേറി യൻ തെരുവെന്നാണറിയപ്പെടുന്നത്. വർഷത്തിൽ ഒരു ദിവസം അവരുടെ

ആഘോഷത്തിനായി ആ റോഡ് അടച്ചിടും. ഇരുപതാം നൂറ്റാണ്ടിന്റെ ആരംഭം മുതൽ ഹംഗേറിയൻ കുടിയേറ്റക്കാർ ജോൺസൺ ആൻഡ് ജോൺസണിലും യുണൈറ്റഡ് സിഗാർ ഫാക്ടറിയിലും ജോലി തരപ്പെടുത്തി ന്യൂബ്രൺസ്വിക്കിൽ താമസമാക്കിയിരുന്നു. കാലക്രമേണ അവരുടെ ജനസംഖ്യയിൽ കാര്യമായ വർദ്ധനവ് വരികയും ന്യൂ ബ്രൺസ്വിക്കിലെ ഒരു പ്രദേശം അവരുടെ കേന്ദ്രമായി വളരുകയും ചെയ്തു. എല്ലാ വർഷവും ജൂൺ മാസത്തിലെ ആദ്യ ശനിയാഴ്ച ന്യൂബ്രൺസ്വിക്കിലെ സോമർസെറ്റ് സ്ട്രീറ്റിൽ അവർ ഹംഗേറിയൻ ഫെസ്റ്റ് നടത്തുന്നു. ഹംഗേറിയൻ പാരമ്പര്യ കലകളുടെ പ്രകടനം, പാരമ്പര്യ ഭക്ഷണത്തിന്റെ പ്രദർശനവും വില്പനയും ഒക്കെ അന്നവിടെ നടക്കുന്നു.

മെക്സിക്കൻ സംസ്കാരത്തിന്റെയും പാരമ്പര്യത്തിന്റെയും വാർഷിക ആഘോഷമാണ് സിൻകോ ഡി മായോ (Cinco de Mayo). 2016 ലെ കണക്കനുസരിച്ച് അമേരിക്കയിലെ ജനസംഖ്യയുടെ 11.2% മെക്സിക്കൻസാണ്. ഇവർ നടത്തുന്ന, പ്യൂബ്ല യുദ്ധ ദിനം (Battle of Puebla) അമേരിക്കയിൽ എല്ലായിടത്തും നടക്കുന്നു. മറ്റൊരാഘോഷമാണ് ലാറ്റിനമേരിക്കൻ ഫെസ്റ്റ്. ഇത് നടക്കുന്നത് ലേബർ ഡേ വാരാന്ത്യത്തിൽ യൂട്ടാ സംസ്ഥാനത്തിലെ പ്രൊവോ (Provo) നഗരത്തിലാണ്. (അമേരിക്കയിൽ ലേബർ ഡേ ആചരിക്കുന്നത് സെപ്തംബർ മാസത്തിലെ ആദ്യ തിങ്കളാഴ്ചയാണ്). മറ്റൊരാഘോഷമാണ് സ്പാനിഷ് ഫെസ്റ്റ്. സ്പാനിഷ് സംസ്കാരം ഉയർത്തിക്കാട്ടുന്ന സ്പാനിഷ് ഫെസ്റ്റ് നടക്കുന്നത് ഉട്ടാവായിലാണ്. സ്പാനിഷ് ഫെസ്റ്റിൽ പങ്കെടുക്കുന്ന പൊതുജനങ്ങൾക്ക് ഭക്ഷണം മാത്രമല്ല അന്ന് നടത്തുന്ന കലാപരിപാടികളും സൗജന്യമാണ്.

ഏതു രാജ്യക്കാർക്കും, നിയമ വിധേയമായി സാംസ്കാരിക സംഘടനകൾ രൂപീകരിക്കുന്നതിനും പ്രവർത്തനം നടത്തുന്നതിനും അമേരിക്കയിൽ തടസ്സമില്ല. അമേരിക്കയിൽ സാംസ്കാരിക സംഘടനകൾ രജിസ്റ്റർ ചെയ്യുന്നത് ബിസിനസ് എന്ന നിലയിലാണ്. ഇന്ത്യയിലെ വിവിധ സംസ്ഥാനങ്ങളിൽനിന്നു വന്നവർ സംഘടനകൾ രൂപീകരിച്ച് പ്രവർത്തിക്കുന്നു. മലയാളികൾക്കിടയിലും നിരവധി സംഘടനകൾ പ്രവർത്തിക്കുന്നുണ്ട്. ഈ സംഘടനകൾ പല സ്ഥലങ്ങളിലും ആഘോഷങ്ങൾ സംഘടിപ്പിക്കുന്നു. അവയൊക്കെ കേരളത്തിന്റെ സാംസ്കാരിക പാരമ്പര്യം നിലനിർത്താൻപോന്ന പരിപാടികളാണ് നടത്താറുള്ളത്. അത് സംബന്ധിച്ചു ചില വസ്തുതകൾ കൂടി പരിശോധിക്കാം.

മലയാളി സംഘടനകൾ

അമേരിക്കൻ മലയാളികൾക്കിടയിൽ പ്രവർത്തിക്കുന്ന പല സംഘടനകളെ ഒരു കുടക്കീഴിൽ കൊണ്ടുവരിക എന്ന ലക്ഷ്യത്തോടെ 1983 ജൂലൈ നാലിന് ഫൊക്കാന (FOKKANA, Federation of Kerala Association in North America) രൂപീകരിക്കപ്പെട്ടു. ന്യൂയോർക്ക് സിറ്റി

കേന്ദ്രീകരിച്ച് പ്രവർത്തിച്ച ഫൊക്കാന രണ്ടു പതിറ്റാണ്ടുകാലം നല്ല നിലയിൽ പ്രവർത്തിച്ചു. തുടർന്ന് സംഘടനയിൽ ചില അഭിപ്രായ വ്യത്യാസം ഉണ്ടാകുകയും, 2006 ൽ സംഘടനയിൽനിന്നും ഒരു വിഭാഗം പുറത്തു പോയി ഫോമ (FOMAA, Federation of malayalee association of America) എന്ന സംഘടന രൂപീകരിച്ചു. ദേശീയ, അന്തർദ്ദേശീയ തലങ്ങളിൽ സാമൂഹ്യവും, സാംസ്കാരികവും, വിദ്യാഭ്യാസപരവുമായ പ്രവർത്തനങ്ങളെ ഏകോപിപ്പിക്കുക എന്ന പ്രഖ്യാപിത ലക്ഷ്യത്തോടെ പ്രവർത്തിക്കുന്ന ഫൊക്കാനയും ഫോമയും മലയാളികളുടെ ഇടയിൽ സജീവമാണ്. ഈ സംഘടനകളോട് ചേർന്ന് നില്ക്കുന്നതും അല്ലാത്തതുമായ നിരവധി തൊഴിലധിഷ്ഠിത/സാംസ്കാരിക സംഘടനകളും മലയാളികളുടെ ഇടയിൽ പ്രവർത്തിക്കുന്നു. ഈ ലേഖകൻ അമേരിക്കയിൽ ഉണ്ടായിരുന്ന കാലത്ത് രണ്ടു സംഘടനകൾ രൂപീകരിക്കുന്നതിൽ പങ്കാളിയാകാനും അതിൽ പ്രവർത്തിക്കാനും കഴിഞ്ഞിരുന്നു. അതിൽ ഒന്ന് ഏറിയോ (AIRIO, Association of International Researchers of Indian Origin) എന്ന ഗവേഷകരുടെ സംഘടനയായിരുന്നു. മറ്റൊന്ന് അല (ALA, Art lovers of America) എന്ന സാംസ്കാരിക സംഘടനയും. ഇതിന്റെ രൂപീകരണവും പ്രവർത്തനവും സംബന്ധിച്ച ചില കാര്യങ്ങൾ കൂടി വായനക്കാരുമായി പങ്കുവയ്ക്കാം.

ഏറിയോ (AIRIO)

അമേരിക്കയിലും പുറത്തും പ്രവർത്തിക്കുന്ന ഗവേഷകരുടെ പൊതു വേദി എന്ന നിലയിലാണ് അസോസിയേഷൻ ഓഫ് ഇന്റർനാഷണൽ റിസേർച്ചേഴ്സ് ഓഫ് ഇന്ത്യൻ ഒറിജിൻ രൂപീകരിച്ചത്. പഴയകാല ഗവേഷക സുഹൃത്തും കോളേജ് അദ്ധ്യാപകനുമായിരുന്ന പുരോഹിതൻ അമേരിക്കയിൽ ബിഷപ്പായി എത്തിയതാണ് ഈ സംഘടന രൂപീകരിക്കുന്നതിന് പ്രേരണയായത്. സാംസ്കാരിക സംഘടനകൾ രൂപീകരിക്കുന്നത്ര ലളിതമല്ല അമേരിക്കയിൽ വിദ്യാഭ്യാസവുമായി ബന്ധപ്പെട്ട സ്ഥാപനങ്ങൾ തുടങ്ങാൻ. കേരളത്തിൽ സ്കൂളുകളും കോളേജുകളും തുടങ്ങുന്നത്ര ലാഘവത്തോടെ അമേരിക്കയിൽ വിദ്യാഭ്യാസ സ്ഥാപനങ്ങൾ തുടങ്ങാൻ കഴിയില്ല. ഗവേഷണം എന്ന വാക്ക് പേരിൽ ഉണ്ടായിരുന്നതിനാൽ പല അനുമതികളും സർക്കാരിൽനിന്നും ലഭിക്കേണ്ടതുണ്ടായിരുന്നു. എന്നാൽ കേരളത്തിലെ താലൂക്ക് ഓഫീസിൽ കയറിയിറങ്ങുന്ന ചടങ്ങൊന്നും ഈ അനുമതികൾ വാങ്ങുന്നതിനില്ല. നിയമപരമായ പരിശോധനയ്ക്ക് ശേഷം നിശ്ചിതദിവസം കഴിഞ്ഞപ്പോൾ അനുമതി ലഭിച്ചു.

അസോസിയേഷന്റെ പ്രസിഡന്റായി ഡോ. ജോസഫ് കൊന്നാത്ത്, വൈസ് പ്രസിഡന്റായി ഡോ. അജയ് പോത്താർ, ജനറൽ സെക്രട്ടറിയായി ഡോ. വേലായുധൻ, ജോയിന്റ് സെക്രട്ടറിയായി ഡോ. ബിജു, ഖജാൻജിയായി, ഡോ. വീണ എന്നിവരടങ്ങിയ ആദ്യ കമ്മിറ്റി രൂപീക

രിച്ച് പ്രവർത്തനം തുടങ്ങി. ഔദ്യോഗികമായ പ്രവർത്തനത്തിന്റെ ഉദ്ഘാടനം 2010 ഫെബ്രുവരി 27 ന് ന്യൂയോർക്ക് ഹൈഡ് പാർക്കിലുള്ള 950 ഹിൽ അവന്യൂവിൽ നടന്നു (950 Hill Ave, New Hide Park, NY 11040--/2520). ഇപ്പോഴും ഇതിന്റെ പ്രവർത്തനം നന്നായി നടന്നു വരുന്നു.

അല (Art Lovers of America)

അല അമേരിക്കൻ മലയാളികൾക്കിടയിൽ സാംസ്കാരിക പ്രവർത്തനം നടത്തുന്നതിനായി രൂപീകരിക്കപ്പെട്ട ഒരു സംഘടനയാണ്. കൊച്ചിൻ യൂണിവേഴ്സിറ്റിയിലെ പഴയ സഖാവായിരുന്ന ഡോ. രവികുമാറായിരുന്നു ഈ സാംസ്കാരിക സംഘടനയുടെ രൂപീകരണത്തിനു പിന്നിലെ പ്രധാന പ്രവർത്തകൻ. ഡോ. രവികുമാർ (പ്രസിഡന്റ്), ഡോ. കെ വി വേലായുധൻ, (വൈസ് പ്രസിഡന്റ്), മനോജ് മഠത്തിൽ (സെക്രട്ടറി) എന്നിവരെക്കൂടാതെ ടെറൻസൺ തോമസ്, അഡ്വ. സുരേന്ദ്രൻ കോരൻ, ബിജിമോൺ പുന്നൂസ് എന്നിവരടങ്ങിയ ഡയറക്ടർ ബോർഡും രൂപീകരിച്ച് ന്യൂജേഴ്സിയിൽ രജിസ്റ്റർ ചെയ്ത സംഘടന പ്രവർത്തനം ആരംഭിച്ചു.

അലയുടെ ഔപചാരിക ഉദ്ഘാടനം 2013 നവംബർ 16 ശനിയാഴ്ച ന്യൂയോർക്കിൽ (യോങ്കേഴ്സ്) യശഃശരീരനായ ശ്രീമാൻ ലെനിൻ രാജേന്ദ്രൻ നടത്തി. ഉദ്ഘാടനസമ്മേളനത്തിൽ പാർലമെന്റ് അംഗം ശ്രീ. പി രാജീവ് സാംസ്കാരിക പരിപാടി ഉദ്ഘാടനം ചെയ്തു. പ്രശസ്ത സംഗീതജ്ഞൻ രമേശ് നാരായണൻ കച്ചേരിയും പ്രശസ്ത കഥക് നർത്തകി ഷീല മേത്ത കഥയ്ക്കും അവതരിപ്പിച്ചു. മലയാളികളുടെ ഇടയിലെ

അല ഉദ്ഘാടന സമ്മേളനത്തിൽനിന്നും

സാംസ്കാരിക പ്രവർത്തനം നടത്തുന്ന അല ഇപ്പോഴും സജീവമാണ്.

കുടിയേറ്റക്കാരുടെ സ്വപ്ന ഭൂമിയായ അമേരിക്കയ്ക്ക്, ആയിരക്കണക്കിന് വർഷങ്ങളുടെ സാംസ്കാരിക പാരമ്പര്യം ഒന്നും അവകാശപ്പെടാൻ ഉണ്ടെന്ന് തോന്നുന്നില്ല. ഇന്ന് അമേരിക്കയിൽ കാണുന്നത് അമേരിക്കയുടേതായ തനത് സംസ്കാരമല്ല, കുടിയേറ്റക്കാരുടെ സംസ്കാരമാണ്. അമേരിക്കയിലേക്ക് ആദ്യം കുടിയേറിയവർ മുതൽ ഇരുപത്തൊന്നാം നൂറ്റാണ്ടിൽ അവിടെ എത്തുന്നവർ വരെ അവരുടേതായ സംസ്കാരവും കൊണ്ടാണ് എത്തുന്നത്. നിലവിലെ അമേരിക്കൻ സംസ്കാരത്തോട് ഒത്തുചേരുന്ന ഇക്കൂട്ടർ സ്വന്തം സംസ്കാരം നിലനിർത്തുകയും സംരക്ഷിക്കുകയും ചെയ്യുന്നു. ഇക്കാര്യത്തിൽ ഇന്ത്യക്കാരും വിശിഷ്യാ മലയാളികളും ഒട്ടും പിന്നിലല്ല. ഇക്കാര്യത്തിൽ അമേരിക്കൻ സർക്കാർ വളരെ അനുകൂല സമീപനമാണ് സ്വീകരിക്കുന്നത്. ഇങ്ങനെ കുടിയേറ്റക്കാരുടെ സംസ്കാരിക പൈതൃകങ്ങളുടെ താവളമാണ് അമേരിക്കയെന്ന് പറയാം.

വാൾസ്ട്രീറ്റ് മുതൽ ഹേമാർക്കറ്റ് ചതുരം വരെ നീളുന്ന അമേരിക്കൻ സമരചരിത്രം

കമ്യൂണിസ്റ്റ് വിരുദ്ധതയ്ക്ക് പേരുകേട്ട അമേരിക്കയിൽ കമ്യൂണിസ്റ്റ് പ്രസ്ഥാനത്തിന് അത്ര വേരോട്ടമില്ലെന്നത് വലിയ വാർത്തയല്ല. ഇതിനർത്ഥം വർഗ്ഗസമര ചരിത്രത്തിൽ അമേരിക്കൻ തൊഴിലാളികൾക്ക് ഒരു പങ്കും ഇല്ലെന്നല്ല. അവർ പത്തൊൻപതാം നൂറ്റാണ്ടിന്റെ അവസാനം മുതൽ സംഘടിക്കയും തങ്ങളുടെ ആവശ്യങ്ങൾ നേടിയെടുക്കുന്നതിനായി സമരം നടത്തുകയും ചെയ്തിരുന്നു. തൊഴിലാളി സമൂഹം പ്രതീക്ഷയോടെ നോക്കിക്കണ്ടിരുന്ന സോഷ്യലിസ്റ്റ്/കമ്യൂണിസ്റ്റ് ആശയങ്ങളായിരുന്നു അവരെ അതിനു പ്രാപ്തരാക്കിയത്. ക്രമേണ മഹാഭൂരിപക്ഷം വരുന്ന ജനത്തിനു മാത്രമല്ല തൊഴിലാളി വർഗ്ഗത്തിൽ ഒരു വിഭാഗത്തിനും ഈ ആശയത്തിലുണ്ടായിരുന്ന വിശ്വാസം തകർക്കുന്നതിൽ ഭരണകൂടം വിജയം കാണുക തന്നെ ചെയ്തു. പത്തൊൻപതാം നൂറ്റാണ്ടിന്റെ അവസാനത്തിലും ഇരുപതാം നൂറ്റാണ്ടിന്റെ ആരംഭത്തിലും നടന്ന തൊഴിൽ സമരങ്ങളെ പരാജയപ്പെടുത്തിക്കൊണ്ടാണ് ഭരണകൂടം ഇത് സാധിച്ചെടുത്തത്. ഇതെങ്ങനെ സാധിച്ചെടുത്തു എന്നതാണ് ഈ അദ്ധ്യായത്തിൽ പ്രതിപാദിക്കുന്നത്.

വാൾസ്ട്രീറ്റ് പിടിച്ചടക്കൽ (Occupy Wall Street)

ഇരുപതാംനൂറ്റാണ്ടിലെ അമേരിക്കൻ തൊഴിലാളിവർഗ്ഗചരിത്രം അതിവേഗം മാറിക്കൊണ്ടിരുന്ന ആഗോള രാഷ്ട്രീയ, സാമ്പത്തിക വ്യവസ്ഥിതിയിൽ, അദ്ധ്വാനിക്കുന്ന ജനങ്ങളുടെ സങ്കീർണ്ണമായ ജീവിത യാഥാർത്ഥ്യം പറയുന്ന ചരിത്രമാണെങ്കിൽ, സംഘടിത സമരങ്ങളെ ഭരണകൂടം എങ്ങനെ പരാജയപ്പെടുത്തുന്നു എന്നതിന്റെ ഉത്തമ ഉദാഹരണമാണ് വാൾ സ്ട്രീറ്റ് പിടിച്ചടക്കൽ സമരം. വാൾ സ്ട്രീറ്റ് പിടിച്ചടക്കൽ

(OWS) രാജ്യത്തെ സാമ്പത്തിക അസമത്വത്തിനെതിരായ ജനകീയ പ്രക്ഷോഭമായിരുന്നു. 2011 സെപ്തംബർ 17 ന് ന്യൂയോർക്കിലെ വാൾ സ്ട്രീറ്റിലെ സാമ്പത്തിക സ്ഥാപനങ്ങൾ സ്ഥിതിചെയ്യുന്ന സുക്കോട്ടി പാർക്കിൽ (Zuccotti park) സമരം ആരംഭിച്ചു. മേൽത്തട്ടിലുള്ള ഒരു ശതമാനം അമേരിക്കക്കാരുടെ സമ്പത്തിൽ എഴുപതുകൾക്ക് ശേഷമുണ്ടായ വർദ്ധനയാണ് പ്രക്ഷോഭകർ ഉയർത്തിക്കാട്ടിയത്. ഇവരുടെ വരുമാനത്തിൽ വൻ വർദ്ധനവ് ഉണ്ടായപ്പോൾ മദ്ധ്യവർഗ്ഗത്തിന്റെ സാമ്പത്തിക സ്ഥിതിയിൽ വൻ തകർച്ചയുണ്ടാകുകയും അവരിൽ മഹാഭൂരിപക്ഷവും താഴെ തട്ടിലേക്ക് കൂപ്പുകുത്തി ജീവിതംതന്നെ പ്രതിസന്ധിയിലാകുകയും ചെയ്യുന്ന പ്രതിഭാസമാണ് വാൾസ്ട്രീറ്റ് പിടിച്ചടക്കൽ സമരത്തിലേക്ക് ജനസാമാന്യത്തെ എത്തിച്ചത്. ഇത്തരുണത്തിൽ, 1910 മുതൽ 2010 വരെയുള്ള കാലത്ത് മേൽത്തട്ടിലെ ഒരു ശതമാനത്തിന്റെ വാർഷിക വരുമാനത്തിലെ വർദ്ധന എത്രയെന്നു കാണാം.

മേൽത്തട്ടിലെ ഒരു ശതമാനം, വാർഷിക വരുമാനത്തിന്റെ 23.9 ശതമാനമാണ് 1928 ൽ കൈയടക്കി വച്ചിരുന്നുവെങ്കിൽ ക്രമേണ ഇതിൽ കുറവ് വരികയും 1960 ൽ ഇത് 10 ശതമാനത്തിലേക്ക് എത്തുകയും ചെയ്തു. എന്നാൽ, എഴുപതുകൾക്ക് ശേഷം ഈ വിഭാഗത്തിന്റെ വരുമാനത്തിൽ വീണ്ടും വർദ്ധന കണ്ടു തുടങ്ങുകയും 2010 ആകുമ്പോൾ ഇത് 23.5 ശതമാനത്തിലേക്ക് ഉയരുകയും ചെയ്തു. ഇതൊരുഭാഗത്ത് നടന്നപ്പോൾ മറുഭാഗത്ത് താഴെ തട്ടിലുള്ളവരുടെ വരുമാനത്തിൽ സാരമായ ഇടിവുണ്ടായി. ഈ വൈരുദ്ധ്യം സമൂഹത്തിൽ വലിയ അസ്വസ്ഥത ഉണ്ടാക്കി. ഈ പശ്ചാത്തലത്തിലാണ് കനേഡിയൻ മാസികയായ *ആഡ്ബസ്റ്റേഴ്സ്* (Adbusters) ജനകീയ പ്രതിഷേധത്തിന് ആഹ്വാനം ചെയ്യുന്നതും, തുടർന്ന് ന്യൂയോർക്കിൽ സമരം സംഘടിക്കപ്പെട്ടതും.

പ്രക്ഷോഭകർ കണ്ടു വച്ചിരുന്ന സമരകേന്ദ്രം ചെയ്സ് മൻഹാട്ടൻ (Chase Manhattan) പ്ലാസയായിരുന്നുവെന്ന് പൊലീസ് മുൻകൂട്ടി മനസ്സിലാക്കിയതിനാൽ പ്രക്ഷോഭം അവിടെ നടത്താൻ അനുവദിച്ചില്ല. തുടർന്ന് ബദലായി കണ്ടുവച്ചിരുന്ന സുക്കോറ്റി പാർക്കിലേക്ക് സമരകേന്ദ്രം മാറ്റി. അങ്ങനെ, സാമൂഹ്യവും സാമ്പത്തികവുമായ അസമത്വം ഒഴിവാക്കുക, അഴിമതി അവസാനിപ്പിക്കുക, കോർപ്പറേറ്റുകളെ നിയന്ത്രിക്കുക, അവർക്ക് ഗവൺമെന്റിലുള്ള അനിയന്ത്രിതമായ സ്വാധീനം അവസാനിപ്പിക്കുക എന്നീ മുദ്രാവാക്യങ്ങൾ ഉയർത്തി സുക്കോറ്റി പാർക്കിൽ പ്രക്ഷോഭം ആരംഭിച്ചു. അത് സ്വകാര്യ പാർക്കായതിനാൽ പാർക്കുടമ ആവശ്യപ്പെടാതെ സമരക്കാരെ അവിടെനിന്നും ഒഴിപ്പിക്കാൻ പൊലീസിന് കഴിയുമായിരുന്നില്ല.

തുടക്കത്തിൽ പ്രതിഷേധക്കാരിൽ ഏറെയും ചെറുപ്പക്കാരായിരുന്നു. പ്രക്ഷോഭം മുന്നേറിയപ്പോൾ മുതിർന്നവരും ചെറുപ്പക്കാരോടൊപ്പം ചേർന്നു. മാത്രമല്ല, സമൂഹത്തിലെ സമസ്ത വിഭാഗത്തിലും പെട്ട ആളുകൾ സമരത്തിൽ അണിചേർന്നു. പ്രായ, ലിംഗ, വർഗ്ഗ വ്യത്യാസമില്ലാതെ ജനം പ്രക്ഷോഭത്തിൽ പങ്കെടുത്തു. മാത്രമല്ല മുസ്ലീം, യഹൂദ, ക്രിസ്ത്യൻ മതവിശ്വാസികളും സമരത്തിൽ അണിനിരന്നു. അക്കാലത്തു നടന്ന ഒരു സർവ്വേ പ്രകാരം സമരത്തിൽ പങ്കെടുത്തതിൽ 81.2% വെള്ളക്കാരും, 6.8% സ്പാനിഷും, 2.8% ഏഷ്യക്കാരും, 1.6% കറുത്ത വർഗ്ഗക്കാരും ഇതിലൊന്നും പെടാത്തവർ 7.6% ആയിരുന്നു. ഞങ്ങൾ അമേരിക്കയിലെ 99 ശതമാനത്തിനൊപ്പമാണെന്നും ഒരു ശതമാനം സമ്പന്നർക്കൊപ്പമല്ലെന്നും പ്രക്ഷോഭകർ വിളിച്ചു പറഞ്ഞു.

സമരത്തിന് വേണ്ടുന്ന പണം ജനങ്ങളിൽനിന്നും പിരിച്ചെടുക്കാൻ കഴിഞ്ഞു. പക്ഷേ, സമരം നീണ്ടുനിന്നപ്പോൾ ന്യൂയോർക്കിലെ സ്ഥിരം താമസക്കാരുമായി സമരക്കാർ ഇടയേണ്ടിവന്നത് പല ബുദ്ധിമുട്ടുകളും ഉണ്ടാക്കി. അതോടൊപ്പം, പാർക്ക് സമരക്കാരുടെ താവളമായതിനാൽ വൃത്തിയാക്കാൻ കഴിയുന്നില്ലെന്ന പാർക്ക് അധികാരികളുടെ പരാതിയുടെ പേരിൽ സർക്കാർ ഒരു ഭാഗത്ത് നടപടി ആരംഭിച്ചതോടൊപ്പം മറുഭാഗത്ത് സമരം അവസാനിപ്പിക്കാനുള്ള നടപടി സർക്കാർ ആരംഭിക്കുകയും ചെയ്തു. ഇതിന്റെയെല്ലാം ഫലമായി, 2011 നവംബർ 15 ന് സമരക്കാരെ പാർക്കിൽനിന്നും സർക്കാർ ഇടപെട്ട് പുറത്താക്കി. തുടർന്ന് സമരം മറ്റു പല സ്ഥലങ്ങളിലേക്കും വ്യാപിപ്പിച്ചു. ഇതിലൂടെ സമരത്തിന്റെ കേന്ദ്രീകൃത സ്വഭാവം നഷ്ടപ്പെടുകയും സമരം പരാജയപ്പെടുന്ന സ്ഥിതിയുണ്ടാവുകയും ചെയ്തു. താല്ക്കാലികമായി പരാജയപ്പെട്ട വാൾ സ്ട്രീറ്റ് പിടിച്ചെടുക്കൽ സമരത്തെ ചരിത്രത്തിൽ സ്ഥാനം പിടിച്ച 1894 ലെ കോക്സീസ് ആർമി (Coxey's Army) സമരം (1894 ൽ ഒഹായോ വ്യവസായിയായിരുന്ന ജേക്കബ് കോക്സിന്റെ നേതൃത്വത്തിൽ തൊഴിലില്ലാത്തവർ വാഷിങ്ടൺ ഡി സിയിലേക്ക് നടത്തിയ പ്രതിഷേധ മാർച്ച്), 1932 ലെ ബോണസ് മാർച്ച് (ബോണസ് ആവശ്യപ്പെട്ട് ഒന്നാം ലോക

മഹായുദ്ധത്തിൽ പങ്കെടുത്ത പട്ടാളക്കാരും കുടുംബവും ഉൾപ്പെട്ട 43000 പേർ 1932 ൽ വാഷിങ്ടൺ ഡി സിയിലേക്ക് നടത്തിയ മാർച്ച്), 1971 ലെ മെയ് ദിന പ്രക്ഷോഭം (വിയറ്റ്നാം യുദ്ധത്തിനെതിരെ പ്രതിഷേധിച്ചുകൊണ്ട് 1971 ൽ വാഷിങ്ടൺ ഡി സിയിലേക്ക് നടത്തിയ മാർച്ച്) എന്നിവയോടാണ് താരതമ്യം ചെയ്യപ്പെട്ടിരിക്കുന്നത്. ഈ സമരം എങ്ങനെ പരാജയപ്പെട്ടു എന്നറിയണമെങ്കിൽ അമേരിക്കയിലെ വർഗ്ഗസമരങ്ങളെ അധികാരികൾ എങ്ങനെ പരാജയപ്പെടുത്തി എന്നതിന്റെ ചരിത്രം തന്നെ അറിയേണ്ടതുണ്ട്. ഇത് സംബന്ധിച്ച് വഹാത്തിലെ (Whatley 1993) എന്ന പ്രൊഫസർ നടത്തിയ പഠനം അത്ഭുതപ്പെടുത്തുന്നതാണ്. അതിലേക്ക് വരുന്നതിനു മുൻപ് മെയ് ദിനത്തിന്റെ ചരിത്രം അറിഞ്ഞിരിക്കേണ്ടത് അനിവാര്യമാണ്.

മെയ്ദിന ചരിത്രം ഉറങ്ങുന്ന ചിക്കാഗോ

ചിക്കാഗോയിലെ തൊഴിലാളികൾ എട്ട് മണിക്കൂർ ജോലി എന്ന മുദ്രാവാക്യവുമായി നടത്തിയ സമരത്തെ ചോരയിൽ മുക്കി കൊന്നതിനെ ഓർമ്മിപ്പിക്കുന്ന ദിവസമാണ് തൊഴിലാളി വർഗ്ഗത്തെ ഇപ്പോഴും ആവേശം കൊള്ളിക്കുന്ന മെയ് ദിനം. 66 രാജ്യങ്ങളിൽ ഔദ്യോഗിക അവധി ദിവസമായ, അന്താരാഷ്ട്ര തൊഴിലാളി ദിനത്തെക്കുറിച്ച് ഭൂരി പക്ഷം അമേരിക്കക്കാർക്കും കാര്യമായ ധാരണയില്ലെന്നു മാത്രമല്ല മെയ് ദിനത്തിന്റെ തുടക്കം അമേരിക്കയിൽ നിന്നാണെന്നറിയാവുന്ന അമേരിക്കക്കാർ നന്നെ കുറവുമാണ്. പല അമേരിക്കക്കാരും കരുതുന്നത് ക്യൂബയോ മുൻ സോവിയറ്റ് യൂണിയനോപോലുള്ള കമ്യൂണിസ്റ്റ് രാജ്യങ്ങളിൽ ആഘോഷിക്കപ്പെടുന്ന ഒരു അവധി ദിവസമാണ് മെയ് ദിനമെന്നാണ് (Chase 1993). ഈ സാഹചര്യത്തിൽ മെയ് ദിനത്തിന്റെ ചരിത്ര പശ്ചാത്തലം അല്പം അറിയുന്നത് പ്രസക്തമായിരിക്കും.

പത്തൊൻപതാം നൂറ്റാണ്ടിന്റെ അവസാന കാലത്ത് അമേരിക്കയിലെ തൊഴിലാളികൾ ദിവസവും 10 മുതൽ 16 മണിക്കൂർ വരെ ജോലിചെയ്യുന്നത് സാധാരണമായിരുന്നു. സ്ത്രീകളും കുട്ടികളുമടക്കം ആയിരക്കണക്കിന് തൊഴിലാളികളാണ് ഓരോ വർഷവും ജോലിസ്ഥലത്ത് മരണമടഞ്ഞിരുന്നത്. അക്കാലത്ത് ചില വ്യവസായ സ്ഥാപനങ്ങളിലെ തൊഴിലാളികളുടെ ആയുർദൈർഘ്യം ഇരുപത് വയസ്സുവരെ ആയിരുന്നു. ഈ സമയത്താണ് തൊഴിലെടുക്കുന്നവർക്ക് ആശയും ആവേശവുമായി സോഷ്യലിസമെന്ന സിദ്ധാന്തം അവതരിക്കപ്പെട്ടത്. മുതലാളിമാർക്ക് തൊഴിലാളിയെ ഉപയോഗിച്ച് ലാഭമുണ്ടാക്കാനുള്ള ഒരു സംവിധാനമാണ് മുതലാളിത്തം എന്ന യാഥാർത്ഥ്യം തൊഴിലാളികൾ തിരിച്ചറിഞ്ഞു. സോഷ്യലിസ്റ്റ് സംവിധാനത്തിൽ ഉല്പാദനവും, ഉല്പാദന ഉപകരണവും തൊഴിലാളിവർഗ്ഗത്തിന്റെ നിയന്ത്രണത്തിൽവരുമെന്ന ചിന്ത അവരിൽ പ്രതീക്ഷ ഉണർത്തി.

പത്തൊൻപതാം നൂറ്റാണ്ടിന്റെ അവസാനത്തോടെ, പല തൊഴിലാളി യൂണിയനുകളും രൂപീകരിക്കപ്പെട്ടു. ആദ്യകാലത്ത് രൂപീകരിക്കപ്പെട്ട യൂണിയനുകളിൽ ഒന്നായിരുന്നു നൈറ്റ് ഓഫ് ലേബർ (Knights of Labour). ഈ യൂണിയനുകളിൽ ആയിരക്കണക്കിന് തൊഴിലാളികൾ ചേർന്നു. യൂണിയനുകൾ ശക്തമാകുകയും ധാരാളം പണിമുടക്കുകൾ അമേരിക്കയിലുടനീളം ഈ കാലഘട്ടത്തിൽ നടക്കുകയും ചെയ്തു. അനേകം വ്യവസായങ്ങളുടെ പ്രവർത്തനത്തെ പണിമുടക്കുകൾ ബാധിച്ചു. പത്തൊൻപതാം നൂറ്റാണ്ടിന്റെ രണ്ടാം പകുതിയോടെ നിരവധി സോഷ്യലിസ്റ്റ് സംഘടനകൾ രൂപംകൊണ്ടു. പല സോഷ്യലിസ്റ്റുകളും തങ്ങളുടെ മണ്ഡലത്തിൽനിന്നും തിരഞ്ഞെടുക്കപ്പെട്ടു. എന്നാൽ, ഈ സോഷ്യലിസ്റ്റുകളിൽ പലരും പിന്നീട് വൻകിട ബിസിനസുകാരുടെയും ബൂർഷ രാഷ്ട്രീയ പാർട്ടികളുടെയും താല്പര്യത്തെ സംരക്ഷിക്കുന്നവരായി മാറി എന്നത് മറ്റൊരു ചരിത്രം. സോഷ്യലിസ്റ്റുകളിലെ ഈ നയവ്യതിയാനം അനാർക്കിസം (anarchism) എന്ന പുതിയ ചിന്താധാര രൂപപ്പെടാൻ ഇടയാക്കി. ഈ അനാർക്കിസ്റ്റുകളും ഒരു വിഭാഗം സോഷ്യലിസ്റ്റുകളും ചേർന്ന് പിന്നീട് പല യൂണിയനുകളും രൂപീകരിച്ചു. അനാർക്കിസ്റ്റുകൾ വ്യവസ്ഥാപിത യൂണിയനുകൾ പിടിച്ചടക്കുകയായിരുന്നു എന്ന രീതിയിൽ ഇതിനെ വ്യാഖ്യാനിക്കപ്പെട്ടു. എന്നാൽ അനാർക്കിസ്റ്റുകൾ തൊഴിലാളി സംഘടനകൾ രൂപീകരിക്കുകയായിരുന്നു എന്നതാണ് വസ്തുത (Chase 1993). അതെന്തുതന്നെ ആയാലും, അക്കാലത്ത്, അനാർക്കിസ്റ്റുകളുടെ നേതൃത്വത്തിലുള്ള നിരവധി പ്രക്ഷോഭങ്ങൾക്ക് അമേരിക്ക സാക്ഷ്യം വഹിച്ചു.

കൂലി കുറയ്ക്കാതെ 8 മണിക്കൂർ ജോലി എന്ന ആവശ്യവുമായി 1860 ൽ തന്നെ തൊഴിലാളികൾ പ്രക്ഷോഭം തുടങ്ങിയിരുന്നു. ഇതിന്റെ തുടർച്ചയായി, ചിക്കാഗോയിലെ ആയിരക്കണക്കിന് തൊഴിലാളികൾ 1867 മേയ് 2 ന് പണി മുടക്കി. ഒരാഴ്ച നീണ്ടുനിന്ന പണിമുടക്ക് വിജയിച്ചില്ലെങ്കിലും, പ്രാദേശിക തൊഴിലാളികളുടെ സംഘടനാ ശക്തി വർദ്ധിപ്പിക്കാനും അതിലൂടെ രാഷ്ട്രീയ പാർട്ടികളിൽ തൊഴിലാളികളുടെ ആവശ്യങ്ങൾ അവതരിപ്പിക്കാനും കഴിഞ്ഞു. 1877 ജൂലായിലെ ദേശീയ റെയിൽവേ പണിമുടക്കായിരുന്നു തൊഴിലാളികളുടെ മുന്നേറ്റത്തിലെ മറ്റൊരു നാഴികക്കല്ല്. ഒരു യൂണിയനും നേതൃത്വം കൊടുത്തില്ലെങ്കിലും ചിക്കാഗോയിലെ തൊഴിലാളികൾ ഇതിന്റെ ഭാഗമായി പണിമുടക്കി. സ്ത്രീകളും, ചെറുപ്പക്കാരും ഉൾപ്പെടെ ആയിരക്കണക്കിനു തൊഴിലാളികൾ തെരുവുകളിലിറങ്ങി പങ്കെടുത്തു. ഇവർ, തൊഴിലാളികളെ പണിമുടക്കിൽ പങ്കെടുപ്പിച്ചുകൊണ്ട് ഫാക്ടറിയിൽനിന്ന് ഫാക്ടറിയിലേക്ക് മുന്നേറി. സമരം ശക്തമായതോടെ പൊലീസും സൈന്യവും രംഗത്തിറങ്ങുകയും സമരം അടിച്ചമർത്തുകയും ചെയ്തു. ഈ അടിച്ചമർത്തലിൽ 30 തൊഴിലാളികൾ കൊല്ലപ്പെടുകയും 200 പേർക്ക് പരിക്കേല്ക്കുകയും ചെയ്തു. ലിംഗ, വർഗ്ഗ, വംശ, വ്യത്യാസമില്ലാതെ തൊഴിലാളികളുടെ

ഇടയിൽ ഉണ്ടായ ഐക്യം ഈ സമരത്തെ മുൻ സമരങ്ങളിൽനിന്നും വ്യത്യസ്തമാക്കി. അതോടൊപ്പം, തൊഴിലാളി സമരത്തെ പിന്തുണയ്ക്കുന്ന ഏക ഗ്രൂപ്പ് എന്ന നിലയിൽ തൊഴിലാളികളുടെ ശബ്ദമായി സോഷ്യലിസ്റ്റുകൾ ഉയർന്നുവന്നു. അങ്ങനെ, ചിക്കാഗോ രാജ്യത്തെ സോഷ്യലിസ്റ്റുകളുടെ ശക്തമായ കേന്ദ്രമായി മാറി.

പല സംഘടനകളും 8 മണിക്കൂർ ജോലി എന്ന മുദ്രാവാക്യവുമായി സമരം നടത്തിയെങ്കിലും, പ്രധാന തൊഴിലാളി യൂണിയനുകൾ ഈ ഡിമാൻഡ് മുന്നോട്ട് വയ്ക്കാൻ 1880 കളുടെ അവസാനം വരെ കാത്തിരിക്കേണ്ടി വന്നു. 1884 ൽ മാത്രമാണ്, ഫെഡറേഷൻ ഓഫ് ഓർഗനൈസ്ഡ് ട്രേഡ്സ് ആൻഡ് ലേബർ യൂണിയൻ (FOTLU) പിന്നീട് അമേരിക്കൻ ഫെഡറേഷൻ ഓഫ് ലേബർ, (AFL), 8 മണിക്കൂർ ജോലി എന്ന ഡിമാൻഡ് ഉയർത്താൻ ചിക്കാഗോയിലെ ദേശീയ കൺവെൻഷനിൽ വച്ചു തീരുമാനിച്ചത്. 1886 മെയ് 1 നും അതിനുശേഷവും നിയമപരമായ ഒരു ദിവസത്തെ ജോലി ‘എട്ട് മണിക്കൂർ ആയിരിക്കുമെന്ന് കൺവെൻഷൻ പ്രഖ്യാപിക്കയും ചെയ്തു. 1886 ൽ, എട്ടുമണിക്കൂറുകൾ തൊഴിൽ സമയം ആവശ്യപ്പെട്ടുകൊണ്ട് ആയിരക്കണക്കിന് തൊഴിലാളികൾ വ്യത്യസ്ത സമരങ്ങളിൽ പങ്കെടുത്തു. ചിക്കാഗോ ആയിരുന്നു സമരങ്ങളുടെ പ്രഭവകേന്ദ്രം. 1886 ലെ വസന്തകാലത്ത്, ചിക്കാഗോയിലെ വൻകിട കാർഷിക ഉപകരണ നിർമ്മാതാക്കളായ മക്കോർമിക് ഹാർവസ്റ്റിങ് മെഷീൻ കമ്പനിയിലെ (McCormick Harvesting Machine Company) തൊഴിലാളികൾ എട്ടു മണിക്കൂർ തൊഴിൽ ദിവസം എന്ന ആവശ്യവുമായി പണിമുടക്കി. ആറു മാസക്കാലം, മക്കോർമിക് പ്ലാന്റിനു മുന്നിൽ പണിമുടക്കി പിക്കറ്റിങ് നടത്തിയ തൊഴിലാളികളെ പൊലീസ് പീഡിപ്പിച്ചു. തുടർന്ന് അധികാരികളുടെ സഹായത്തോടെ താല്ക്കാലിക തൊഴിലാളികളെ വച്ച് കമ്പനി പ്രവർത്തിപ്പിച്ചു തുടങ്ങിയത് സമരം ചെയ്ത തൊഴിലാളികളെ ചൊടിപ്പിച്ചു.

1886 മെയ് 1 ന് മക്കോർമിക് കമ്പനിയിലെ സമരക്കാരെ പിന്തുണച്ചുകൊണ്ട് ചിക്കാഗോയിൽ ഒരു വലിയ പ്രകടനം നടക്കുകയും അരാജകവാദികൾ എന്നറിയപ്പെടുന്നവരുടെ നേതൃത്വത്തിൽ 40,000 പേർ മെയ് ദിനം ആചരിക്കുകയും ചെയ്തു. അരാജകവാദികളുടെ പ്രസംഗങ്ങളും പെരുമാറ്റവും അവർക്ക് തൊഴിലാളികളുടെ ഇടയിൽ വൻ സ്വീകാര്യത ഉണ്ടാക്കി. ആൽബർട്ട് പാർസൻസ് (Albert Parsons), ജോഹാൻ മോസ്റ്റ് (Johann Most), ആഗസ്ത് സ്പൈസ് (August Spies), ലൂയി ലിങ് (Louis Lingg) എന്നീ പേരുകൾ ചിക്കാഗോയിലെ ഓരോ വീടുകളിൽ മാത്രമല്ല രാജ്യത്തുടനീളമുള്ള വീടുകളിലും സുപരിചിത വാക്കുകളായി മാറി. സമരക്കാർക്ക് പിന്തുണ പ്രഖ്യാപിച്ചുകൊണ്ടുള്ള പ്രതിഷേധ പ്രകടനങ്ങളും മാർച്ചുകളും തൊഴിലാളികളുടെ കരുത്തും ഐക്യവും വെളിവാക്കി. നൂറുകണക്കിന് തൊഴിലാളികൾ തങ്ങളുടെ ജോലി ഉപേക്ഷിച്ച് സമരത്തിന് പിന്തുണയുമായി വന്നു കൊണ്ടിരുന്നു. പ്രതിഷേധക്കാരുടെ

എണ്ണം ഒരു ലക്ഷം എത്തുവോളം ഒരു പ്രകോപനവും ഉണ്ടായിരുന്നില്ല. എന്നാൽ, രണ്ടു ദിവസത്തിനുശേഷം, 1886 മെയ് 3 ന്, മക്കോർമിക് റീപ്പർ (McCormick Reaper) കമ്പനിക്ക് മുൻപിൽ പൊലീസും സമരക്കാരും തമ്മിൽ ഏറ്റുമുട്ടി. ഏറ്റുമുട്ടലിൽ രണ്ടാളുകളെങ്കിലും മരിക്കുകയും നിരവധി ആളുകൾക്ക് പരുക്ക് പറ്റുകയും ചെയ്തു.

പൊലീസ് മർദ്ദനത്തെത്തുടർന്നുണ്ടായ തൊഴിലാളികളുടെ മരണത്തിൽ പ്രതിഷേധിക്കാൻ ഉല്പതിഷ്ണുക്കൾ, 1886 മെയ് 4 ന് ഹേമാർക്കറ്റ് (Haymarket) ചതുരത്തിൽ ഒരു പ്രതിഷേധ റാലിയും യോഗവും സംഘടിപ്പിച്ചു. പ്രതികൂല കാലാവസ്ഥ ആയിരുന്നിട്ടും ഈ യോഗത്തിൽ 3000 പേരെങ്കിലും പങ്കെടുത്തു. കുട്ടികളുൾപ്പെടെ കുടുംബത്തോടെ ആളുകൾ പങ്കെടുത്തയോഗം അവസാനിക്കാനിരിക്കെ പ്രസംഗകൻ പ്രകോപനപരമായ ഭാഷ ഉപയോഗിച്ചു എന്നാരോപിച്ചു കൊണ്ട് പൊലീസ് ബലം പ്രയോഗിച്ച് ജനത്തെ പിരിച്ചുവിടാൻ ശ്രമിച്ചത് സംഘർഷത്തിലേക്ക് നീങ്ങി. പൊലീസിന്റെ ഭാഗത്തുനിന്നും ബലപ്രയോഗം നടക്കുമ്പോൾ ജനത്തിനിടയിൽനിന്നും അപ്രതീക്ഷിതമായി ബോംബ് സ്ഫോടനം ഉണ്ടായി. സ്ഫോടനത്തിൽ പൊലീസുകാരുൾപ്പെടെ നിരവധി ആളുകൾ മരിക്കാൻ ഇടയായി. ആരാണ് ബോംബ് സ്ഫോടനത്തിന് പിന്നിലെന്ന് ആർക്കും അറിയില്ല. സംഘാടകരാണെന്ന് പൊലീസ് ആരോപിക്കുകയും അവർക്കെതിരെ കൊലക്കുറ്റം ചുമത്തുകയും ചെയ്തെങ്കിലും പൊലീസിനുവേണ്ടി ചാരനായി പ്രവർത്തിച്ച ആരെങ്കിലുമാണോ ഇതിനു പിന്നിലെന്ന സംശയവും ഇല്ലാതില്ല. ജനക്കൂട്ടം ശാന്തവും അക്രമരഹിതരുമായിരുന്നെന്ന് മേയർ പിന്നീട് പറയുകയും ചെയ്തിരുന്നു.

ബോംബ് സ്ഫോടനം ആര് നടത്തിയാലും ജനക്കൂട്ടത്തിനിടയിലേക്ക് പൊലീസ് വെടിവച്ചു. വെടിവയ്പിലും സ്ഫോടനത്തിലുമായി ഏഴോ എട്ടോ സാധാരണക്കാർ മരിച്ചതായും, നാല്പതോളം പേർക്ക് മുറിവേറ്റതായും പറയപ്പെടുന്നു. ഒരു പൊലീസ് ഉദ്യോഗസ്ഥൻ സംഭവ സ്ഥലത്തുവച്ച് മരിച്ചെന്നും ഏഴു പേർ തുടർന്നുള്ള ആഴ്ചകളിൽ മരിച്ചെന്നും പ്രചരിപ്പിക്കപ്പെട്ടു. പിന്നീടുള്ള തെളിവുകൾ പ്രകാരം ഒരു പൊലീസ് ഉദ്യോഗസ്ഥൻ മാത്രമാണ് ബോംബ് സ്ഫോടനത്തിൽ മരിച്ചതെന്നാണ് പറയപ്പെടുന്നത്. മറ്റുള്ളവരുടെ മരണകാരണം ഉദ്യോഗസ്ഥരുടെ വിവേചനരഹിതമായ നടപടിയാണെന്നും പറയപ്പെടുന്നു. യഥാർത്ഥത്തിൽ കൊല്ലപ്പെട്ടവരുടെയും മുറിവേറ്റവരുടെയും കൃത്യമായ കണക്ക് ഒരിക്കലും പുറത്തു വന്നില്ല എന്നതാണ് മറ്റൊരു വസ്തുത.

ഈ സംഭവത്തെത്തുടർന്ന് ഹേമാർക്കറ്റ് യോഗത്തിന്റെ സംഘാടകരായ എട്ട് അരാജകവാദികളെ കൊലക്കുറ്റം ചുമത്തി പൊലീസ് അറസ്റ്റ് ചെയ്തു. ഇതിൽ മൂന്ന് പേർ മാത്രമേ സംഭവം നടന്ന ഹേമാർക്കറ്റ് ചതുരത്തിൽ അപ്പോൾ ഉണ്ടായിരുന്നുള്ളൂ. ഇവരാകട്ടെ എല്ലാവരാലും കാണാൻ കഴിയുംവിധം യോഗസ്ഥലത്ത് ഉണ്ടായിരുന്നു. അതിനാൽ

ഇവർ ബോംബ് സ്ഫോടനം നടത്തി എന്നത് അടിസ്ഥാനരഹിതമാണെന്ന് ജനത്തിന് ബോദ്ധ്യമുള്ള കാര്യമായിരുന്നു. എന്നാൽ ബിസിനസുകാരുൾപ്പെട്ട ജൂറി ഇതൊന്നും മുഖവിലയ്ക്കെടുക്കാതെ അവർക്കെതിരെ ശിക്ഷ വിധിച്ചു. (അമേരിക്കയിൽ ജൂറി എന്നൊരു സമ്പ്രദായമുണ്ട്. കീഴ് കോടതികളിൽ, സമൂഹത്തിലെ നാനാ തുറകളിലും പെട്ടവരുടെ ഒരു ജൂറിയാണ് കേസ് കേട്ട് ശിക്ഷ വിധിക്കുന്നത്). ഇവർ നിരപരാധികളാണെന്നും, ശിക്ഷിക്കപ്പെട്ടത് അവരുടെ രാഷ്ട്രീയവും സാമൂഹികവുമായ വിശ്വാസങ്ങൾ കൊണ്ടാണെന്നും ലോകം മുഴുവൻ കണ്ടിരുന്നു. പക്ഷേ, എല്ലാ അപേക്ഷകളും പരാജയപ്പെട്ടതിനെത്തുടർന്ന്, 1887 നവംബർ 11 ന്, നാലു പേരെ (Parsons, Spies, Engel and Fisher) തൂക്കിക്കൊല്ലുകയായിരുന്നു. അഞ്ചാമത്തെയാൾ (Louis Lingg) ശിക്ഷ നടപ്പിലാക്കും മുൻപ് ആത്മഹത്യ ചെയ്തു. ബാക്കി മൂന്ന് പേരെ (Fielden, Neebe and Schwab) ആറ് വർഷം കഴിഞ്ഞ് ഗവർണർ കുറ്റവിമുക്തനാക്കി. അങ്ങനെ എട്ടുമണിക്കൂർ ജോലി എന്ന മുദ്രാവാക്യവുമായി സമരം ചെയ്ത തൊഴിലാളികൾക്ക് പിന്തുണയുമായി 1886 മെയ് 1 ന് ചിക്കാഗോയിൽ നടന്ന പ്രകടനം തൊഴിലാളി നേതാക്കളെ തൂക്കിലേറ്റുന്നിടത്തേക്ക് എത്തിക്കുകയായിരുന്നു. ഇതിന്റെ സ്മരണാർത്ഥമാണ് മെയ് 1 ലോക തൊഴിലാളി ദിനമായി ആചരിച്ചു തുടങ്ങിയത്. 66 രാജ്യങ്ങളിൽ ഔദ്യോഗിക അവധി ദിവസമായ മെയ്ദിനം അമേരിക്കയിൽ ഇപ്പോഴും അംഗീകരിച്ചിട്ടില്ല.

ഹേമാർക്കറ്റ് സംഭവങ്ങൾക്കുശേഷം വൻകിട ബിസിനസുകാരും ഗവൺമെന്റും രാജ്യത്ത് കമ്യൂണിസം വളരുന്നതിലുള്ള ഭീതി രേഖപ്പെടുത്തി. മെയ്ദിന ആഘോഷങ്ങൾ നിയന്ത്രിക്കാനും, ആ ദിവസം ജനങ്ങൾ ഓർക്കാതിരിക്കാനും ഇരുപതാം നൂറ്റാണ്ടിന്റെ തുടക്കം മുതൽ മേയ് 1 'ക്രമ സമാധാന ദിവസം' എന്ന നിലയിൽ സർക്കാർ ആചരിച്ച് വരുന്നു (Chase 1993). മാത്രമല്ല, അനാർക്കിസം ബോംബിങ്ങിന്റെ പര്യായമായും സോഷ്യലിസം എന്നാൽ അമേരിക്കൻ വിരുദ്ധമെന്നുമുള്ള രീതിയിൽ മുഖ്യധാരാ മാധ്യമങ്ങൾ പ്രചാരണം തിരിച്ചു വിട്ടു. ഒരു കൈയിൽ ബോംബും മറുകൈയിൽ കഠാരിയുമായി താടിയുള്ള കിഴക്കൻ യൂറോപ്യൻ കുടിയേറ്റക്കാരെ അനാർക്കിസ്റ്റിന്റെ പൊതു ചിത്രമായി അവതരിപ്പിക്കപ്പെട്ടു. അങ്ങനെ ആഭ്യന്തര കലാപത്തിന് ശേഷം, വേതന വ്യവസ്ഥയിൽ നിന്ന് അമേരിക്കൻ തൊഴിലാളികളെ മോചിപ്പിക്കാനും ആഭ്യന്തരസഹകരണത്തിന്റെ അടിത്തറയിൽ തൊഴിലാളികളുടേതായ ഒരു റിപ്പബ്ലിക്ക് അമേരിക്കയിൽ രൂപീകരിക്കാമെന്നും തൊഴിലാളി പക്ഷത്തിനുണ്ടായിരുന്ന പ്രതീക്ഷ 1886 മെയ് 4 ന് ചിക്കാഗോയിലെ ഹേമാർക്കറ്റ് സ്ക്വയറിൽ തകർക്കപ്പെട്ടു (Helgeson 2016).

വർഗ്ഗസമരങ്ങളെ നേരിടുന്ന അമേരിക്കൻ രീതി

സംഘടിത തൊഴിലാളിവർഗ്ഗത്തിന്റെ വിജയഗാഥയാണ് റഷ്യൻ

വിപ്ലവത്തിൽനിന്നും പുറം ലോകത്തിന് ലഭിച്ചതെങ്കിൽ, തൊഴിലാളിവർഗ്ഗ മുന്നേറ്റത്തെ എങ്ങനെ പരാജയപ്പെടുത്താമെന്ന സന്ദേശമാണ് ഹേമാർക്കറ്റ് സംഭവവും തുടർന്നുള്ള നടപടികളിലൂടെയും ലോകത്തിന് അമേരിക്ക കാണിച്ചുകൊടുത്തത്. ഇതിന്റെ ആദ്യ ഉദാഹരണമായിരുന്നു ചിക്കാഗോയിലെ ഹേമാർക്കറ്റ് ചതുരത്തിൽ കണ്ടത്. ഇതൊരു തുടക്കം മാത്രമായിരുന്നുവെന്ന് പിന്നീടുള്ള ചരിത്രം തെളിയിച്ചു. വർഗ്ഗസമരത്തെ പരാജയപ്പെടുത്തുന്നതിന് പലപ്പോഴും തൊഴിലിടങ്ങളിൽ അധികാരത്തിന്റെ ശക്തിയല്ല ഉപയോഗിക്കപ്പെട്ടത്, മറിച്ച് വർഗ്ഗവിവേചനവും, വംശീയതയും പോലുള്ള സങ്കുചിത വികാരങ്ങളെ ഫലപ്രദമായി ഉപയോഗിക്കുകയായിരുന്നു. മറ്റൊരുവിധത്തിൽ പറഞ്ഞാൽ അമേരിക്കൻ വികസനമാതൃകപോലെ, അമേരിക്കൻ ശാസ്ത്രപഠന മാതൃകപോലെ, വർഗ്ഗസമരം പരാജയപ്പെടുത്തുന്നതിനും അമേരിക്ക അവരുടേതായ മാതൃക വികസിപ്പിച്ചെടുത്തിരുന്നു.

തൊഴിലാളി യൂണിയനുകൾ കോർപ്പറേറ്റ്-വ്യവസായ മേഖലയിലേക്ക് കടന്നു കയറിയ 1896 മുതൽ 1945 വരെയുള്ള കാലം അമേരിക്കൻ തൊഴിലാളിവർഗ്ഗ ചരിത്രത്തിലെ നിർണ്ണായക കാലഘട്ടമായിരുന്നു. 1894 ൽ യൂജിൻ ഡബ്സ്ന്റെ (Eugene V Debs) നേതൃത്വത്തിൽ സ്ഥാപിക്കപ്പെട്ട സംഘടന റെയിൽവേയിൽ സമരം പ്രഖ്യാപിച്ചു. സമരംമൂലം ദേശീയ ഗതാഗതം പാടെ സ്തംഭിച്ചതിനെത്തുടർന്ന് കോടതി സമരം നിരോധിച്ചു. തുടർന്ന് സമരത്തെ നേരിടാൻ, പ്രസിഡന്റ് ഗ്രോവർ ക്ളീവീലൻഡ് (Grover Cleveland) 2,000 സൈന്യത്തെയും 5000 പൊലീസിനെയും അങ്ങോട്ട് അയച്ചു. സർക്കാർ സംവിധാനം ഉപയോഗിച്ച് 25,000 ത്തോളം അമേരിക്കൻ റെയിൽവേ തൊഴിലാളികൾ പങ്കെടുത്ത സമരം അടിച്ചമർത്തിയെന്നു മാത്രമല്ല തൊഴിലാളി യൂണിയനേയും (ARU) അടിച്ചമർത്തി. എന്നാൽ പിന്നീടുള്ള സമരങ്ങളൊന്നും പരാജയപ്പെടുത്താൻ സർക്കാർ അധികാരത്തിന്റെ മുഷ്ടി ഉപയോഗിച്ചതായി കാണുന്നില്ല. മറിച്ച്, സങ്കുചിത താല്പര്യങ്ങൾ ഫലപ്രദമായി ഉപയോഗിച്ച് സമരങ്ങളെ പരാജയപ്പെടുത്തുക എന്ന തന്ത്രം ഉപയോഗിച്ചിരുന്നതായിട്ടാണ് കാണുന്നത്.

പത്തൊൻപതാം നൂറ്റാണ്ടിലും ഇരുപതാം നൂറ്റാണ്ടിന്റെ തുടക്കത്തിലും രാജ്യത്ത് നിലനിന്നിരുന്ന വർഗ്ഗവിവേചനവും, വംശീയതയും ആഫ്രിക്കൻ-അമേരിക്കക്കാർക്കിടയിൽ വർഗ്ഗബോധം രൂപപ്പെടുന്നതിന് തടസ്സമായെന്ന് മാത്രമല്ല, അവരെ വർഗ്ഗീയമായി ചിന്തിപ്പിക്കാൻ ഉപയോഗിക്കുകയും ചെയ്തു. ഇതിനെ ഫലപ്രദമായി തൊഴിൽ സമരങ്ങളിൽ ഉപയോഗിക്കുന്നതിൽ അധികാരികൾ വിജയിക്കുക തന്നെ ചെയ്തു. ഇത് മൂലം ആഫ്രിക്കൻ-അമേരിക്കൻ തൊഴിലാളികളെ തുച്ഛമായ കൂലി നല്കി, താല്ക്കാലിക തൊഴിലാളികളായി നിയമിച്ചുകൊണ്ട് ഉയർന്ന വരുമാനം ലഭിച്ചിരുന്ന യൂണിയനിലെ യൂറോപ്യൻ തൊഴിലാളികളുടെ സമരത്തെ പൊളിക്കാൻ അധികാരികൾക്ക് എളുപ്പത്തിൽ കഴിഞ്ഞു.

ഇങ്ങനെ, കറുത്ത വർഗ്ഗക്കാരും കുടിയേറ്റക്കാരുമായ ദിവസ വേതനക്കാരായ തൊഴിലാളികളെ ഉപയോഗിച്ച് സമരം പരാജയപ്പെടുത്തിയതിന്റെ ഏറ്റവും വലിയ ഉദാഹരണമായിരുന്നു 1919 ലെ ഉരുക്ക് പണിമുടക്ക്. രാജ്യവ്യാപകമായി നടന്ന ഉരുക്ക് പണിമുടക്ക് പരാജയപ്പെടുത്താൻ ദിവസവും 30,000 മുതൽ 40,000 വരെ ആഫ്രിക്കൻ-അമേരിക്കൻ കരിങ്കാലി തൊഴിലാളികളെ (strike breakers) ഉപയോഗിച്ചതായാണ് പറയപ്പെടുന്നത് (Whatley 1993).

വെള്ളക്കാരും കറുത്തവരും തമ്മിൽ നിലനിന്നിരുന്ന വർഗ്ഗവിവേചനം ഒന്നുകൊണ്ട് മാത്രം, വെള്ളക്കാരുടെ തൊഴിലാളി യൂണിയനുകളുടെ നേതൃത്വത്തിൽ സമരം ചെയ്യുന്നിടത്തേക്ക്, തങ്ങളുടെ അടിസ്ഥാന പൗരാവകാശം പോലും സംരക്ഷിക്കാൻ തയ്യാറാകാതിരുന്ന ഭരണസംവിധാനത്തിന് കീഴിലെ പൊലീസ് നയിച്ച് കൊണ്ടുപോയ സമരക്കാർക്ക് പകരം ജോലി ചെയ്തുകൊണ്ട് തൊഴിൽ സമരത്തെ തകർത്ത ചരിത്രം അമേരിക്കൻ വർഗ്ഗസമരങ്ങളെ തകർത്തതിന്റെ ചരിത്രം കൂടിയാണെന്ന് ബോണസിച്ച് രേഖപ്പെടുത്തിയിരിക്കുന്നു (Bonacich 1976). ആഭ്യന്തരയുദ്ധകാലത്തിനും മുപ്പതുകളിലെ സാമ്പത്തിക മാന്ദ്യകാലത്തുണ്ടാക്കിയ പുത്തൻ കരാറിനുമിടയിൽ ആഫ്രിക്കൻ-അമേരിക്കൻ തൊഴിലാളികളെ ഉപയോഗിച്ചു പരാജയപ്പെടുത്തിയ പണിമുടക്കിന്റെ കണക്ക് മിച്ചിഗൻ യൂണിവേഴ്സിറ്റിയിലെ പ്രൊഫസറായ വാറൻ വാറ്റിലെ നല്കിയിരിക്കുന്നത് കാണാം. 1847 നും 1929 നും ഇടയിൽ ആഫ്രിക്കൻ-അമേരിക്കക്കാരെ ഉപയോഗിച്ച് 141 സമരം ഈ വിധം പരാജയപ്പെടുത്തിയതായി വാറ്റിലെ പറയുന്നു. 1886 ലെ ജയ് ഗോൾഡ് സമരത്തിലും, 1892 ഹോമ്സ്ടെഡ് സ്റ്റീൽ സമരത്തിലും അവരെ ഉപയോഗിച്ചു. 1894 ന്റെ പുൾമാൻ റെയിൽവേ സമരത്തിലും, 1904 ലെ സമരത്തിലും, 1911 ലെ ഇല്ലിനോയിസ്റ്റ് സെൻട്രൽ റെയിൽവേ സമരത്തിലും, 1919 ലെ ഉരുക്ക് പണിമുടക്കിലും 1922 ലെ റെയിൽവേ പണിമുടക്കിലും, 1924-27 ലെ കല്ക്കരി പണിമുടക്കിലും ഇതേ തന്ത്രം തന്നെയാണ് ഭരണാധികാരികൾ ഉപയോഗിച്ചത്.

ഇങ്ങനെ അമേരിക്കയിലെ എത്ര തൊഴിൽ സമരങ്ങൾ അധികാരികൾ പരാജയപ്പെടുത്തിയെന്നത് ചരിത്രമാണ്. ഇപ്പോൾ തൊഴിൽ മേഖലയിൽ സംഘടിക്കാനും കൂട്ടായി വില പേശാനുമുള്ള അവകാശം അമേരിക്കയിൽ തൊഴിലാളികൾക്കുണ്ട്. തൊഴിലാളികൾക്ക് ഈ അവകാശം നല്കുമ്പോഴും മുതലാളിത്തത്തിന് അതുമൂലം അസ്വസ്ഥത ഉണ്ടാകാതിരിക്കാൻ അധികാരികൾ ശ്രദ്ധാലുക്കളാണെന്നതിന്റെ തെളിവായിരുന്നു വാൾ സ്ട്രീറ്റ് പിടിച്ചടക്കൽ സമരത്തിൽ കണ്ടത്. ചുരുക്കത്തിൽ, ചിക്കാഗോയിൽ തടയപ്പെട്ടത് അമേരിക്കയിലെ പുരോഗമന പ്രസ്ഥാനത്തിന്റെ കുതിപ്പാണ്. അതോടെ കമ്യൂണിസ്റ്റ് - സോഷ്യലിസ്റ്റ് മുന്നേറ്റം തടഞ്ഞുനിർത്താൻ അധികാരികൾക്ക് കഴിഞ്ഞു.

കമ്യൂണിസ്റ്റ് വിരുദ്ധത ചേരിയുടെ നേതൃത്വം വഹിക്കുന്ന അമേരിക്കയിൽ തൊഴിലാളിവർഗ്ഗം നടത്തിയ ഐതിഹാസികമായ സമരചരിത

മാണ് നാം കണ്ടത്. ദിവസം എട്ടു മണിക്കൂർ ജോലി എന്ന ഡിമാൻഡ് ഉയർത്തിക്കൊണ്ട് ചിക്കാഗോയിലെ തൊഴിലാളികൾ നടത്തിയ സമരവും അതിനെ ഭരണകൂടം നേരിട്ട രീതിയും ഇന്നും തൊഴിലാളിവർഗ്ഗത്തിന് ആവേശമായി നിലനില്ക്കുന്നു. അമേരിക്കൻ തൊഴിലാളിവർഗ്ഗ പ്രസ്ഥാനം ഈ സമയത്തിന് വൻവില നല്കേണ്ടിവന്നു. സമരത്തിന് നേതൃത്വം കൊടുത്തവരും, നയിച്ചവരും, തൂക്കിലേറ്റപ്പെട്ടു. തൊഴിലാളി വർഗ്ഗ പ്രസ്ഥാനം മാത്രമല്ല സോഷ്യലിസ്റ്റ്, കമ്യൂണിസ്റ്റ് പ്രസ്ഥാനങ്ങളും അതിനു കനത്ത വില നല്കേണ്ടി വന്നു. കമ്യൂണിസ്റ്റ്, സോഷ്യലിസ്റ്റ് ആശയത്തെയും അതിനോട് ചേർന്നുനിന്നു പ്രവർത്തിച്ചിരുന്ന തൊഴിലാളി വർഗ്ഗ പ്രസ്ഥാനത്തെയും ഭരണകൂടം സംശയത്തോടെ വീക്ഷിക്കുന്നതിനും ഇത് കാരണമായി. ഇതിന്റെ ഫലമായി, പിന്നീട് നടന്ന മിക്ക സമരങ്ങളും കുടിയേറ്റക്കാരെയും കറുത്തവർഗ്ഗക്കാരെയും ഉപയോഗിച്ച് അധികാരികൾ പരാജയപ്പെടുത്തി. തൊഴിലാളിസമരം പരാജയപ്പെടുത്തിയതിലൂടെ തൊഴിലാളി സമൂഹം പ്രതീക്ഷയോടെ നോക്കിക്കണ്ടിരുന്ന സോഷ്യലിസ്റ്റ്/കമ്യൂണിസ്റ്റ് ആശയങ്ങളെ അമേരിക്കൻ മണ്ണിൽ വ്യാപിക്കുന്നത് തടയുക എന്നതായിരുന്നു ഭരണകൂടത്തിന്റെ ലക്ഷ്യം. ഇതിൽ ഏറക്കുറെ ഭരണകൂടം വിജയിച്ചുവെന്ന് പറയേണ്ടി വരും. എന്നാൽ ഈ പ്രതിസന്ധികൾക്കിടയിലും തൊഴിലാളിവർഗ്ഗപ്രസ്ഥാനം സമസ്ത മേഖലകളിലും അതിന്റെ സാന്നിദ്ധ്യം അറിയിക്കുകയും സമരങ്ങളിൽ പങ്കാളികളാവുകയും ചെയ്യുന്നു. എന്നാൽ ഇത്തരം സമരങ്ങളെ ഭരണകൂടം എങ്ങനെ അനായാസം പരാജയപ്പെടുത്തും എന്നതിന്റെ ഒരു തെളിവുകൂടി ബാക്കിയാക്കി വാൾ സ്ട്രീറ്റ് പിടിച്ചടക്കൽ സമരം അവസാനിച്ചു.

Reference:

Bonacich, Edna (1976) *Advanced capitalism and black/white race relations in the United States: A split labor market interpretation.* A merican Sociological Review 41: 34-51.

Chase, E (1993) *The Brief Origins of May Day*, accessed from https:// www.iww.org/history/

Helgeson, J (2016) *American Labor and Working-Class History*, 1900–1945, http://oxfordre.com/americanhistory/

Whatley W C (1993) *African-American Strikebreaking from the Civil War to the New Deal*, Social Science History, 17(4).

തൊഴിലാളിവർഗ്ഗ പ്രസ്ഥാനങ്ങളും കമ്യൂണിസ്റ്റ് പാർട്ടിയും

ചിക്കാഗോയിലെ ഹേമാർക്കറ്റ് ചതുരത്തിൽ, 1886 മെയ് 4 ന് നടന്ന സംഭവത്തെത്തുടർന്ന് തൊഴിലാളിനേതാക്കളെ തൂക്കിലേറ്റിയതിനെ അനുസ്മരിച്ചുകൊണ്ട് പല രാജ്യത്തും മെയ്ദിനം ആചരിച്ചു വരുന്നു. എട്ടു മണിക്കൂർ ജോലി എന്നത് ഇന്ന് പരക്കെ അംഗീകരിക്കപ്പെട്ടിരിക്കുന്നു. എന്നാൽ, ഇങ്ങനെ ഒരു സംഭവം അവിടെ നടന്നതായി പോലും അമേരിക്കക്കാർ ഓർക്കാതിരിക്കാൻ അവിടത്തെ ഭരണകൂടം പ്രത്യേകം ശ്രദ്ധിക്കുന്നു. ഹേമാർക്കറ്റ് സ്ക്വയർ സംഭവം അമേരിക്കൻ ഭരണകൂടത്തെ അത്രമാത്രം അലോസരപ്പെടുത്തിയിരുന്നു. സമരത്തിന് നേതൃത്വം കൊടുത്ത തൊഴിലാളി നേതാക്കളെ തൂക്കിലേറ്റിയതിലൂടെ തൊഴിലാളി വർഗ്ഗത്തിന്റെ മുന്നേറ്റത്തെ മാത്രമല്ല ഭരണകൂടം തടഞ്ഞത്, മറിച്ച് തൊഴിലാളികളുടേതായ ഒരു റിപ്പബ്ലിക്ക് എന്ന പ്രതീക്ഷകൂടിയാണ് അതിലൂടെ തകർക്കപ്പെട്ടത്. സോഷ്യലിസ്റ്റ്, കമ്യൂണിസ്റ്റ് ആശയങ്ങളെ ജനങ്ങളിൽ നിന്നും അകറ്റാൻ ഇതിലൂടെ ഭരണകൂടത്തിന് കഴിഞ്ഞു. ഈ പശ്ചാത്തലത്തിലും അമേരിക്കയിൽ തൊഴിലാളികളെ സംഘടിപ്പിച്ചതിന്റെയും അവകാശങ്ങൾക്കായി വിലപേശിയതിന്റെയും നീണ്ട ചരിത്രമുണ്ട്. ഈ പ്രതിസന്ധിക്കിടയിലും പ്രവർത്തിച്ച ചരിത്രം അമേരിക്കൻ കമ്യൂണിസ്റ്റ് പാർട്ടിക്കുമുണ്ട്. ഇതിനെക്കുറിച്ചാണ് ഈ അദ്ധ്യായത്തിൽ ചർച്ച ചെയ്യുന്നത്..

തൊഴിലാളിവർഗ്ഗ പ്രസ്ഥാനങ്ങളുടെ രൂപീകരണവും വളർച്ചയും

ഹേമാർക്കറ്റ് സംഭവത്തിനും വളരെ മുൻപ് തന്നെ അമേരിക്കയിലെ തൊഴിലാളികൾ സംഘടനകൾ രൂപീകരിക്കാനും കൂട്ടായി വിലപേശാനും തുടങ്ങിക്കഴിഞ്ഞിരുന്നു. 1648 ൽ ബോസ്റ്റണിൽ രൂപീകരി

ക്കപ്പെട്ട ഷൂ നിർമ്മാണ തൊഴിലാളികളുടെയും മരപ്പാത്ര നിർമ്മാണ (coopers) തൊഴിലാളികളുടെയും സംഘടന തുടങ്ങി, 2005 ൽ എഴുപത് ലക്ഷം തൊഴിലാളികളെ പ്രതിനിധീകരിക്കുന്ന ഏഴ് പ്രധാന ദേശീയ യൂണിയനുകൾ രൂപീകരിച്ച ചേഞ്ച് ടു വിൻ (Change to Win) എന്ന സംഘടന വരെ നീണ്ടു കിടക്കുന്നു ഈ ചരിത്രം. വിസ്മരിക്കാൻ കഴിയാത്ത പല സമരങ്ങളും അമേരിക്കൻ തൊഴിലാളിവർഗ്ഗ ചരിത്രത്തിന്റെ ഭാഗമായുണ്ട്. സംഘടനകൾ രൂപീകരിച്ച് കൂട്ടായി വിലപേശൽ നടത്തിയ സംഭവങ്ങൾ കുറവല്ലെങ്കിലും ഒരു സംഘടനയുടെയും പിൻബലമില്ലാതെ നടന്ന പല സമരങ്ങളും അമേരിക്കൻ തൊഴിലാളിവർഗ്ഗ സമരചരിത്രത്തിൽ സ്ഥാനം നേടിയിട്ടുണ്ട്.

അമേരിക്കൻ തൊഴിലാളിവർഗ്ഗ പ്രസ്ഥാനങ്ങൾ

ഷൂനിർമ്മാണ തൊഴിലാളികളുടെയും മരപ്പാത്ര നിർമ്മാണ തൊഴിലാളികളുടെയും സംഘടന, 1648 ൽ ബോസ്റ്റണിൽ രൂപീകരിച്ചു. ഏതാണ്ട് മൂന്നു പതിറ്റാണ്ടിനു ശേഷമാണ്, 1765 ൽ, സ്ത്രീകളുടെ ആദ്യ സംഘടന (The Daughters of Liberty) രൂപീകരിക്കപ്പെട്ടത്. സ്ത്രീ വിമോചനത്തെക്കുറിച്ചും സ്ത്രീ ശാക്തീകരണത്തെക്കുറിച്ചും വാചാലരാകുന്ന നാം ഇരുപതാം നൂറ്റാണ്ടോടു കൂടി മാത്രമാണ് ഈ രംഗത്ത് എന്തെങ്കിലും ചെയ്തു തുടങ്ങിയതെന്ന് ഓർക്കേണ്ടതുണ്ട്. ദേശീയ ലേബർ യൂണിയൻ (NLU) എന്ന ദേശീയ തൊഴിൽ ഫെഡറേഷൻ 1866 ൽ രൂപീകരിക്കപ്പെട്ടെങ്കിലും ആറു വർഷങ്ങൾക്ക് ശേഷം, 1872 ൽ ഇത് പിരിച്ചുവിട്ടു. ഫിലാഡെൽഫിയയിൽ, 1869 ൽ രൂപീകരിച്ച നൈറ്റ്സ് ഓഫ് ലേബർ (Knights of labour)എന്ന രഹസ്യസംഘടനയാണ് തൊഴിലാളി സംഘടനയുടെ ചരിത്രത്തിലെ മറ്റൊരു നാഴികക്കല്ല്. തൊഴിലാളിയുടെ സാമൂഹികവും സാംസ്കാരികവുമായ ഉന്നമനത്തെ പ്രോത്സാഹിപ്പിച്ച നൈറ്റ്സ്, 1880 ആയപ്പോൾ അമേരിക്കയിൽ സജീവമായ തൊഴിലാളി പ്രസ്ഥാനമായി വളർന്നു. 1886 മാർച്ചിൽ, രണ്ടു ലക്ഷം തൊഴിലാളികൾ പങ്കെടുത്ത റെയിൽവേ സമരത്തിന് നേതൃത്വം കൊടുത്ത ഈ സംഘടന സമരം പരാജയപ്പെട്ടതോടെ തകരുകയും തുടർന്ന് ആ വർഷം തന്നെ അമേരിക്കൻ ഫെഡറേഷൻ ഓഫ് ലേബർ (American Federation of Labor, AFL) എന്ന സംഘടന രൂപീകരിക്കപ്പെടുകയും ചെയ്തു.

സ്ത്രീകളുടെ സംഘടനയായ 'ദി ഡോട്ടേഴ്സ് ഓഫ് ലിബർട്ടി' 1765 ൽ രൂപീകരിച്ചെങ്കിലും, സ്ത്രീ തൊഴിലാളികളുടെ ആദ്യ ദേശീയ യൂണിയനായ ദി ഡോട്ടേഴ്സ് ഓഫ് ക്രിസ്പിൻ (The Daughters of Crispin) 1869 ജൂലൈ 28 നാണ് മസാച്യുസ്റ്റിൽ രൂപീകരിക്കപ്പെട്ടത്. പതിനാലു വർഷങ്ങൾക്ക് ശേഷം, 1893 ൽ, ഖനിത്തൊഴിലാളികളുടെ സംഘടനയായ വെസ്റ്റേൺ ഫെഡറേഷൻ ഓഫ് മൈനേഴ്സ് (Western Federation of miners, WFM) മൊണ്ടാനയിൽ രൂപീകരിക്കപ്പെട്ടു. എല്ലാ തൊഴിലാളികളെയും ഒരു യൂണിയനു കീഴിൽ കൊണ്ടു വരികയെന്ന ലക്ഷ്യത്തോടെ,

രൂപംകൊണ്ട വേൾഡ് ഇൻഡസ്ട്രിയൽ വർക്കേഴ്സ് (IWW) മറ്റൊരു ചരിത്ര സംഭവമായിരുന്നു. ഈ സംഘടന 1905 ൽ ചിക്കാഗോയിലാണ് രൂപീകരിക്കപ്പെട്ടത്. വ്യവസായ സ്ഥാപനങ്ങളിലെ തൊഴിലാളികളെ സംഘടിപ്പിക്കുക എന്ന ലക്ഷ്യത്തോടെ 1935 ൽ കോൺഗ്രസ് ഓഫ് ഇൻഡസ്ട്രിയൽ ഓർഗനൈസേഷൻസ് (CIO) എന്ന മറ്റൊരു സംഘടന രൂപീകരിക്കപ്പെട്ടു. ശീതയുദ്ധ നയങ്ങളെയും നാറ്റോ പദ്ധതികളെയും സംബന്ധിച്ച് സംഘടനയിൽ ഉടലെടുത്ത അഭിപ്രായ വ്യത്യാസത്തെത്തുടർന്ന് സി ഐ ഒയിലെ ഇടതുപക്ഷ ചിന്താഗതിക്കാർ പുറത്ത് പോയി. തുടർന്ന്, കമ്യൂണിസ്റ്റ് ആഭിമുഖ്യമുള്ള 11 യൂണിയനുകളെ 1949 ൽ സി ഐ ഒയിൽ നിന്ന് പുറത്താക്കി. തൊഴിലാളി പ്രസ്ഥാനത്തിനുള്ളിലെ കമ്യൂണിസ്റ്റുകളെ സി ഐ ഒ മാത്രമല്ല എ എഫ് എല്ലും എന്നും എതിർത്തിരുന്നു. ഒറ്റ വലിയ തൊഴിലാളി ഫെഡറേഷൻ രൂപീകരിക്കുക എന്ന ലക്ഷ്യത്തോടെ 1955 ൽ എ എഫ് എല്ലും സി ഐ ഒ യുമായി ലയിച്ച്.

അമേരിക്കൻ തൊഴിലാളിവർഗ്ഗചരിത്രത്തിലെ നാഴികക്കല്ലായിരുന്നു 1962. 1962 ലാണ് ഫെഡറൽ തൊഴിലാളികൾക്ക് യൂണിയനുകളിൽ ചേരാനും ജോലിക്കും ജോലി സാഹചര്യത്തിനുമായി വിലപേശാനുമുള്ള അവകാശം അംഗീകരിച്ചുകൊണ്ട് പ്രസിഡന്റ് കെന്നഡി ഉത്തരവിറക്കിയത്. കൂട്ടായ വിലപേശൽ അംഗീകരിച്ചതോടെ, രണ്ടാം ലോകമഹായുദ്ധത്തിന്റെ അവസാനത്തോടെ തുടങ്ങിയ പണിമുടക്കുകൾ 1970 കളിലും വ്യാപകമായി തുടർന്നെങ്കിലും തൊഴിൽ സമരങ്ങൾ സാമൂഹ്യ അസ്വാസ്ഥ്യങ്ങൾ സൃഷ്ടിച്ചില്ല. എന്നാൽ ഗ്ലോബലൈസേഷനും ഔട്ട്സോർസിങ്ങും മറ്റു രാജ്യങ്ങളിലെന്നപോലെ അമേരിക്കൻ തൊഴിലാളികളുടെയും വിലപേശൽ ശക്തി കുറച്ചതായാണ് കാണുന്നത്. അമേരിക്കൻ തൊഴിലാളി സംഘടനകളുടെ രൂപീകരണവും വളർച്ചയും നാം കണ്ടു കഴിഞ്ഞു. ഇനി അമേരിക്കൻ കമ്യൂണിസ്റ്റ് ഇതിൽ വഹിച്ച പങ്ക് കൂടി ചുരുക്കത്തിൽ പരിശോധിക്കാം.

അമേരിക്കൻ കമ്യൂണിസ്റ്റ് പാർട്ടി

അമേരിക്കയുടെ രാഷ്ട്രീയ ഭൂപടത്തിൽ അത്രയൊന്നും പ്രാധാന്യമില്ലാത്ത കമ്യൂണിസ്റ്റ് പാർട്ടിക്ക് നൂറിലേറെ വർഷത്തെ പാരമ്പര്യം അവകാശപ്പെടാനുണ്ട്. 1848 ലെ ജർമ്മൻ വിപ്ലവത്തെതുടർന്ന് അമേരിക്കയിലെത്തിയ ജർമ്മൻ മാർക്സിസ്റ്റ് കുടിയേറ്റക്കാരായിരുന്നു അമേരിക്കയിലെ ആദ്യത്തെ മതേതര സോഷ്യലിസ്റ്റുകൾ. കാൾ മാർക്സിന്റെ ജർമ്മൻ സഹപ്രവർത്തകനായ ജോസഫ് വെയ്ഡേമെയേറും (Joseph Weydemeyer) ന്യൂയോർക്കിലെത്തിയ കുടിയേറ്റക്കാരുടെ കൂട്ടത്തിലുണ്ടായിരുന്നു. ജോസഫ് വെയ്ഡേമെയേർ, 1852 ൽ ഒരു സംഘടന രൂപീകരിക്കയും പിന്നീടത് അമേരിക്കൻ വർക്കേഴ്സ് ലീഗ് (American Workers' League) എന്നറിയപ്പെടുകയും ചെയ്തു. അമേരിക്കയിലെ

ആദ്യത്തെ മാർക്സിസ്റ്റ് ജേർണലായ, ഡൈ റെവല്യൂഷൻ (Die Revolution) സ്ഥാപിച്ചതും ജോസഫ് വെയ്ഡേമെയേറായിരുന്നു. എന്നാൽ, ഇംഗ്ലീഷ് ഭാഷ സംസാരിക്കുന്നവരെ ആകർഷിക്കുന്നതിൽ പരാജയപ്പെട്ട അമേരിക്കൻ വർക്കേഴ്സ് ലീഗ് അധികം കാലം നിലനിന്നില്ല

നീണ്ട ഇടവേളയ്ക്ക് ശേഷമാണ്, 1897 ൽ സോഷ്യലിസ്റ്റ് പാർട്ടി രൂപീകരിക്കപ്പെട്ടത്. താമസിയാതെ സോഷ്യലിസ്റ്റ് പാർട്ടിയിൽ രണ്ടു ചിന്താധാരകൾ രൂപപ്പെടുകയും ഏതാണ്ട് മൂന്നു പതിറ്റാണ്ടിനു ശേഷം അതൊരു വിഭജനത്തിലേക്ക് നയിക്കപ്പെടുകയും ചെയ്തു. 1919 സെപ്തംബറിൽ സോഷ്യലിസ്റ്റ് പാർട്ടിയിലെ രണ്ടുവിഭാഗവും പ്രത്യേകം കൺവെൻഷനുകൾ ചേർന്ന് കമ്യൂണിസ്റ്റ് ലേബർ പാർട്ടിയായും (CLP) അമേരിക്കൻ കമ്യൂണിസ്റ്റ് പാർട്ടിയായും (CPUSA) രൂപീകരിച്ചു. അങ്ങനെ, മാർക്സിസ്റ്റ്-ലെനിനിസ്റ്റ് പാർട്ടിയായ അമേരിക്കൻ കമ്യൂണിസ്റ്റ് പാർട്ടി (CPUSA) 1919 ൽ ചിക്കാഗോയിൽ രൂപംകൊണ്ടു. സോഷ്യലിസ്റ്റ് പാർട്ടിയിലെ ഇടതുപക്ഷ ചിന്താഗതിക്കാർ ചേർന്നാണ് മാർക്സിസ്റ്റ്-ലെനിനിസ്റ്റ് പാർട്ടിയായ അമേരിക്കൻ കമ്യൂണിസ്റ്റ് പാർട്ടി 1919 ൽ രൂപീകരിക്കുന്നത്. കമ്യൂണിസ്റ്റ് പാർട്ടി ഓഫ് അമേരിക്കയിലെ ഒരു ന്യൂനപക്ഷ വിഭാഗം പിന്നീട് കമ്യൂണിസ്റ്റ് ലേബർ പാർട്ടിയിൽ ലയിച്ച് യുണൈറ്റഡ് കമ്യൂണിസ്റ്റ് പാർട്ടി (UCP) രൂപീകരിച്ചു. കമ്യൂണിസ്റ്റ് ഇന്റർനാഷണലിന്റെ ശക്തമായ ഇടപെടൽമൂലം യുണൈറ്റഡ് കമ്യൂണിസ്റ്റ് പാർട്ടി 1921 മേയിൽ കമ്യൂണിസ്റ്റ് പാർട്ടി ഓഫ് അമേരിക്കയിൽ ലയിച്ചു.

അംഗീകാരം ഇല്ലാതിരുന്ന കമ്യൂണിസ്റ്റ് പാർട്ടി ഇക്കാലത്ത് ഒളി പ്രവർത്തനമാണ് നടത്തിയിരുന്നത്. ഈ സാഹചര്യം മറികടക്കാൻ കമ്യൂ

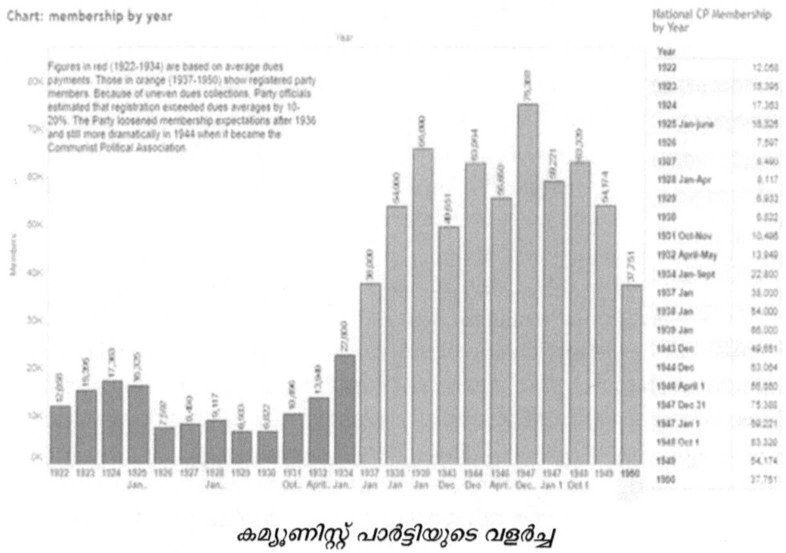

കമ്യൂണിസ്റ്റ് പാർട്ടിയുടെ വളർച്ച

ണിസ്റ്റ് പാർട്ടി കണ്ടെത്തിയ ഒരുപായമായിരുന്നു അമേരിക്കൻ വർക്കേഴ്സ് പാർട്ടിയുടെ (WPA) രൂപീകരണം. 1921 ഡിസംബറിൽ അമേരിക്കൻ വർക്കേഴ്സ് പാർട്ടി നിലവിൽ വന്നു. 1922 ൽ, അമേരിക്കൻ വർക്കേഴ്സ് പാർട്ടി കമ്യൂണിസ്റ്റ് ഇന്റർനാഷണലിൽ അഫിലിയേറ്റ് ചെയ്യപ്പെട്ടു. പാർട്ടിയുടെ ആശയപ്രചാരണം വ്യാപിപ്പിക്കുന്നതിന്റെ ഭാഗമായി, *ഡെയിലി വർക്കർ* (The *Daily Worker*) എന്ന ദിനപത്രം 1924 ൽ ആരംഭിച്ചു. പാർട്ടിയുടെ ആസ്ഥാനം 1927 ൽ ന്യൂയോർക്ക് സിറ്റിയിലേക്ക് മാറ്റുകയും പാർട്ടിയുടെ പേര് 'കമ്യൂണിസ്റ്റ് പാർട്ടി ഓഫ് യുണൈറ്റഡ് സ്റ്റേറ്റ് ഓഫ് അമേരിക്ക' (CPUSA) എന്ന് 1929 ൽ പ്രഖ്യാപിക്കുകയും ചെയ്തു.

1920 കൾ മുതൽ 1940 വരെ പുരോഗമന രാഷ്ട്രീയപ്രസ്ഥാനത്തിലും തൊഴിലാളിവർഗ്ഗപ്രസ്ഥാനത്തിലും കമ്യൂണിസ്റ്റ് പാർട്ടിക്ക് സ്വാധീനമുണ്ടായിരുന്നു. രണ്ടാം ലോകമഹായുദ്ധകാലത്ത്, ഒരു സാമൂഹിക പ്രസ്ഥാനമായി കമ്യൂണിസ്റ്റ് പാർട്ടി വളർന്നു. പ്രൊഫഷണലുകൾ ഉൾപ്പെടെ ഏകദേശം ഒരു ലക്ഷത്തോളം വരുന്ന അമേരിക്കക്കാരുടെ പ്രസ്ഥാനമായി കമ്യൂണിസ്റ്റ് പാർട്ടി വളർന്നു. ഈ വർഷങ്ങളിൽ, വ്യവസായ യൂണിയൻ കെട്ടിപ്പടുക്കാൻ കമ്യൂണിസ്റ്റ് പാർട്ടി മുൻകൈയെടുത്തു. അതുപോലെ, ആഫ്രിക്കൻ, അമേരിക്കൻ പൗരാവകാശങ്ങൾക്ക് വേണ്ടിയും യുദ്ധാനന്തര കാലത്തെ ഫെമിനിസ്റ്റ് പ്രസ്ഥാനത്തിന് അടിത്തറയിട്ടുകൊണ്ടും പാർട്ടി സജീവമായി. കൂടാതെ, തൊഴിലാളി പ്രസ്ഥാനത്തിലും അമേരിക്കൻ സാംസ്കാരിക ജീവിതത്തിലും കമ്യൂണിസ്റ്റ് പാർട്ടി ഗണ്യമായ സ്വാധീനം ചെലുത്തുകയുണ്ടായി.

രണ്ടാം ലോകമഹായുദ്ധത്തിനുശേഷം രൂപപ്പെട്ട ശീതയുദ്ധത്തെ തുടർന്ന് സി പി ഒ എക്ക് വളരെ സങ്കീർണ്ണമായ സാഹചര്യത്തെയാണ് നേരിടേണ്ടി വന്നത്. സോവിയറ്റ് യൂണിയനും അമേരിക്കയും തമ്മിൽ ഉണ്ടായിരുന്ന ശീതയുദ്ധം പാർട്ടി പ്രവർത്തകരെ പല തരത്തിലും പീഡിപ്പിക്കുന്നതിനു കാരണമായി. ക്രിമിനൽ കേസുകൾ, തടവ്, നാടുകടത്തൽ, ബ്ലാക്ക് ലിസ്റ്റ് എന്നിങ്ങനെ പലവിധ പീഡനങ്ങളും പാർട്ടി പ്രവർത്തകർ നേരിടേണ്ടി വന്നു. എല്ലാ പ്രതിസന്ധികളെയും തരണം ചെയ്ത കമ്യൂണിസ്റ്റ് പാർട്ടി ഇപ്പോഴും അമേരിക്കയിൽ പ്രവർത്തിക്കുന്നു എന്നത് തന്നെ അവിശ്വസനീയമായി തോന്നാം.

കമ്യൂണിസ്റ്റ് പാർട്ടി അമേരിക്കൻ ജനതയ്ക്കിടയിൽ എന്നും ഒരു ന്യൂനപക്ഷമായിരുന്നെങ്കിലും അമേരിക്കൻ സമരചരിത്രത്തിൽ കമ്യൂണിസ്റ്റ് പാർട്ടി നിർണ്ണായക പങ്കാണ് വഹിച്ചിട്ടുള്ളത്. മറ്റൊരുവിധത്തിൽ പറഞ്ഞാൽ അമേരിക്കൻ തൊഴിലാളി വർഗ്ഗ പ്രസ്ഥാനത്തിന്റെ ചരിത്രം അമേരിക്കൻ കമ്യൂണിസ്റ്റ് പാർട്ടിയുടെ ചരിത്രം കൂടിയാണ്. തൊഴിലാളി യൂണിയനുകൾ സംഘടിപ്പിക്കുന്നതിലും, തൊഴിലാളി സമരം സംഘടിപ്പിക്കുന്നതിലും കമ്യൂണിസ്റ്റ് പാർട്ടി നിർണ്ണായകമായ പങ്കാണ് വഹിച്ചിട്ടുള്ളത്. വർഗ്ഗവിവേചനത്തിനെതിരെ നടന്ന ചെറുത്തുനില്പിലും (Jim

Crow segregation), വ്യവസായ തൊഴിലാളി യൂണിയനുകളുടെ സംഘാടനത്തിലും, ന്യൂയോർക്കിലെ തൊഴിൽ സമരങ്ങളിലുമൊക്കെ കമ്യൂണിസ്റ്റ് പാർട്ടി ഇടപെട്ടിരുന്നു. 1920 കളിൽ അവിദഗ്ദ്ധരും തൊഴിൽരഹിതരുമായ കുടിയേറ്റക്കാരുടെ ഇടയിലെ സ്വാധീനത്തിൽ വലിയതോതിൽ ഒറ്റപ്പെട്ടുപോയ പാർട്ടി, രണ്ടാം ലോകമഹായുദ്ധ കാലത്തും മുപ്പതുകളിൽ സാമ്പത്തിക മാന്ദ്യകാലത്തും കൂടുതൽ അയവുള്ള സമീപനം സ്വീകരിച്ചതിലൂടെ പാർട്ടിയുടെ സ്വാധീനം വലിയ തോതിൽ വർദ്ധിച്ചിരുന്നു.

ഹോളിവുഡിന്റെ ചരിത്രം പിന്നെ നോപലേറെയുടെയും

അമേരിക്കയിൽ മാത്രമല്ല, ലോകത്താകെ, സിനിമയുടെ ആസ്ഥാനമായാണ് ഹോളിവുഡ് പൊതുവെ അറിയപ്പെടുന്നത്. പക്ഷേ, ഹോളിവുഡ് എന്നാൽ സിനിമ മാത്രമല്ല, അമേരിക്കക്കാർക്ക് ഹോളിവുഡ് എന്നാൽ അവരുടെ സംസ്കാരം രൂപപ്പെടുത്തുന്നതിൽ പ്രധാന പങ്കുവഹിച്ച ഒന്നിനെ സൂചിപ്പിക്കുന്ന വാക്കാണ്. മാത്രമല്ല, ലോകമഹായുദ്ധകാലത്ത് അമേരിക്കൻ ജനതയിൽ ദേശീയതയുടെ കനൽ എരിച്ച് അവരെ യുദ്ധത്തോടൊപ്പം നിർത്തുന്നതിൽ നിർണ്ണായക പങ്കുവഹിച്ച മാധ്യമത്തെ സൂചിപ്പിക്കുന്ന വാക്കാണ് ഹോളിവുഡ്. അക്കാലത്ത്, ഹോളിവുഡ് പുറത്തിറക്കിയ ഡോക്യുമെന്ററികളും വിദ്യാഭ്യാസ ചിത്രങ്ങളും യുദ്ധത്തെക്കുറിച്ച് ജനങ്ങളിൽ അവബോധം സൃഷ്ടിക്കുന്നതിലും ദേശീയത പ്രചരിപ്പിക്കുന്നതിലും നിർണ്ണായക പങ്കാണ് വഹിച്ചത്. രണ്ടാം ലോകമഹായുദ്ധത്തിനു ശേഷം, അമേരിക്കയിലെ മറ്റേതൊരു വ്യവസായത്തെയുംപോലെ ചലച്ചിത്ര വ്യവസായവും വളർന്നു പന്തലിച്ചു. ഹോളിവുഡ് എന്നാൽ സിനിമാ വ്യവസായം എന്ന സ്ഥിതി സംജാതമായി (French 2010). അങ്ങനെ ലോസ് ഏഞ്ചൽസിലെ നോപലേറ (Nopalera) എന്ന വെറും ഊഷരഭൂമി അമേരിക്കൻ വ്യവസായത്തിന്റെയും ലോക വ്യവസായത്തിന്റെയും ഭൂപടത്തിൽ സ്ഥാനംപിടിച്ചു. പക്ഷേ, ഈ പ്രതാപം വളരെക്കാലം നീണ്ടുനിന്നില്ല. ടെലിവിഷന്റെ ആവിർഭാവവും, കുത്തകവല്ക്കരണത്തിനെതിരായ കോടതിവിധിയും ഹോളിവുഡിനെ തളർത്തി. ആഗോളവല്ക്കരണം ഈ മേഖലയ്ക്ക് പുത്തൻ ഉണർവ്വ് നല്കിയതായി കാണാം. ഈ പശ്ചാത്തലത്തിലാണ് ഹോളിവുഡിന്റെ ചരിത്രം ഇവിടെ പരിശോധിക്കുന്നത്.

ഹോളിവുഡിന്റെ ചരിത്രം

മരുച്ചെടികൾ ഇടതൂർന്നുനിന്ന, നോപലേറെ എങ്ങനെ ലോക സിനിമയുടെ ആസ്ഥാനമായി മാറി എന്നറിയുന്നത് രസകരമായിരിക്കും. 1853 ൽ, മരുച്ചെടികൾ മാത്രമുണ്ടായിരുന്ന ഈ പ്രദേശത്ത് 1870 ആയപ്പോഴേക്കും ഒരു കാർഷിക സമൂഹം വളർന്നു വന്നിരുന്നു. വടക്കൻ സാന്താ മോണിക്ക (Santa Monica) മലനിരകൾ കടന്ന് പോകുന്ന ഈ പ്രദേശം കഹുഗെങ്ക (Cahuenga) താഴ്വര എന്നായിരുന്നു അറിയപ്പെട്ടിരുന്നത്. 'ഹോളിവുഡിന്റെ പിതാവ്' എന്നറിയപ്പെടുന്ന ഹൊബാർട്ട് ജോൺസ്റ്റൺ വൈറ്റലെയാണ് (Whitley) നോപലേറയിൽ (Nopalera) ഒരു നാഗരികത രൂപപ്പെടുത്തുന്നതിൽ പ്രധാന പങ്ക് വഹിച്ചത്. റിയൽ എസ്റ്റേറ്റ് ബിസിനസുകാരനായിരുന്ന വൈറ്റലെ തന്നെയാണ് ഈ സ്ഥലത്തിന് ഹോളിവുഡ് എന്ന പേര് നല്കിയതും.

ഈ സ്ഥലത്തിന് ഹോളിവുഡ് എന്ന പേര് നല്കിയതിനു പിന്നിലും ഒരു കഥ ഉള്ളതായി പറയപ്പെടുന്നു. 1886 ൽ, മധുവിധു ആഘോഷ വേളയിൽ വൈറ്റലെയും ഭാര്യ മാർഗരറ്റ് വിർജീനിയായും (Margaret Virginia) ഈ പ്രദേശത്ത് എത്തുകയുണ്ടായി. അവർ മലയുടെ മുകളിലിരുന്ന് താഴ്വരയിലെ കാഴ്ചകൾ കണ്ടുകൊണ്ടിരിക്കുമ്പോൾ തടികയറ്റിയ വണ്ടിയുമായി വന്നയൊരാൾ വൈറ്റലെയെ കണ്ടു വണങ്ങി. എന്താണയാൾ ചെയ്യുന്നതെന്ന് തിരക്കിയ വൈറ്റലെയോട് തടി കയറ്റുകയാണെന്ന അർത്ഥത്തിൽ ഹോളിവുഡ് (hollywood) എന്ന് പറഞ്ഞു. ഇതിലെ ഹോളി 'ഇംഗ്ലണ്ടിനെ പ്രതിനിധാനം ചെയ്യുന്നതും, വുഡ് എന്നത് അദ്ദേഹത്തിന്റെ 'സ്കോട്ടിഷ് പൈതൃകത്തെ പ്രതിനിധാനം ചെയ്യുന്നതു'മായിരുന്നു. ഈ സംഭാഷണമാണ് പിന്നീട് ഈ പ്രദേശത്തിന്റെ വികസന പ്രവർത്തനം ഏറ്റെടുത്തപ്പോൾ ഹോളിവുഡ് എന്ന പേര് ഈ

ഹോളിവുഡ് ഒരു ദൂരക്കാഴ്ച

സ്ഥലത്തിനു നല്കാൻ വൈറ്റലെയെ പ്രേരിപ്പിച്ചതെന്ന് പറയപ്പെടുന്നു.

1900 വരെ പറയത്തക്ക വികസനമൊന്നും ഇവിടെ ഉണ്ടായിരുന്നില്ല. ഒരു പോസ്റ്റ് ഓഫീസും, ഹോട്ടലും രണ്ട് വിപണികളും കൂടാതെ ഒരു പത്രവുമായിരുന്നു അവിടെ ഉണ്ടായിരുന്നത്. ഒറ്റ ലൈൻ റെയിൽപാതയായിരുന്നു അതുവഴി കടന്നു പോയിരുന്നത്. ചുരുക്കമായി മാത്രം വന്നിരുന്ന ട്രെയിൻ സർവീസിനെയായിരുന്നു അവിടത്തുകാർ യാത്ര ചെയ്യാൻ ആശ്രയിച്ചിരുന്നത്. അങ്ങനെയിരിക്കെയാണ് സ്ഥലം വാങ്ങി വീടുകൾ വച്ചു വില്ക്കുന്ന ബിസിനസുമായി വൈറ്റലെ അവിടെ എത്തുന്നത്. ഹോളിവുഡിൽ പുതിയ വീട് വച്ച് വില്പന നടത്തുന്നതിനെ സൂചിപ്പിക്കുന്ന ചൂണ്ടു പലക ലോസ് ഏഞ്ചൽസിൽ വച്ചിരുന്നത് ചിത്രം 2 ൽ കാണാം. വീട് വാങ്ങുന്നവരെ ആകർഷിക്കാൻ, വൈറ്റലെ 1902 ൽ അവിടെ ഹോളിവുഡ് ഹോട്ടൽ തുറന്നു. പിന്നീട്, ഈ ഹോട്ടൽ ലോകപ്രശസ്തമാകുകയും, നാഗരികതയുടെയും സാമൂഹ്യ ജീവിതത്തിന്റെയും കേന്ദ്രമായി മാറുകയും ചെയ്തുവെന്നു മാത്രമല്ല വർഷങ്ങളോളം താരങ്ങളുടെ താമസ കേന്ദ്രവുമായിരുന്നു.

സിനിമ ഹോളിവുഡിലേക്ക് പറിച്ചു നടപ്പെട്ടതിന് പിന്നിലും ഒരു ചരിത്രമുണ്ട്.

1900 കളുടെ ആരംഭം വരെ ന്യൂജേഴ്സിയായിരുന്നു സിനിമയുടെ കേന്ദ്രമായി പ്രവർത്തിച്ചിരുന്നത്. അക്കാലത്ത് ന്യൂജേഴ്സിയിലെ പേറ്റന്റ് കമ്പനിയുമായി സിനിമാക്കാർക്ക് ഉണ്ടായിരുന്ന തർക്കമാണ് സിനിമാക്കമ്പനികൾ ഹോളിവുഡിലേക്ക് വരാൻ കാരണമായത്. അക്കാലത്ത്, മിക്ക ചലച്ചിത്രങ്ങളുടെയും പേറ്റന്റ് അവകാശം ന്യൂജേഴ്സിയിലെ തോമസ് എഡിസന്റെ മോഷൻ പിക്ചർ പേറ്റന്റ്സ് കമ്പനിക്കായിരുന്നു. ഈ പേറ്റന്റ് കമ്പനി, നിർമ്മാതാക്കൾക്കെതിരെ നിയമ നടപടി എടുക്കുന്നത് പതിവായിരുന്നു. ഈ നിയമക്കുരുക്കിൽനിന്നും രക്ഷപ്പെടുന്നതിനുള്ള വഴി തേടിയിരുന്നവർക്ക് വന്നുകിട്ടിയ അവസരമായിരുന്നു ലോസ് ഏഞ്ചൽസിലെ പുതിയ സിനിമാ ലോകം. ഈ അവസരം മുതലാക്കി പല സിനിമാ നിർമ്മാതാക്കളും ലോസ് ഏഞ്ചൽസിലേക്ക് ചേക്കേറി. അവിടെ ഇത്തരം നിയമ കുരുക്കുകൾ ഒന്നും തന്നെ ഉണ്ടായിരുന്നില്ല. ന്യൂജേഴ്സി ആസ്ഥാനമാക്കി പ്രവർത്തിച്ചിരുന്ന സെന്റൗർ (Centaur) കമ്പനി, 1911 ഒക്ടോബറിൽ അവരുടെ നെസ്റ്റർ (Nestor) എന്ന ആദ്യ സ്റ്റുഡിയോ ഹോളിവുഡിൽ സ്ഥാപിച്ചു. തുടർന്ന്, പാരമൗണ്ട്, വാർണർ ബ്രോസ്, ആർ കെ ഒ, കൊളംബിയ തുടങ്ങി കമ്പനികളും ഹോളിവുഡിൽ സ്റ്റുഡിയോകൾ തുടങ്ങി.

ഹോളിവുഡിലെ അനുകൂലകാലാവസ്ഥയും മറ്റു ക്രമീകരണങ്ങൾ ഒരുക്കാനുണ്ടായിരുന്ന സാദ്ധ്യതയും സിനിമാ നിർമ്മാതാക്കളെ അവിടേക്ക് ആകർഷിച്ചു. മലനിരകളും സമതലങ്ങളും ഫിലിം സ്റ്റുഡിയോകൾ സ്ഥാപിക്കാൻ അനുയോജ്യമായ ഘടകങ്ങളായിരുന്നു. ചെലവിലുണ്ടായ കുറവ് സ്റ്റുഡിയോകൾ അവിടെ സ്ഥാപിക്കുന്നതിനുള്ള മറ്റൊരനുകൂല

ഘടകമായിരുന്നു. ഇതെല്ലം ഒത്തുചേർന്നപ്പോൾ, അമേരിക്കയിലെ സിനിമാ വ്യവസായത്തിന്റെ തലസ്ഥാനമായി ലോസ് ഏഞ്ചൽസ് മാറുകയായിരുന്നു. സംവിധായകനും എഴുത്തുകാരനും നിർമ്മാതാവുമായിരുന്ന ഗ്രിഫിത്തായിരുന്നു (David Wark Griffith 1875 - 1948) ഹോളിവുഡിലെ ആദ്യത്തെ മോഷൻ ചിത്രം നിർമ്മിച്ചത്.

ഗ്രിഫിത്തിന്റെ പല സിനിമകളും കാലത്തെ അതിജീവിച്ചവയാണ്. *ഒരു രാഷ്ട്രത്തിന്റെ പിറവി (The Birth of a Nation 1915), അസഹിഷ്ണുത (Intolerance 1916)* എന്നീ സിനിമകളിലൂടെ അദ്ദേഹം ഓർമ്മിക്കപ്പെടുന്നു. *ഒരു രാഷ്ട്രത്തിന്റെ പിറവി* എന്ന ചിത്രത്തിൽ വിപുലമായ ക്യാമറയും വിവരണ സാങ്കേതികവിദ്യയും അദ്ദേഹം ഉപയോഗിച്ചു. അതിന്റെ പ്രശസ്തി അമേരിക്കൻ ഐക്യനാടുകളിലെ ഫീച്ചർ-ലോങ് ഫിലിമിന്റെ ആധിപത്യത്തിനു തുടക്കമിട്ടു. അദ്ദേഹത്തിന്റെ പല സിനിമകളും കോളിളക്കം സൃഷ്ടിച്ചവയായിരുന്നുവെന്നു മാത്രമല്ല, അമേരിക്കയിൽ പല സ്ഥലത്തും നിരോധിക്കപ്പെടുകയും ചെയ്തിരുന്നു.

1919 ആയപ്പോഴേക്കും 'ഹോളിവുഡ്' അമേരിക്കൻ സിനിമയുടെ മുഖമായി മാറിക്കഴിഞ്ഞിരുന്നു. 1920 കൾ ആയപ്പോഴേക്കും അവിടെ സിനിമാ വ്യവസായം തഴച്ചു വളർന്നിരുന്നു. ഓരോ വർഷവും നൂറുകണക്കിന് മൂവികൾ നിർമ്മിച്ച് ഹോളിവുഡ് ചരിത്രം സൃഷ്ടിച്ചു. ഫോക്സ് , വാർണർ ബ്രോദേർസ് പാരാമൗണ്ട്, യൂണിവേഴ്സൽ, കൊളംബിയ (Fox, Warner Brothers, Paramount, Universal, Columbia) എന്നിങ്ങനെ നിരവധി സ്റ്റുഡിയോകൾ ഹോളിവുഡിന്റെ പേരും പെരുമയും വർദ്ധിപ്പിച്ചു. 1930 കളോടെ ഓരോ വർഷവും 600 സിനിമകൾ വരെ നിർമ്മിക്കാൻ കഴിയും വിധം ഹോളിവുഡ് സ്റ്റുഡിയോകൾ വളരുകയും, അമേരിക്കയിലെ സിനിമയുടെ ഉല്പാദനവും വിതരണവും പ്രദർശനങ്ങളും ഹോളിവുഡിലെ കമ്പനികൾ നിയന്ത്രിക്കുന്ന അവസ്ഥ സംജാതമാകുകയും ചെയ്തു. സ്റ്റുഡിയോകളുടെ കുത്തകവല്ക്കരണം താരങ്ങളും സ്റ്റുഡിയോകളും തമ്മിൽ അഭിപ്രായ വ്യത്യാസം രൂപപ്പെടാൻ കാരണമായി. ഇരുപതാം നൂറ്റാണ്ടിന്റെ ആരംഭത്തിൽ നിലനിന്നിരുന്ന ഈ അഭിപ്രായ വ്യത്യാസം സിനിമകളുടെ ഭാവി രൂപീകരിക്കപ്പെടാൻ ഇടയാക്കിയെന്നു മാത്രമല്ല സിനിമാക്കാരുടെ ഇടയിൽ വ്യക്തമായ ധാരണകൾ രൂപപ്പെടുന്നതിനു കാരണവുമായി. (കേരളത്തിലെ സിനിമാ രംഗത്ത് ഇത്തരം പരീക്ഷണങ്ങളുടെ കാലം അതിക്രമിച്ചിരിക്കുന്നു എന്നത് ഈ അവസരത്തിൽ ഓർക്കേണ്ടതാണ്). 1919 ൽ യുണൈറ്റഡ് ആർട്ടിസ്റ്റ് സ്റ്റുഡിയോ രൂപീകരിക്കുന്ന ഉടമ്പടിയിൽ ഗ്രിഫിത്ത്, മേരി പെക്ഫോർഡ്, ചാർളി ചാപ്ലിൻ, ഡഗ്ലസ് ഫെയർബാങ്ക്സ് എന്നിവർ കരാറിൽ ഒപ്പിട്ടു.

ഒന്നാം ലോകമഹായുദ്ധ കാലത്ത് ജനങ്ങളുടെ ഇടയിൽ ആശയ പ്രചാരണം നടത്തുന്നതിലേക്കായി തിയേറ്ററുകളെ വ്യാപകമായി ഉപയോഗിച്ചു. ലോക മഹായുദ്ധത്തിനുശേഷം അമേരിക്ക ഒരു സാംസ്കാരിക കുതിച്ചു ചാട്ടത്തിനു തന്നെ തുടക്കമിടാൻ ഇതു കളമൊരുക്കി. 1930 കൾ

ഹോളിവുഡിന്റെ സുവർണ്ണ കാലമായാണ് അറിയപ്പെടുന്നത്. ഈ ദശാബ്ദത്തിൽ സിനിമാ ചരിത്രത്തിലെ ഒരു പുതിയ കാലഘട്ടം ആരംഭിച്ചു. ആക്ഷൻ, മ്യൂസിക്കൽസ്, ഡോക്യുമെന്ററികൾ, കോമഡി, ഹൊറർ തുടങ്ങിയ പ്രമേയങ്ങൾ സിനിമയാക്കി. 1920 മുതൽ 1940 വരെയുള്ള കാലഘട്ടത്തിൽ ചലച്ചിത്ര വ്യവസായത്തെ നിയന്ത്രിക്കാൻ കഴിയുന്ന നിലയിലേക്ക് ഹോളിവുഡ് വളർന്നു കഴിഞ്ഞിരുന്നു.

1940 കൾ ഹോളിവുഡ് പ്രതിസന്ധികളെ നേരിട്ട് തുടങ്ങിയ കാലഘട്ടത്തിന്റെ തുടക്കമായിരുന്നു. രണ്ടാം ലോകമഹായുദ്ധം തുടങ്ങിയതോടെ വ്യവസായത്തകർച്ച എല്ലാ രംഗത്തും പ്രകടമായി. ഈ ഘട്ടത്തിലാണ് ഹോളിവുഡിന്റെ കുത്തക അവസാനിപ്പിക്കുന്ന തരത്തിലുള്ള കോടതിയുടെ ഇടപെടൽ ഉണ്ടായത്. ഹോളിവുഡ് സിനിമാ വ്യവസായം മുഴുവനും ചുരുക്കം ചിലരുടെ നിയന്ത്രണത്തിലാകുന്നത് കുത്തക നിയന്ത്രണ നിയമത്തിന് എതിരാണെന്ന വാദം കോടതി അംഗീകരിക്കുകയായിരുന്നു. കുത്തക നിയന്ത്രണ നിയമത്തിന് (The Sherman Anttirust Act of 1890) വിരുദ്ധമാണ് സിനിമാ വ്യവസായ രംഗത്ത് നടക്കുന്നതെന്ന് കോടതി അംഗീകരിച്ചതോടെ എണ്ണപ്പെട്ട സ്റ്റുഡിയോകൾ ചലച്ചിത്ര ലോകം നിയന്ത്രിക്കുന്നത് അവസാനിച്ചു (കേരളത്തിലെ സിനിമാ വ്യവസായത്തിൽ ഇപ്പോഴും കണ്ടു വരുന്ന ഈ പ്രവണത ഏതാണ്ട് ആറു പതിറ്റാണ്ടിന് മുൻപ് അമേരിക്ക അവസാനിപ്പിച്ചിരുന്നു എന്നതാണ് വസ്തുത. ഇപ്പോഴും ഈ രംഗം ശുദ്ധീകരിക്കാൻ നമുക്കാകുന്നില്ല എന്നതിന് കാരണം പല സ്ഥാപിത താല്പര്യങ്ങളുംമൂലമാണെന്ന് പറയേണ്ടിവരും).

കോടതി ഉത്തരവോടെ ഹോളിവുഡിന്റെ കുത്തക അവസാനിക്കുകയും ടെലിവിഷനുകൾ (മിനി സ്ക്രീനുകൾ) കടന്നുവരികയും ചെയ്തു. ടെലിവിഷന്റെ കടന്നു വരവും വളർച്ചയും സിനിമാ വ്യവസായത്തിൽ വലിയ പ്രതിസന്ധിയാണുണ്ടാക്കിയത്. സിനിമ കാണുന്നവർ ടി വി കാണാൻ തുടങ്ങിയതോടെ തീയേറ്ററുകളിൽ കാണികളുടെ എണ്ണം കുറഞ്ഞു. ടി വി പ്രോഗ്രാമുകൾ പ്രധാനമായും എടുത്തിരുന്നത് ഹോളിവുഡിൽ നിന്നായിരുന്നില്ല ന്യൂയോർക്കിൽ നിന്നായിരുന്നു; 1960 കളിൽ ടെലിവിഷൻ പ്രോഗ്രാമുകളുടെ നിർമ്മാണം ന്യൂയോർക്കിൽ നിന്ന് ഹോളിവുഡിലേക്ക് മാറ്റുകയും സിനിമ എടുക്കുന്നതിലും കൂടുതൽ സമയം ടി വി പ്രോഗ്രാമുകൾ എടുക്കുന്ന സ്ഥിതി ഉണ്ടാവുകയും ചെയ്തു.

ഹോളിവുഡ് നിരീക്ഷകനായ നീൽ ഗാബ്ലർ (Neal Gabler 1995), സിനിമാ വ്യവസായ രംഗത്തെ വിപ്ലവത്തെക്കുറിച്ച് 1995 ൽ, സ്റ്റുഡിയോ സിസ്റ്റത്തിന്റെ പ്രതികാരമെന്ന (Revenge of the Studio System) ലേഖനം *ന്യൂയോർക്ക് ടൈംസിൽ* പ്രസിദ്ധീകരിക്കുകയുണ്ടായി. ഇതിൽ സിനിമാ വ്യവസായരംഗത്ത് നടന്ന മൂന്നു വിപ്ലവത്തെക്കുറിച്ചു പറയുന്നുണ്ട്. ഹോളിവുഡ് രൂപീകരിക്കപ്പെട്ടതോടെ ചലച്ചിത്രരംഗത്തെ ഒന്നാം വിപ്ലവും നടന്നു കഴിഞ്ഞുവെന്നാണ് അദ്ദേഹത്തിന്റെ അഭിപ്രയം. രണ്ടാം ലോക

ഇടത്ത് നിന്ന് ഡി. ഡബ്ല്യു. ഗ്രിഫിത്ത്, മേരി പിക്ഫോർഡ്, ചാർളി ചാപ്ലിൻ (ഇരിപ്പിടം), ഡഗ്ലസ് ഫെയർബാംസ്ക്സ്

മഹായുദ്ധത്തിനുശേഷമുണ്ടായ ടെലിവിഷന്റെ കടന്നു വരവും, ഈ രംഗത്തെ കുത്തകവല്ക്കരണത്തിനെതിരായ കോടതി വിധിയും സിനിമാ വ്യവസായ രംഗത്തെ രണ്ടാമത്തെ വിപ്ലവമായിരുന്നുവെന്നാണ് നീൽ ഗാബ്ലർ പറയുന്നത്. മൂന്നാം വിപ്ലവം 1990 കളിലെ ആഗോളീകരണത്തോടെ നടന്നതായാണ് അദ്ദേഹത്തിന്റെ അഭിപ്രായം. കോടതി വിധി മൂലം ഛിന്നഭിന്നമായി പോയിരുന്ന സിനിമാ രംഗം പുതിയ രൂപത്തിൽ രംഗത്ത് വന്നു. കുത്തക നിയന്ത്രണത്തെ അതിജീവിക്കാൻ മാധ്യമ നിയന്ത്രണ നിരോധനം എന്ന പരിചയും ഇവർക്കു ലഭിച്ചു. ഇതിന്റെ ഫലമായി കുത്തകകൾക്ക് ഡിജിറ്റൽ മാധ്യമങ്ങളെ ഒന്നായി നിയന്ത്രിക്കാവുന്ന സ്ഥിതി രൂപപ്പെട്ടിരിക്കുന്നു. അങ്ങനെ ഹോളിവുഡ് സ്ഥാനത്ത് പുതിയ സംവിധാനം ഉദയം ചെയ്തിരിക്കുന്നു (Schtaz 2017).

നോപലേറെ ഹോളിവുഡ് ആയി വളർന്നതോടെ അത് ലോക സിനിമയുടെ കേന്ദ്രബിന്ദുവായി മാറുകയായിരുന്നു. ചലച്ചിത്ര ലോകത്തിന്റെ മുഖമായി മാറിയ ഹോളിവുഡ് അമേരിക്കൻ വ്യവസായ ലോകത്തെ നിറ സാന്നിദ്ധ്യം കൂടിയായിരുന്നു. ഇതിലെല്ലാമുപരി ഹോളിവുഡ് ഒരിക്കൽ അമേരിക്കൻ സാംസ്കാരിക മുന്നേറ്റത്തിന്റെ ചാലക ശക്തിയായിരുന്നു. ലോക മഹായുദ്ധ കാലത്ത്, ജനങ്ങളുടെ ദേശീയ ബോധത്തെ ഉണർത്താനുള്ള ഇന്ധനം നിറച്ചിരുന്നത് ഹോളിവുഡിൽ നിന്നായിരുന്നുവെന്നു പറഞ്ഞാൽ അതിൽ അത്ഭുതപ്പെടേണ്ടതില്ല. പത്തൊൻപതാം നൂറ്റാണ്ടിൽ തുടങ്ങി ഇരുപത്തൊന്നാം നൂറ്റാണ്ടിൽ എത്തിനില്ക്കുന്ന ഹോളിവുഡ് നിരവധി ദശാസന്ധികളിലൂടെ കടന്ന് പോയിരുന്നു. അമേരിക്കൻ വ്യവസായ മേഖലയെ നിയന്ത്രിച്ചിരുന്ന ഹോളിവുഡിന്റെ കുത്തക കോടതി വിധിയും ടി വിയുടെ കടന്നു വരവുംമൂലം വൻ പ്രതിസന്ധിയാണ് നേരിട്ടത്. എന്നാൽ, ആഗോളവ

ല്ക്കരണം ഈ മേഖലയ്ക്ക് പുതിയ ഉണർവ്വ് പകർന്നിരിക്കുന്നു. അങ്ങനെ വിവിധ ഘട്ടങ്ങളിലൂടെ കടന്നു വന്ന ഹോളിവുഡിന് നോപ ലേറെയുടെ കഥ മാത്രമല്ല പറയാൻ കഴിയുന്നത്, അമേരിക്കൻ സിനിമാ വ്യവസായത്തിന്റെയും, സാംസ്കാരിക വളർച്ചയുടെയും ആഗോളീ കരണത്തിന്റെയും കഥ കൂടി പറയാൻ കഴിയും.

Reference

French, P (2010) *How 100 years of Hollywood have charted the history of America*, accessed from, https://www.theguardian.com/film/2010/feb/28/philip-french-best-hollywood-films

Gabler, N (1995) *The Revenge of the Studio System, The New York Times*, August 22, p. A15.

Schtaz, T (1993) *The New Hollywood*, in J Collins, H Radner, and A P Collins (eds.),

Film Theory Goes to the Movies. New York: Routledge.

തിരനോട്ടം

അമേരിക്കയെക്കുറിച്ച് നിരവധി പുസ്തകങ്ങൾ മലയാളത്തിൽ ഇതിനോടകം വന്നു കഴിഞ്ഞിട്ടുണ്ട്. അതിൽ പലതും യാത്രാ വിവരണങ്ങളാണെങ്കിൽ, ഒരു പ്രവാസിയുടെ കാഴ്ചപ്പാടിലൂടെ അമേരിക്കയെ വിലയിരുത്താനാണ് ഈ പുസ്തകം ശ്രമിച്ചിരിക്കുന്നത്. അമേരിക്കയെക്കുറിച്ചുള്ള വ്യത്യസ്തമായ ചിത്രങ്ങൾ ഇതിൽ വരച്ചുകാട്ടാൻ ശ്രമിച്ചിരിക്കുന്നു. അതിൽ അമേരിക്കയിലെ മനുഷ്യനിർമ്മിതവും അല്ലാത്തതുമായ മനോഹരദൃശ്യങ്ങളുടെ നേർകാഴ്ചയുണ്ട്. സ്വാതന്ത്ര്യാനന്തര അമേരിക്ക രണ്ടര നൂറ്റാണ്ടിനുള്ളിൽ നേടിയ വികസനത്തെക്കുറിച്ചും വികസനക്കുതിപ്പിന് അവരെ പ്രാപ്തമാക്കിയ സാഹചര്യത്തെക്കുറിച്ചും പറയുന്നുണ്ട്. അമേരിക്കയിലെ വിദ്യാഭ്യാസത്തെക്കുറിച്ചും വിദ്യാഭ്യാസ സ്ഥാപനങ്ങളെക്കുറിച്ചും ചർച്ച ചെയ്യുന്നുണ്ട്. അമേരിക്കയിൽ വംശീയത ഇല്ലാതായതിനെക്കുറിച്ചും, അമേരിക്കൻ സംസ്കാരത്തെക്കുറിച്ചും ഈ പുസ്തകം ചർച്ച ചെയ്യുന്നു. അമേരിക്കൻ വർഗ്ഗ സമര ചരിത്രത്തെക്കുറിച്ചു മാത്രമല്ല സോഷ്യലിസ്റ്റ് ആശയത്തെ പൊതുജനങ്ങളിലേക്ക് പടരാതെ അമേരിക്കൻ ഭരണകൂടം എങ്ങനെ പ്രതിരോധിച്ചുവെന്നതിനെക്കുറിച്ചും ഈ പുസ്തകത്തിൽ പ്രതിപാദിക്കുന്നു.

മനുഷ്യ നിർമ്മിത അത്ഭുതങ്ങൾ

വിജ്ഞാനത്തെ കർമ്മ ശേഷിയുമായി കൂട്ടിയിണക്കി, അമേരിക്ക പടുത്തുയർത്തിയത് പലതും പിന്നീട് മഹാത്ഭുതങ്ങളായി മാറിയെന്നു മാത്രമല്ല ഇപ്പോഴും നിലകൊള്ളുന്നു. ഇതിന് നിരവധി ഉദാഹരണങ്ങളുണ്ടെങ്കിലും ന്യൂയോർക്കിലെ എമ്പയർ സ്റ്റേറ്റ് ബിൽഡിങ്ങും ബ്രൂക്ലിൻ

പാലവും എടുത്തു പറയേണ്ടവ തന്നെയാണ്. 1929 ൽ ആരംഭിച്ച് 1931 ൽ പൂർത്തിയാക്കിയ ലോകത്തിലെ തന്നെ ഏറ്റവും ഉയരം കൂടിയ മഹാ സൗധമായിരുന്നു എമ്പയർസ്റ്റേറ്റ് ബിൽഡിങ്. പിന്നീട് ലോകത്തു പല അംബരചുംബികളായ കെട്ടിടങ്ങളും ഉയർന്നുവന്നെങ്കിലും എമ്പയർസ്റ്റേറ്റ് ബിൽഡിങ് ഇപ്പോഴും ആയിരക്കണക്കായ സന്ദർശകരെ ആകർഷിച്ച് ന്യൂയോർക്കിലെ തിലകക്കുറിയായി നിലകൊള്ളുന്നു. ബ്രൂക്ലിൻ പാലത്തിന്റെ നിർമ്മാണമാണ് മറ്റൊരു മഹാത്ഭുതമായി ഇപ്പോഴും തുടരുന്നത്.

ബ്രൂക്ലിൻപാലം, മൻഹാട്ടനേയും ബ്രൂക്ലിനേയും ബന്ധിപ്പിക്കുന്ന ഒരു കേബിൾ തൂക്കു പാലമാണ്. 1869 ൽ പണി തുടങ്ങി 1883 ൽ പൂർത്തീകരിച്ച ഈ പാലത്തിന് നിരവധി കഥകൾ പറയാനുണ്ട്. 600 തൊഴിലാളികൾ 14 വർഷം പണി പൂർത്തിയാക്കിയ പാലത്തിന്റെ പണിക്കിടയിൽ ഡിസൈനർ ഉൾപ്പെടെ രണ്ട് ഡസനോളം ആളുകൾ മരിച്ചു. ഡിസൈനർ, ജോൺ അഗസ്റ്റസ് റോപ്ബ്ലിങ് നിർമ്മാണം തുടങ്ങുന്നതിനു തൊട്ടു മുൻപ് അവസാനത്തെ അളവെടുപ്പുകൾ നടത്തുന്നതിനിടയിൽ സൈറ്റിൽ വീണു മാരകമായ പരുക്ക് പറ്റുകയും മൂന്നാഴ്ചയ്ക്കു ശേഷം ടെറ്റനസ് വന്ന് മരിക്കുകയും ചെയ്തു. തുടർന്ന്, അദ്ദേഹത്തിന്റെ 32-കാരനായ മകൻ, വാഷിങ്ടൺ റോപ്ബ്ലിങ്, പണി ഏറ്റെടുത്തു. കാസിയോൻ രോഗം ബാധിച്ച വാഷിങ്ടൺ പണി സ്ഥലത്തുവരാൻ കഴിയാത്ത വിധം കിടപ്പിലായി. അദ്ദേഹത്തിന്റെ ഭാര്യ എമിലി ആയിരുന്നു പാലത്തിന്റെ ശേഷിച്ച പണി പൂർത്തിയാക്കിയത്. 135 വർഷത്തോളം പഴക്കമുള്ള, ഈ പാലത്തിലൂടെ ദിവസവും ഏതാണ്ട് 150,000 വാഹനങ്ങൾ യാത്രക്കാരെ വഹിച്ചു കടന്നു പോകുന്നു. മനുഷ്യനിർമ്മിത അത്ഭുതങ്ങളുടെ കൂട്ടത്തിൽ ബ്രൂക്ലിൻ പാലം ഇന്നും ന്യൂയോർക്കിൽ തലയെടുപ്പോടെ നിലകൊള്ളുന്നു.

പ്രകൃതിദത്ത അത്ഭുതങ്ങൾ

അമേരിക്കയ്ക്ക് പ്രകൃതി കനിഞ്ഞു നല്കിയ നിരവധി അത്ഭുതങ്ങളുടെ കൂട്ടത്തിൽ എടുത്തു പറയേണ്ടവയാണ് നയാഗ്ര വെള്ളച്ചാട്ടവും ഗ്രാൻഡ് ക്യാനിയനും. ഇവയ്ക്കൊന്നും ഒരു പോറൽ പോലും ഏല്ക്കാതെ സംരക്ഷിക്കുന്നത്തിൽ മാത്രമല്ല ഇവയെ ഫലപ്രദമായി മാർക്കറ്റ് ചെയ്യുന്നതിലും അവർ കാണിക്കുന്ന പാടവം നാം കണ്ടുതന്നെ പഠിക്കേണ്ടതാണ്. ഓരോ വർഷവും അമേരിക്കയിൽ വരുന്ന വിനോദ സഞ്ചാരികളിലൂടെ വൻ തുകയാണ് അവർ ദേശീയ വരുമാനത്തിലേക്ക് മുതൽ കൂട്ടുന്നത്.

നയാഗ്ര വെള്ളച്ചാട്ടം അമേരിക്കയേയും കാനഡയേയും വേർതിരിക്കുന്ന നയാഗ്രനദിയിലെ രണ്ട് വെള്ളച്ചാട്ടങ്ങൾ ഉൾക്കൊള്ളുന്നതാണ്. അമേരിക്കൻ അതിർത്തിയിൽ സ്ഥിതി ചെയ്യുന്ന ഭാഗത്തെ അമേരിക്കൻ

വെള്ളച്ചാട്ടമെന്നും (American Falls), കനേഡിയൻ ഭാഗത്തെ ഹോഴ്സ് ഷൂ വെള്ളച്ചാട്ടമെന്നുമാണ് (Horseshoe Falls) അറിയപ്പെടുന്നത്. ഹോഴ്സ് ഷൂ വെള്ളച്ചാട്ടത്തിന് ഏകദേശം 170 അടി ഉയരവും 2500 അടി നീളവുമുള്ളപ്പോൾ അമേരിക്കൻ വെള്ളച്ചാട്ടത്തിന് 180 അടി ഉയരവും 1,100 അടി നീളവുമാണുള്ളത്.

വടക്കൻ അരിസോണയിൽ സ്ഥിതി ചെയ്യുന്ന ഗ്രാൻഡ് ക്യാനിയൻ അതിന്റെ വലിപ്പവും വർണ്ണാഭമായ ദൃശ്യഭംഗിയുംകൊണ്ട് ലോകം മുഴുവൻ പ്രസിദ്ധമാണ്. ഇതിന് 270 മൈലു ദൈർഘ്യവും, 18 മൈലുകളോളം നീളവും ഒരു മൈൽ ആഴവുമാണുള്ളത്. ഇവിടെ കാണുന്ന പാറകളുടെ പാളികൾ പരിശോധിച്ച് ഭൂമിയുടെ ഓരോ കാലഘട്ടവും നിശ്ചയിക്കാറുണ്ട്. 1800 കളുടെ ആരംഭം മുതൽ യു എസ് ഗവൺമെന്റ് അയച്ച പരിവേഷകർ മലഞ്ചെരിവുകളിൽ പര്യവേക്ഷണം ചെയ്ത് ഭൂപടത്തിൽ അടയാളപ്പെടുത്താൻ തുടങ്ങി. 1893 ൽ ആദ്യമായി ഫോറസ്റ്റ് റിസർവ്വ് എന്ന പദവി നേടിയ ഗ്രാൻഡ് ക്യാനിയൻ പിന്നീട് ഒരു ദേശീയ സ്മാരകമായും 1919 ൽ ദേശീയ പാർക്കായും അംഗീകരിക്കപ്പെട്ടു.

വാട്ക്കിൻസ് ഗ്ലെൻ സ്റ്റേറ്റ് പാർക്ക്, ന്യൂയോർക്കിലെ ചെറുതടാകങ്ങൾ എന്ന നിലയിൽ പ്രസിദ്ധമാണ്. രാജ്യത്തിലെ ഏറ്റവും മികച്ച മൂന്ന് സംസ്ഥാന പാർക്കുകളിൽ ഒന്നാണ് വാട്ക്കിൻസ് ഗ്ലെൻ. 19 വെള്ളച്ചാട്ടങ്ങളും 200 അടി നീളമുള്ള മലഞ്ചരുവുകളിലൂടെയുള്ള ഇടുങ്ങിയ പാതയും വാട്ക്കിൻസ് ഗ്ലെൻ പാർക്കിനെ മനോഹരമാക്കുന്നു. ന്യൂയോർക്കിന്റെ പ്രാന്ത പ്രദേശത്തെ ഏറ്റവും പ്രശസ്തമായ ടൂറിസ്റ്റ് ആകർഷണങ്ങളിൽ ഒന്നാണ് ഈ മനോഹരമായ പാർക്ക്.

അമേരിക്കൻ വികസനചരിത്രം

ആധുനിക അമേരിക്ക രണ്ടര നൂറ്റാണ്ടുകൊണ്ട് അസൂയാവഹമായ വളർച്ചയാണ് കൈവരിച്ചത്. ബ്രിട്ടീഷുകാരിൽനിന്നും സ്വതന്ത്രമായ കോളനികൾക്ക്, വികസനത്തിന്റെ ദിശാബോധം നല്കാൻ കഴിയുന്ന ഭരണ നേതൃത്വം ഉണ്ടായിരുന്നതാണ് അമേരിക്കയുടെ ഈ നേട്ടത്തിന്റെ രഹസ്യം. കൂടാതെ, ബ്രിട്ടീഷ് സംവിധാനത്തിൽനിന്നും വ്യത്യസ്തമായി, എന്തിനെയും പോസിറ്റീവായി സമീപിക്കുന്ന അമേരിക്കൻ രീതി വികസിപ്പിച്ചെടുക്കുന്നതിലും അവർ വിജയിച്ചു. ഇതിലൊക്കെ ഉപരി ലോകസാഹചര്യം അമേരിക്കൻ വികസനത്തിന് അനുകൂലമാക്കുന്നതിൽ എന്നും അമേരിക്ക ഒരു കാതം മുന്നിലായിരുന്നു. ആഫ്രിക്കക്കാരായ അടിമകൾ അമേരിക്കയിലേക്ക് വരുന്നതോടെയാണ് ആധുനിക അമേരിക്കയുടെ വികസന ചരിത്രം തുടങ്ങുന്നത്. കോളനിവാഴ്ചക്കാലത്ത്, അവരെ ഉപയോഗിച്ചായിരുന്നു ബ്രിട്ടീഷ് കുടിയേറ്റക്കാർ അമേരിക്കൻ കാർഷിക സമ്പദ്ഘടന കെട്ടിപ്പടുത്തത്.

കോളനിവാഴ്ചക്കാലത്ത് കാർഷിക സമ്പദ്ഘടന കെട്ടിപ്പടുക്കാൻ, ബ്രിട്ടീഷ് കുടിയേറ്റക്കാർ കാണിച്ച അതേ ജാഗ്രത സ്വാതന്ത്ര്യാനന്തര അമേരിക്കൻ ഭരണകൂടവും കാണിച്ചു. അടിമ വ്യാപാരം നിയമപരമായി അവസാനിപ്പിക്കുകയും, വ്യാവസായിക വിപ്ലവത്തിന്റെ അലയൊലികൾ അമേരിക്കയിൽ മാറ്റൊലിക്കൊള്ളുകയും ചെയ്തതോടെ അമേരിക്കയും അവരുടെ വികസനനയത്തിൽ കാലോചിതമായ മാറ്റം വരുത്തി. യന്ത്രവല്ക്കരണം നടപ്പിലാക്കി, കാർഷിക രംഗം കാലോചിതമായി പരിഷ്കരിച്ച്, കാർഷിക സമ്പദ്ഘടനയെ സുശക്തമാക്കി. അതോടൊപ്പം വ്യാവസായിക വിപ്ലവം ഫലപ്രദമായി അവർ നടപ്പിലാക്കുകയും ചെയ്തു. വ്യാവസായിക വിപ്ലവത്തിനുശേഷം അമേരിക്കയിലേക്ക് വന്ന തൊഴിലാളികൾ വെറും കൃഷിയിടങ്ങളിലെ പണിക്കാരായിരുന്നില്ല, മറിച്ച് വിദഗ്ദ്ധ തൊഴിലാളികളും ഉന്നത വിദ്യാഭ്യാസമുള്ളവരുമായിരുന്നു. ഇവരെ വികസനത്തിന്റെ ഭാഗമാക്കാൻ കഴിഞ്ഞതിലൂടെ അമേരിക്ക വികസന രംഗത്ത് വൻ കുതിപ്പാണുണ്ടാക്കിയത്. ഇതേ തന്ത്രമാണ് ആഗോളീകരണ കാലഘട്ടത്തിലും അമേരിക്ക തുടർന്നു വരുന്നത്. ലോകത്തിന്റെ ഏതു ഭാഗത്തുനിന്നും മിടുക്കന്മാരെ അമേരിക്കയിലേക്ക് കൊണ്ടുവരുന്നതിനും അവരെ അമേരിക്കൻ വികസനത്തിന് മുതൽക്കൂട്ടാക്കുന്നതിനും ഇപ്പോഴും അവർ പ്രത്യേകം താല്പര്യം കാണിക്കുന്നു. ഇതിലൂടെ വിജ്ഞാന മൂലധനത്തിന്റെ സാദ്ധ്യത പരമാവധി അവർ ഉപയോഗിക്കുന്നു. മറ്റൊരു വിധത്തിൽ പറഞ്ഞാൽ, വിജ്ഞാനത്തെ വികസനത്തിന്റെ ചാലകശക്തിയാക്കാൻ കഴിഞ്ഞതാണ് അമേരിക്കയുടെ വൻ കുതിപ്പിന് കാരണം.

സർവ്വകലാശാലകളും ഗവേഷണ സ്ഥാപനങ്ങളും

സർവ്വകലാശാലകളെയും ഗവേഷണ സ്ഥാപനങ്ങളെയും ലോക നിലവാരത്തിലേക്ക് ഉയർത്തുന്നതിൽ അമേരിക്ക വിജയിച്ചു. ഇതിൽ സ്വകാര്യ സ്ഥാപനങ്ങളും പൊതു സ്ഥാപനങ്ങളും ഒരേ മികവാണ് പുലർത്തുന്നത്. സ്വകാര്യ സർവ്വകലാശാലകളും വിദ്യാഭ്യാസ സ്ഥാപനങ്ങളും വ്യാപകമായപ്പോഴും അവയുടെമേൽ സർക്കാരിന് ശക്തമായ നിയന്ത്രണവും (social control) നിരീക്ഷണവുമാണുള്ളത്. ഇതുമൂലം പല സ്വകാര്യ വിദ്യാഭ്യാസ സ്ഥാപനങ്ങളും പൊതുവിദ്യാഭ്യാസ സ്ഥാപനങ്ങളെക്കാൾ ഗുണ നിലവാരവും മേന്മയും പുലർത്തുന്നവയായി വളർന്നു. ഗുണ നിലവാരത്തിൽ, ലോകത്തെ ഒന്നാം സ്ഥാനത്തേക്ക് സ്വകാര്യ സർവ്വകലാശാലയായ പ്രിൻസ്റ്റന് ഉയരാൻ കഴിഞ്ഞത് തന്നെ അമേരിക്ക സ്വകാര്യ വിദ്യാഭ്യാസ സ്ഥാപങ്ങൾക്ക് നല്കുന്ന പ്രാധാന്യത്തിന്റെ തെളിവാണ്. കൂടാതെ ആയിരക്കണക്കായ ഗവേഷണ/ബിസിനസ് സ്ഥാപനങ്ങളും അമേരിക്കയിൽ പ്രവർത്തിക്കുന്നു. അമേരിക്കയിലെ

കമ്പനികളിൽ പലതും വെറും ബിസിനസ് സ്ഥാപനങ്ങളായ കമ്പനികളല്ല മറിച്ച് പതിനായിരക്കണക്കിനാളുകൾക്ക് തൊഴിൽ നല്കുന്ന മികച്ച ഗവേഷണ സ്ഥാപനങ്ങളാണ്

വർഗ്ഗവിവേചനം

വർഗ്ഗവിവേചനം ശക്തമായി നിലനിന്നിരുന്ന അമേരിക്കയിൽ വർഗ്ഗ പരമായ ഒരു വിവേചനവും നിയമപരമായി അനുവദിക്കുന്നില്ല. നിയമ പരമായി അനുവദനീയമല്ലെങ്കിലും ഇപ്പോഴും വർഗ്ഗവിവേചനത്തിന്റെ അവശിഷ്ടങ്ങൾ പല രൂപത്തിലും നിലനില്ക്കുന്നു എന്നതാണ് യാഥാർത്ഥ്യം. പക്ഷേ, അമേരിക്കയിൽ എത്തുന്ന ഏതൊരാൾക്കും അവി ടത്തെ നിയമം അനുസരിച്ചു ജീവിക്കാനുള്ള സാഹചര്യം ഉറപ്പാക്കുന്ന തിൽ സർക്കാർ പ്രതിജ്ഞാബദ്ധമാണ്.

ഹോളി വുഡ്

അമേരിക്കയിലെ മറ്റേതൊരു വ്യവസായത്തെയുംപോലെ, ഒരു കാലത്ത് ശക്തമായ വ്യവസായമായിരുന്നു ഹോളിവുഡ്. അമേരിക്കൻ സിനിമാ മേഖലയെ ഒന്നാകെ നിയന്ത്രിച്ചിരുന്ന ഹോളി വുഡ് അമേരിക്കൻ സംസ്കാരത്തെ രൂപപ്പെടുത്തുന്നതിൽ നിർണ്ണായക പങ്ക് വഹിക്കുന്ന ഒരു മാധ്യമം കൂടിയായിരുന്നു. രണ്ടാം ലോക മഹായുദ്ധ കാലത്ത് അമേരിക്കയിൽ യുദ്ധത്തിന് അനുകൂലമായ അഭിപ്രായം രൂപപ്പെടുത്തുന്നതിൽ, ഹോളി വുഡ് നിർണ്ണായക പങ്കാണ് വഹിച്ചത്.

വർഗ്ഗസമര ചരിത്രം

അമേരിക്കൻ തൊഴിലാളികൾക്ക് ഒട്ടും ചെറുതല്ലാത്ത വർഗ്ഗസമര ചരിത്രമാണുള്ളത്. പത്തൊൻപതാം നൂറ്റാണ്ടിന്റെ അവസാനം മുതൽ തൊഴിലാളികൾ സംഘടിക്കുകയും അവരുടെ ആവശ്യങ്ങൾ നേടിയെ ടുക്കുന്നതിനായി സമരം നടത്തുകയും ചെയ്തിരുന്നു. സോഷ്യലിസ്റ്റ് ആശയത്തിൽ ആകൃഷ്ടരായി സമരം നടത്തിയ ഈ തൊഴിലാളികളുടെ സമര ചരിത്രം ചിക്കാഗോ മുതൽ വാൾസ്ട്രീറ്റ് വരെ നീണ്ടു കിടക്കുന്നു. പക്ഷേ, തൊഴിലാളികൾക്കും മഹാഭൂരിപക്ഷം വരുന്ന പൊതുജനത്തിനും സോഷ്യലിസത്തിലുള്ള വിശ്വാസം തകർക്കാൻ ഭരണകൂടം ബോധപൂർ വ്വമായ ശ്രമം നടത്തുകയും അതിൽ അവർ ഏറക്കുറെ വിജയിക്കുകയും ചെയ്തു. അതിന്റെ ഫലമായി കമ്യൂണിസവും സോഷ്യലിസവും അമേരിക്കൻ ജനതയ്ക്കിടയിൽ വേണ്ടവിധം വേരോട്ടം ഉണ്ടാക്കിയില്ല.

അമേരിക്കൻ പ്രവാസ ജീവിതത്തിനിടയിൽ നേരിട്ട് കാണാനും മന സ്സിലാക്കാനും കഴിഞ്ഞ വസ്തുതകളുടെ അടിസ്ഥാനത്തിൽ അമേരി ക്കയെ വിലയിരുത്താനാണ് ഇവിടെ ശ്രമിച്ചിരിക്കുന്നത്. അമേരിക്കയിലെ

മനുഷ്യനിർമ്മിത അത്ഭുതങ്ങളെക്കുറിച്ചും പ്രകൃതിദത്ത അത്ഭുതങ്ങളെക്കുറിച്ചും ഇവിടെ പറയാൻ ശ്രമിച്ചിട്ടുണ്ട്. അമേരിക്കൻ ഭരണസംവിധാനത്തിന്റെ കാര്യക്ഷമതയെക്കുറിച്ചു പറയുന്നതോടൊപ്പം വിജ്ഞാനത്തെ അവർ എങ്ങനെ വികസനവുമായി കൂട്ടിയിണക്കുന്നുവെന്നും ഇവിടെ പരിശോധിക്കുന്നു. അമേരിക്കൻ സർവ്വകലാശാലയിലെ ഒരു വിദ്യാർത്ഥി എന്ന നിലയിലും അദ്ധ്യാപകൻ എന്ന നിലയിലും, അമേരിക്കൻ വിദ്യാഭ്യാസത്തിന്റെ ഒരു നേർകാഴ്ചയും ഇവിടെ പകർത്തുന്നു. ചുരുക്കത്തിൽ, അമേരിക്കയിലെ പ്രവാസജീവിതാനുഭവങ്ങളുടെ വെളിച്ചത്തിൽ അമേരിക്കയെ വായനക്കാർക്ക് പരിചയപ്പെടുത്താനാണ് ഇവിടെ ശ്രമിച്ചത്.

www.ingramcontent.com/pod-product-compliance
Lightning Source LLC
La Vergne TN
LVHW100302051026
849517LV00006B/2172